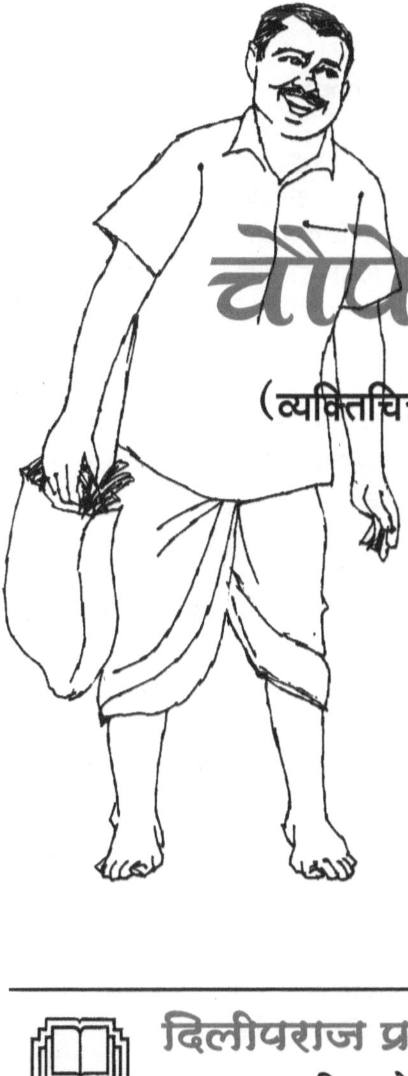

चौफेर

(व्यक्तिचित्रणे)

बाबा कदम

दिलीपराज प्रकाशन प्रा. लि.

२५१ क, शनिवार पेठ, पुणे - ४११ ०३०

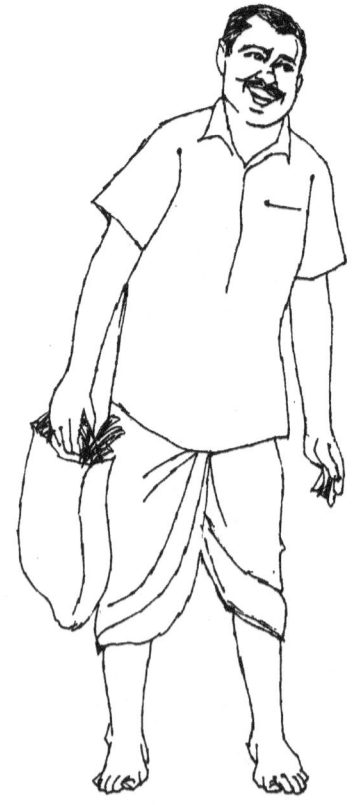

चौफेर
Choufer

प्रकाशक
राजीव दत्तात्रय बर्वे
मॅनेजिंग डायरेक्टर,
दिलीपराज प्रकाशन प्रा. लि.
२५१ क, शनिवार पेठ,
पुणे - ४११ ०३०.

नवीन आवृत्ती : १५ एप्रिल २००६

प्रकाशन क्रमांक : १४००

ISBN : 81 - 7294 - 541 - 8

मुखपृष्ठ :
अनिल उपळेकर

"ॲपल" या कोल्हापुरातील प्रख्यात डायग्नोस्टिक सेंटरच्या कर्तबगार डायरेक्टर व माझ्या वाचक श्रीमती गीता आवटी यांना अर्पण

- **बाबा कदम**

अनुक्रमणिका

प्रस्तावना

गेल्या वर्षी कोल्हापूर दै. ''लोकमत'' मध्ये ''व्यक्तिवेध'' या सदराखाली माझी लेखमाला सुरू होती. परंतु कोल्हापूर बाहेरच्या जिल्ह्यातील वाचकांना ''कोल्हापूर-लोकमत'' मिळत नव्हता. म्हणून मी सूचना केली की, माझे वर्षभरात वेळोवेळी प्रकाशित झालेले लेख संग्रहरूपाने प्रकाशित व्हावे.

श्री. राजीव बर्वे यांनी तो संग्रह प्रकाशित करायचे ठरविले म्हणून आज हे पुस्तक आपल्या हाती येत आहे. या लेखातील सर्व व्यक्तिरेखा सत्य आहेत. काही अपरिहार्य कारणात्सव त्यातील काही व्यक्तिरेखांची नावे बदलली आहेत.

बाबा कदम

१. श्यामसुंदर कुलकर्णी

हरिहर विद्यालयातून माझं नाव काढून मला विद्यापीठ हायस्कूलमध्ये घातलं. या विद्यापीठ हायस्कूलबद्दल माझ्या आईंना नितान्त आदर वाटे. कारण बऱ्याच वर्षांपूर्वी त्या दादा तोफखानेंच्या मुलींच्या समवेत त्याच शाळेत शिकल्या होत्या. तोफखाने मास्तरांनी विद्यापीठ हायस्कूलची सूत्रे सोडली आणि ती संस्था जी. वाय. दीक्षितांकडे आली. संस्थेचे संस्थापक होते दादा तोफखाने. ते का संस्था सोडून गेले? दीक्षितांकडे संस्थेची कशी सूत्रे आली, याची चौकशी करण्याचं माझं वय नव्हतं.

मी होतो इंग्रजी पहिलीत. त्यावेळी इंग्रजी सातवी पास होणं म्हणजे "मॅट्रिक" पास होणं होते. मॅट्रिकची परीक्षा मुंबई विद्यापीठातर्फे घेतली जायची. मला इंग्रजी आणि गणित विषयाचं वावडं! कितीही लक्ष देऊन वर्गात शिकवतात ते ऐकलं तरी काही समजायचं नाही.

गणित शिकवायचे थत्ते मास्तर. घारे डोळे, बारीक आवाज, डोक्यावर काळी टोपी, अंगात स्वच्छ पांढरा शर्ट आणि विजार. या थत्ते मास्तरांना विनोद करायची सवय होती, पण त्यावेळी मला त्यांचा विनोदही समजत नसे. थत्ते मास्तरांच्या वक्तव्यावर वर्गातली मुलं हसली की, मीही उगीचच हसायचो!

इंग्रजी शिकवायचे ते गोखले मास्तर! रेडिओसारखा मोठा आवाज, इंग्रजी शब्दांचे स्पष्ट उच्चार, किंचित रागीट स्वभाव! वर्गात कोणी उशिरा आलेलं त्यांना खपत नसे. तासावर येताना ते न चुकता छोटी वेताची छडी आणत. उशिरा येणाऱ्या मुलांना यायला उशीर का झाला, याचा खुलासा न विचारताच गोखले मास्तर तळहातावर छडीचा प्रसाद देत. उशिरा येणाऱ्या विद्यार्थ्यांना एक छडी मारून सर काही घडलेच नाही, अशा आर्विभावात पुढं शिकवायला सुरुवात करीत. "वन्स अपॉन ए टाईम देअर वॉज ए किंग. ही वॉज व्हेरी ब्रेव्ह अ‍ॅण्ड काईंड हार्टेड!" "हाऊ वॉज ही?"सर प्रश्न विचारत. एखादा स्वतःला

हुशार समजणारा विद्यार्थी हात वर करी.

"यस्,सांग बरं? ही वॉज ए किंग. "गाढवा, तो किंग तर होताच पण त्याचा स्वभाव कसा होता? कुणी उत्तर दिलं नाही की सर म्हणत, "ही वॉज ब्रेव्ह अॅण्ड काईंड हार्टेड!"

कदम "ब्रेव्ह म्हणजे काय रे?" माझ्याकडे पाहत सर विचारत.

"दयाळू!"; ब्रेव्ह म्हणजे दयाळू होय रे?" ब्रेव्ह म्हणजे शूर, आणि काईंड हार्टेड म्हणजे दयाळू!"

मी समजल्याचा आविर्भाव करून बाकावर बसत असे. वर्गात गोखले सरांचा अत्यंत आवडता विद्यार्थी होता तो "श्यामसुंदर कुलकर्णी". त्याचा भाऊ मन्याही आमच्याच वर्गात होता. हे कुलकर्णी बंधू दोघेही अभ्यासात भलतेच हुशार होते.

श्यामसुंदरचं हस्ताक्षर इतकं सुंदर होतं की, ते छापल्यासारखे दिसे. मनोहरचंही अक्षर बऱ्यापैकी; पण मन्या गणितात अतिशय हुशार! सर फळ्यावर गणित मांडू लागले की, ते पूर्ण व्हायच्या आतच मन्यानं त्याचं उत्तर लिहिलेलं असे. मन्या गणिताचं पुस्तक कोळून प्याला होता की काय न जाणे! मन्याच्या आणि श्यामसुंदरच्या स्वभावात जमीन-अस्मानचा फरक होता. मन्या सर्वांशी मिळून वागत असे. त्याला आपल्या हुशारीचा बिलकूल गर्व नसे. पण श्यामसुंदर मात्र थोडा शिष्ट होता. स्वभावानं थोडा कुजकाही होता.

क्लासटीचर गोखले मास्तर. त्यानी श्यामसुंदरला क्लासचा सेक्रेटरी नेमले. त्यामुळे श्यामसुंदर अधिकच शिष्टपणानं वागू लागला. आमच्या वर्गात शिगावकर नावाचा कापड दुकानदाराचा मुलगा होता. तय्यब अली नावाचा शिवाजी पुतळ्याजवळच्या मुस्लीम धर्मगुरूचा मुलगा होता. सरलष्कर, कानिटकर अशी सर्व जाती-धर्माची मुले होती; पण त्या वयात माणसांना "जात" नावाची त्यांचा श्यामाजिक दर्जा ठरवणारी काही चीज असते याची मला गंधवार्ताही नव्हती. तेव्हा

तर नव्हतीच. आज सत्तरी ओलांडल्यावरती मी कोणाची जात, धर्म कधी विचारला नसता. मला सगळी मानवजात एक वाटते. अभ्यासात ''सो-सो''असल्यामुळं मी थोडा मागेच असायचो. श्यामसुंदर सेक्रेटरी झाल्यावर तो वर्गात दादागिरी करू लागला. क्लासवर मास्तर यायला उशीर झाला की, क्लास सांभाळणारा श्यामसुंदर मोठ्यानं बोलणाऱ्या मुलांची नावं लिहून ठेवायचा. ती नावे क्लासटिचर्सना म्हणजे गोखले मास्तरांना द्यायचा. मी मुळात थोडासा भिडस्त असल्यामुळे नेहमी गप्प असायचो. पण हा श्यामसुंदर दंगेखोर पोरांच्या यादीत प्रत्येकवेळी माझे नाव घालायचा. असे दहा-वीस वेळा घडल्यावर मी धाडसाने एकदा श्यामसुंदरला विचारले.

''श्याम, अरे प्रत्येक वेळी तू दंगल करणाऱ्या मुलांच्या यादीत माझे नाव का घालतोस? मी कधीतरी दंगा केलाय का?'' श्यामनं मला काहीतरी थातूर-मातूर उत्तरं दिली. त्यावेळी आमच्या वर्गात सात-आठ मुली होत्या. त्या पहिल्या दोन-तीन बाकावर डाव्या बाजूला बसत. त्यात पमी नावाची एक अत्यंत देखणी मुलगी होती. कधी-कधी फ्रॉक आणि स्कर्ट घालून यायची. वयाच्या मानाने तिला थोडी अधिक जाण आलेली असावी. मीही पौगंडावस्थेत होतो. ओठावर मिशांची लव आली होती. आवाजात बदल झाला होता. अधून-मधून गालावर एखादी मोडी उठत होती.

त्या वयात प्रत्येक लक्षणास समोरची मुलगी ''अप्सरा'' भासत असते. या वर्गात जाता-येता पमीकडे चोरटा कटाक्ष टाकल्याशिवाय मी माझ्या मागच्या बाकावर बसत नसे. पमीलाही मी तिच्याकडे कटाक्ष टाकून रोज वर्गात जातो हे समजलेलं असावं. एखाद्या दिवशी गडबडीत तिच्याकडं न पाहता मी वर्गात गेलो की, ती किंचित गाल फुगवल्यासारखी भासे!

श्यामसुंदरनं हे अनेक वेळा पाहिलं होतं. म्हणूनच दंगा करणाऱ्या

मुलांत माझं नाव घालून शाम्या मला छड्या खायला लावत होता. पण हे सर्व प्रकरण कसलंही वाच्यता न करता घडत होते.

राजाज्ञांचा उद्धव हा माझा खास दोस्त. त्याचे घर शाळेजवळच होते. उद्धव मला "कदम्या" म्हणायचा. कधी "बाब्या" ही म्हणायचा! लेकाचा अभ्यासात हुशार नव्हता; पण अत्यंत व्यवहारी होता. लघवीच्या सुटीत आम्ही दोघांनी एकदा पैज लावली. कोणाची धार लांब जाते? बोळात आमची ही स्पर्धा सुरू असतानाच मागे गोखले सर केव्हा उभे राहिले होते माहीतच नाही. दोघांचेही मानगूट पकडून सर म्हणाले, "भडव्यांनो; कसली पैज लावता रे?"

आम्ही दोघेही माना खाली, पँटीची बटणं घालत सरकलो. त्या दिवसापासून सर मला छडी थोडी जोरानं मारतात असं वाटू लागलं.

एकदा मी त्यांच्या या वागण्याबद्दल उद्धवला म्हणालो,"उध्या, बेट्या त्या दिवसापासून सर माझ्याशी विचित्र वागतात! हा शाम्या नेहमी माझ्या चहाड्या सांगतो वाटतंय. काय करावं समजत नाही!" उद्धव निर्भिड होता. तो म्हणाला,"तू त्या पमीकडं बघतोस ना आणि ती गालावर खळी पाडून तुझ्याकडं पाहून हसते ते शाम्याला जाचतेय! शाम्या पमीवर लाईन मारतो; म्हणूनच तो सरांना तुझ्याबद्दल खोट्या-नाट्या कागाळ्या करत असावा!"

उद्धवनं माझ्यावरच्या सरांच्या रोषांच अचूक असं निदान केलं होतं. त्या दिवसापासून मी पमीकडं मुद्दामच बघायचं बंद केलं.

बघता-बघता वर्ष संपलं. आम्ही इंग्रजी दुसरीत गेलो. दुसरीतून तिसरीत असा रडत-खडत मी मॅट्रिकपर्यंत येऊन धडकलो. पमी आता फ्रॉकमधून परकर पोलक्यात आली होती. अधून-मधून साडीही नेसायची.

मॅट्रिकचा रिझल्ट लागला. मी पहिल्याच प्रयत्नात सुटलो. पमी मात्र नापास झाली. राजाराम कॉलेजला आर्टसूला नाव घातलं. बघता-बघता चार वर्षे कशी उडाली समजली नाही. बी. ए. ला मी इतिहास

व तत्त्वज्ञान हे विषय घेतले होते. साहित्याची आवड होती म्हणून मराठीही घेतलं होतं.

बी.ए. झाल्यानंतर नोकरी करीत कायद्याची परीक्षाही पास झालो. वर्गात नेहमी मागच्या बाकावर बसणारा हा विद्यार्थी कधीकाळी बी.ए. एल.एल.बी. होईल, असे कोणीच भाकीत करूच शकला नसता.

नंतर दोन-तीन वर्षांच्या वकिलीनंतर मी पोलीस प्रॉसिक्युटर सरकारी वकील झालो. बऱ्याच वर्षात कोणी भेटलं नाही. योगायोगानं सरकारी वकील म्हणून माझी नेमणूक जुना राजवाड्यातल्या कोर्ट नं. १ मध्ये झाली होती. मला कोल्हापूर शहरातील दारूचे खटले चालवावे लागत होते. कोर्टापासून हाकेच्या अंतरावर असलेल्या विद्यापीठ हायस्कूलकडे मी अधून-मधून जायचो, जुन्या आठवणींना उजाळा द्यायचो. पमी कुठं गेली माहीत नव्हते. एकदा सहज उद्धव भेटला. तो म्हणाला, "पमीचं समजलं की नाही?" "नाही काय झालं?" "तिनं लग्न केलं मोठ्या पैसेवाल्याशी. सध्या दुबईला असते!"

"कोणाशी केलं लग्न म्हणालास?"

"देखणी होती म्हणून श्रीमंत नवरा मिळाला तिला! मुंबईत वरळीलाही तिचा एक फ्लॅट आहे! परवा अंबाबाईच्या दर्शनाला आली होती तेव्हा बघितली. भलतीच सुटलीय रे! तू ओळखणारही नाहीस."

"आता ती मला न दिसलेलीच बरी!" तिची ती गोरी, देखणी, दोन वेण्या घातलेली प्रतिमा अजून कधी-कधी आठवते. ती स्मृती आठवण्यातच सुख वाटते.

मग उद्धवबरोबर कोण कुठं असतो वगैरे चौकशी करून मी हातातल्या घड्याळाकडं पाहिलं, अकरा दहा झाले होते. मी ज्युडिशियल मॅजिस्ट्रेट कोर्ट नं. १ च्या दाराजवळ आलो. समोर करवीर तालुक्याच्या दोन पोलीस कॉन्स्टेबल्सनी हातात बेडी घातलेला, दंडाला दोर बांधलेला, दाढी-मिशा वाढवलेला, डोक्यावर मळकट गांधी टोपी घातलेला,

फाटका शर्ट आणि विजार घातलेला एक आरोपी कोर्टाकडे आणत होते. तो आरोपी माझ्याकडे पाहून बेडी अडकवलेले हात जोडून मला म्हणाला, ''बाबा मला ओळखलं नाहीस?'' मी त्याच्याकडं रोखून पाहात म्हटलं, ''नाही मुळीच नाही, कोण तू?''

''मी श्यामसुंदर कुलकर्णी! तुझा वर्गमित्र!'' मी आ वासून त्याच्याकडे पाहातच राहिलो. त्याच्याशी काय बोलावं हेच मला सुचेना.

माझी ती अवस्था पाहून तोच पुढे म्हणाला, ''मला निष्कारण पोलिसांनी पकडलंय बघ. आता तुझ्या हातात आहे मला सोडवायचं! माझा पहिलाच गुन्हा आहे.'' त्याला बेड्या घालून आणणारा हवालदार साळवी पुढं येऊन मला सॅल्यूट ठोकून म्हणाला, ''साहेब हा हॅबिट्यूअल ऑफेंडर आहे. आतापर्यंत प्रोहिबिशनचे बावीस खटले झालेत याच्यावर?''

शाळेत पांढरा शुभ्र शर्ट, खाकी पँट, डोक्याला गांधी टोपी घालणारा, छापल्यासारखं वळणदार अक्षर काढणाऱ्या श्यामसुंदर कुलकर्णीची प्रतिमा कालांतराने अशी विकृत होईल याची स्वप्नातही मी कल्पना करू शकलो नसतो! कालाय: तस्मैय नम:!

$$\frac{1}{12} \quad \frac{1}{12} \quad \frac{1}{12}$$

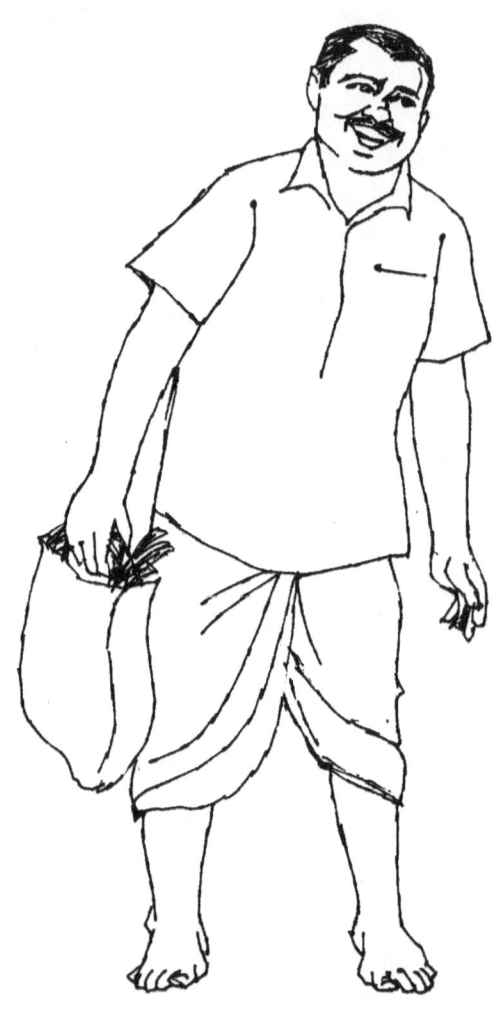

२. लिंबा तेली

१९६६ च्या ऐन उन्हाळ्यात माझी बार्शीला बदली झाली. यापूर्वी माझा बार्शीशी कसलाही संबंध नव्हता. तिथं कोणी ओळखीचेही नव्हते. प्रथम मी एकटाच गेलो होतो. जयशंकर मिलच्या ''गेस्टहाऊस'' मध्ये राह्यलो. त्यावेळी श्रीमान भाऊसाहेब झाडबुके हे बार्शीचे सर्वेसर्वा होते. त्यांच्या ओळखीने मला बार्शीत घर मिळाले. भाडे द. म. ६५ रुपये. गवळे गल्लीतल्या त्या तीन मजली घराचे मालक होते वेदपाल चोप्रा. घर ताब्यात घेतल्यावर सौ. माई आणि चि. उमेशला घेऊन बार्शी लाईट रेल्वेने निघालो. गाडीने मिरज सोडल्यानंतर त्यांना हवेतला फरक जाणवू लागला. खिडकीतून गरम झळा आत येत होत्या. आरग, बेडग, बेळंकी, सांगोला, पंढरपूर करीत भारतातली ती ''मशहूर'' स्मॉलगेज रेल्वे धावत होती. बैलगाडीतसुद्धा इतके हादरे कधी बसत नसत. प्रथम डावीकडून उजवीकडे असे हादरे जाणवायचे. नंतर वर उचलून खाली आपटल्यासारखे वाटायचे. तरी बरे, आम्ही फर्स्ट क्लासने चाललो होतो. थर्ड क्लासमधली बसायची बाकडी जेमतेम वीतभर रुंदींची. त्यावर बसून प्रवास करणाऱ्यांना इच्छित स्टेशन येईपर्यंत सहा-सात वेळा बाकावरून खाली पाडले. बहुसंख्य प्रवासी याच रेल्वेने विठोबाच्या दर्शनासाठी जायचे! त्यांना त्या रेल्वेचे हादरे जाणवत नसत.

सकाळी सात वाजता कुर्डुवाडी आली. चहावाला पोऱ्या, ''एऽऽऽ च्यायऽऽऽऽऽ एऽऽऽऽ च्यायऽऽऽऽऽ'' करीत डब्याजवळ आला. आम्ही तिघांनीही चहा नावाचे पेय कसेबसे प्यालो. पण त्याचक्षणी निर्धार केला की, यापुढे कुर्डुवाडीत कधीही चहा प्यायचा नाही. नंतर मला समजलं की, ज्याला चहा कायमचा सोडायचा आहे त्यानं तीन दिवस लागोपाठ कुर्डुवाडी स्टेशनवरचा चहा प्यावा! पुन्हा तो चहाचे नावच काढणार नाही.

साडेपाचला कुर्डुवाडीला पोहोचलेली गाडी पुढे एडसीवरून

लातूरला जात असे. पूर्ण कुर्डुवाडीतून मद्रास मेल, हैदराबाद एक्सप्रेस या गाड्या गेल्याशिवाय आमची गाडी हलणार नव्हती. ती साडेसात-आठच्या सुमारास पुढील प्रवासास निघाली. साडेआठ-नऊ वाजता उन्हाच्या झळा जाणवू लागल्या. सौ. माई आणि उमेश यांना क्षितिजावर ''मृगजळ'' दिसू लागले. माई मला म्हणाल्या, ''कसला हो हा प्रदेश, नोकरीचा राजीनामा देऊन कोल्हापुरात नाहीतर जयसिंगपूरला वकिली केली असती तर बरं झालं असतं.'' मी अपराधी मुद्रेने त्यांचे बोलणे ऐकून म्हणालो,''आता १० वर्षे पोलीस प्रॉसिक्युटर म्हणून नोकरी करतो आहे. आणखी तीन-चार वर्षे नोकरी झाली, तर थोडीशी पेन्शन तरी बसेल!''

माईंच्या डोळ्यांतून अश्रू ओघळत होते. ''आता किती वेळ या वैराण वाळवंटात राहावे लागणार आहे, कुणास ठाऊक!'' त्या म्हणाल्या. अक्षरशः आम्ही रडत-खडत बार्शीत आलो, पण म्हणतात ना, माणूस जन्मल्या क्षणीच विधात्याने त्यांची कुंडली लिहून ठेवलेली असते. इतर सुख-दुःखाच्या घटनेसोबत माणसाने कुठे, किती दिवस राहायचे आहे, हेही त्याने ठरवून टाकले असावे. कोणीही त्यात फेरफार करू शकत नाही.

हळूहळू आम्ही बार्शीशी एकरूप होऊ लागलो. माझी कोर्टात काही वकील मंडळीशी ओळख झाली. सौ. माई तिकडे जाण्यापूर्वी गडहिंग्लजला दोन वर्षे कॉलेजात जात होत्या. त्यांनी (कै.) जगदाळे मामांच्या कॉलेजात नाव दाखल केले. चि. उमेशही शाळेत जाऊ लागले. सौ. माईच्या वर्गात सौ. प्रमिला देशमुख नावाच्या विद्यार्थिनी होत्या. त्या आमच्या अगदी जवळच्या नात्यातल्याच निघाल्या.

बार्शीच्या आजूबाजूला दोन-तीन प्रचंड तलाव होते. त्या तलावाकाठच्या ''रेस्ट हाऊस''मध्ये शनिवार-रविवार माझा मुक्काम पडायचा. कारण आजूबाजूला भरपूर शिकार होती. वाईल्ड डक्स,

ससे, तितर, स्नाईप्स, चिंकारे असे पक्षी-प्राणी विपुल होते. हळूहळू बार्शीत मित्रपरिवार जमू लागला. मोटर मेकॅनिक, ड्रायव्हर, लेथमशीनवर काम करणारे कामगार, शेतकरी, पंचायत सभासद, वडार, पारधी, तांबोळी आणि तेलीसुद्धा! या सर्वांची शब्दचित्रं यथावकाश लिहिण्याचा मी संकल्प केलेला आहे. आज मी "लिंबा तेली" या अफलातून व्यक्तीची ओळख तुम्हाला करून देणार आहे.

लिंबा गोल चेहऱ्याचा, हसऱ्या मुद्रेचा आणि "हरकाम्या" असा होता. त्याला बाजारातून भाजी आणायला सांगा अगर कोणाला निरोप द्यायला सांगा, तो तत्काळ गेलाच. मी बार्शीत असंख्य मित्रपरिवार जमवला. लिंबा अविस्मरणीय असा प्राणी होता. तेली गल्लीत त्याचा पिढीजात तेल गाळण्याचा व्यवसाय होता. एकदा लिंबा मला म्हणाला, "आबा, सगळ्या जगात कुठलं तेल चांगलं असेल, तर ते करडीचं! मी तुम्हाला ते आणून देत जाईन! डाळ उकडायची, त्यात थोडा कच्चा कांदा चिरून टाकायचा, थोडं चवीपुरतं मीठ, कोथंबिरीची १०-१२पानं घालायची, वर थोडं काळं तिखट आणि चमचा दोन चमचे करडीचं तेल! भाकरी बरोबर काय झक्कास लागतंय म्हणता?"

"अरे, पण त्यात कोलोस्ट्रॉल असेल!"

"छट्! नाव नसतं! तुम्ही आता फ्रीज घेणार आहात ना, फ्रीजमध्ये ते करडीचं तेल ठेऊन बघा, अजिबात घट्ट होत नाही. फ्रीजमध्ये जे तेल घट्ट होतं त्यात मात्र हमखास कोलोस्ट्राल असतं!"

जेमतेम दहावीपर्यंत शिकलेल्या लिंबाचं व्यवहारज्ञान अफाट होतं. मी संध्याकाळी त्याच्याबरोबर फिरायला जायचो. तेव्हा तो गतकालच्या बार्शीतल्या इत्थंभूत घडामोडी सांगत असे. "लिंबा बार्शीचं आणखीन वैशिष्ट्य काय रे? मला इथली हरण छाप तुरीची डाळच तेवढी इथं येण्यापूर्वी ठाऊक होती!"

"तसं बघायला गेले ना आबा, तर हे गाव भलतंच ग्रेट

आहे!''

"कोणत्या अर्थानं म्हणतोस?''

"इथं प्रतिष्ठित कोणाला समजलं जातं ठाऊक आहे?''

"मला कसं ठाऊक असणार? मी तर इथं नवखा.''

"मग ऐका तर, इथं बहुतेक प्रतिष्ठित कोणता ना कोणता व्यापार करतात. त्यात गब्बर होतात.''

"प्रतिष्ठित कशावरून ठरवायचा?''

"ज्याच्या जमिनी आहेत. मोटारगाड्या आहेत आणि घरी बायका-मुलं असूनही दोन-तीन "अंगवस्त्र'' ठेवणाऱ्याला या गावात प्रतिष्ठित समजलं जातं!''

"काय? बायका ठेवणारा प्रतिष्ठित?''

"होय, जेवढ्या जास्त बायका तेवढा तो प्रतिष्ठित!''

"कमाल आहे! आणखीन काही प्रतिष्ठितांची लक्षण?''

"तशी खूप आहेत, पण घरी ते शाकाहारी असतील तरी बाहेर यांना मांस-मच्छी लागते!''

"होय?''

"पण जरा "हे'' घेतल्याशिवाय ते नॉनव्हेज खायला गम्मतही येत नाहीना?'' लिंबा उजव्या हाताचा आंगठा तोंडाजळ नेत म्हणाला.

"अरे पण महाराष्ट्रात तर दारूबंदी आहे ना?''

"दारूबंदी राह्यली कायद्यात! हितं आजूबाजूला जे पारधी आहेत ते तुम्ही सांगाल तसली दारू बनवतात. केळीची, खजुरीची, मोसंबीची!''

"ही हातभट्टीची दारू नाही मिळाली तर?''

"युडी कोलन आहेच की, एक अर्धी क्वार्टर युडी कोलन पाण्यात ओतली की मस्तपैही जीनसारखी दारू तयार होते!''

"अरे पण शरीराला अपायकारक!''

"अपाय आणि उपाय? आबा हितल्या माणसांना काही-काही

होत नाही, नियमितपणे युडी कोलन पिणारे सत्तर-पाऊणशे वर्षे जगलेली माणसे दाखवतो मी तुम्हाला!''

लिंबा जसं आजू-बाजूच्या समाजाचं सूक्ष्म निरीक्षण करीत असे, तशी त्याला ऑटोमोबाईल व्यवसायातली सखोल माहिती होती. शेवरलेट, वॉक्झॉल, फोर्ड, जीप, मर्सिडीजपासून ते इंपोर्टेड गाड्यांची नावंदेखील तो पटापट घेई. त्याला उत्तम ड्रायव्हिंग करता येत होते. कोणाचा ड्रायव्हर अचानक आजारी पडला की ते लोक लिंबाला बोलावणं पाठवत. मग कधी सोलापूर, कधी अक्कलकोट, तुळजापूर तर कधी पुणे. लिंबाला महाराष्ट्रातल्या जवळजवळ प्रमुख गावातले रस्ते तोंडपाठ होते. एकदा तो मला म्हणाला, ''आबा, तुमच्या त्या महाद्वार रोडवरून गाडी चालवणं म्हणजे सर्कसच!

''का? असं का वाटलं तुला?''

''अहो तो शुक्रवार होता. बायापोरी नटूनथटून देवीच्या देवळात जात होत्या. त्याचवेळी रिकामटेकडे ''रोडरोमिओज'' त्यांची टिंगल-टवाळी करत भर रस्त्यातून जात होते. म्हाळाच्या महिन्यात कुत्री जशी करतात ना तशीच त्यांची तऱ्हा!''

कोल्हापुरातल्या महाद्वार रोडचं त्यानं अचूक केलेलं ते वर्णन ऐकून मी चाटच पडलो. पुढे चार महिन्यात माझी बदली झाली.

''लिंबा, माझी सोलापूरला बदली झाली रे?''

''काय? एवढ्यात बदली? चार महिनेसुद्धा झाले नाहीत की?''

''हो, तिथला एक प्रॉसिक्युटर भानगडखोर आहे म्हणून त्याला बार्शीला टाकलंय आणि माझी उचलबांगडी केलीय!''

''आयला आबा, पोलीस खातं आहे का सोंग आहे?''

''अरे, काहीच बोलता येत नाही त्याबाबतीत! मी काही बोललो ना तर ''डिसिप्लिन''ला सोडून म्हणून, मला ''मेमो'' देतील. आता माई आणि उमेशला मात्र मी इथंच बार्शीत ठेवून एकटा जाणार!

आठवड्यातून एकदा शनिवारी येत जाईन. तू जरा घराकडं लक्ष ठेव, त्यांना काय हवं नको ते अधून-मधून पाहात जा!''

मी सोलापूरला गेलो, तर लिंबा आठवड्यातून १-२ वेळा मला तिथं येऊन भेटायचा!

''अरे पण बार्शी सोडून तू इकडं कशाला येतोस वारंवार?''

''माझ्याकडं आर. टी. ओ. ची कामं असतात ना? कुणाला ड्रायव्हिंग लायसेन्स हवं असतं, तर कुणाला गाडी ट्रान्स्फर करून पाहिजे असते. आपली त्या खात्याशी भलतीच जवळीक!''

''ती कशी काय?''

''महिन्यातून एकदा आरटीओचा कॅम्प बार्शी, पंढरपूर, सांगोला इथं जातो ना, तेव्हा प्रत्येक कॅम्पला मला बोलावणं होतं. शे-दोनशे मिळतात!

''लिंबा, काय-काय धंदे करतोस तू?''

''आबा, माणसानं चतुरस्त्र असावं. तर माणूस या जगात सुखानं चार घास खातो!''

''तू तेलाचा घाणा चालवला असतास तरी तुझं पोट भरलं असतंच की?''

''छट्! त्यात काय आहे हो? घाण्याभोवती जसा बैल फिरतो, तसं फिरत राहण्यासाठी माझा जन्म नाही!''

लिंबाच्या घरी मांस-मटण निषिद्ध होतं. पण आमच्यात मात्र आठवड्यातून ३-४ वेळा शिकार असे. लिंबाला मी नॉनव्हेजची दीक्षा दिली. तो अतिशय आवडीने ते पदार्थ खायला शिकला; पण प्रत्येकवेळी तो मला बजावायचा. ''आबा मी हे खातो हे बार्शीत कोणालाही समजता कामा नये बरं.''

मी त्याला म्हणे, ''अरे तुझी-माझी मैत्री आहे म्हटल्यावर बार्शीतले लोक काय ओळखायचं ते ओळखतीलच की?''

सोलापूरला माझी ज्या कारस्थानी प्रॉसिक्युटरमुळे बदली झाली होती, तो दीड-पावणेदोन वर्षांनी झाला रिटायर!

मी बार्शीला परत बदली करून घेतली. जातेवेळी मी सोलापूरात ऑल्विन कंपनीचा फ्रीज खरेदी केला. तो बार्शीला घेऊन जायचा असल्यामुळे मी लिंबाला निरोप पाठवला. "मी फ्रीज घेतलेला आहे. तो बार्शीला घेऊन जाण्यासाठी कल्लाप्पाची गाडी घेऊन ये. सोबत सौ. माईंना आणि उमेशलाही घेऊन ये!"

निरोपाप्रमाणे लिंबा कल्लाप्पाची ३६ मॉडेल शेवरलेट गाडी घेऊन माई व उमेशसोबत सोलापूरला आला. दुसऱ्या दिवशी सकाळी ९॥-१० च्या सुमारास बार्शीला जायचे ठरले. लिंबा म्हणाला, "आबा, बार्शीला जायचं तर व्हाया वैराग रस्ता फार खराब आहे. फ्रीजला हादरे बसता कामा नयेत. आपण तुळजापूर, उस्मानाबाद मार्गे बार्शीला जाऊ! सगळा टाररोड आहे. ए वन!"

त्यावेळी सोलापूरला मुंबईवरून मद्रास मेलने बर्फातला मासा यायचा. ज्याची विक्री "फॉरेस्ट" या नावानं ओळखल्या जाणाऱ्या भागात सकाळी व्हायची. सोलापुरात रेल्वे खात्यात काम करणारे बरेच अधिकारी ख्रिश्चन आणि पारशी होते. ते लोक सकाळी आलेल्या बर्फातल्या माशावर अक्षरशः तुटून पडत. आमच्या माईंना मत्स्याहाराची अतिशय आवड. त्या तो बनवतातही फार चांगल्या पद्धतीने.

दुसऱ्या दिवशी फ्रीज घेऊन जाताना सोबत मासा तळून घ्यायचे ठरले. सकाळी "फॉरेस्ट"मधून किलोभर बांगडे घेऊन आलो. माईंनी ते तळून सोबत घेतले. वाटेत तुळजापूरला देवीचे दर्शन घेतल्यावर उस्मानाबादच्या अलीकडे रस्त्यात झाडाखाली जेवायचा बेत ठरला.

दाट सावलीचं पिंपळाचं झाड पाहून जेवणाचे डबे काढले. प्रत्येकाला चपातीवर एक-एक अख्खा तळलेला बांगडा घालून माईंनी दिला.

लिंबाने आजपर्यंत ससा, हरण, तितर यांचे मटण आवडीने खाल्ले होते. पण त्यानं अद्याप समुद्राचा मासा खाल्लेला नव्हता. तो माईंना म्हणाला, "माई, मला मासा नको!"

"का रे, खाऊन तरी बघ, पुन्हा मागशील!"

मासा साफ करून डोकं आणि शेपटीसकट तळायची आमची पद्धत. लिंबानं खाऊ का नको, अशा संभ्रमात एक घास घेतला आणि तो म्हणाला "अहाहा, काय टेस्ट हो?"

मी म्हणालो, "पु. ल. देशपांडे म्हणतात, ज्या माणसाने बांगड्याचं तिथलं आणि भात खाल्ला नाही त्याचा जन्म वाया गेला!" "खा-खा, डोक्यासकट चावून खा!"

लिंबानं बांगड्याचं डोकं तोंडात घातलं, मी म्हणालो, "चाव चाव, माशाचा मेंदू खाल्यानं माणसाचा मेंदूही तल्लख होतो! तुझा आधीच आहे तो तल्लख होईल."

सौ. माई, कल्लाप्पा आणि उमेश तो संवाद ऐकून हसू लागले.

उस्मानाबाद सोडल्यावर आकाशात काळे ढग तरळू लागले. सोसाट्याचा वारा सुटला. मुसळधार पाऊस पडणार, असं वाटत असतानाच येडशीच्या घाटात थेंब पडू लागले. आमच्या गाडीचा "टप" काढलेला, कारण फ्रीज गाडीत मावणार नव्हता. पांगारीत आलो तो सरीवर सरी कोसळू लागल्या. लिंबा म्हणाला, "आबा, इथं हेल्थ सेंटरमध्ये थोडावेळ थांबू! पाऊस थांबल्यावर जाऊ. इथले डॉक्टर सदानंद ढोले तुम्हालाही ओळखतातच!"

"अरे, पण तिथं थांबणार कुठं?"

डॉक्टर सदानंदकडे!"

कल्लाप्पाने गाडी हेल्थ सेंटरकडे घेतली. हेल्थसेंटरमध्ये डॉक्टरांची चौकशी केली. ते जेवणानंतर शेजारी असलेल्या त्यांच्या खोलीत विश्रांती घेत असल्याचे समजले. लिंबानं डॉक्टरांच्या दारावरची कडी

वाजायला सुरूवात करताच मी म्हणालो, “लिंबा, अरे त्या डॉक्टरांना कशाला डिस्टर्ब करतोस. त्यांच्या गॅरेजमध्ये थांबू आपण पाऊस थांबेपर्यंत!”

इतक्यात खोलीचं दार उघडलं. डॉक्टर सदानंद ढोले सदैव हसरी मुद्रा! मला पाहून ते म्हणाले, “असे अचानक कसे काय बाबासाहेब?”

“पावसानं हा योग आणला.” मी म्हणालो.

त्या खोलीत डॉक्टरांच्या कॉटवर बसलेली देखणी तरुण नर्स पाहून मी म्हणालो, “डॉक्टर सॉरी, आम्ही तुमची “प्रायव्हसी” डिस्टर्ब केली!” डॉक्टर खोटं- खोटं हसत म्हणाले, “कसचं कसचं, चालायचंच या, सीता तू चहा सांगून ये!”

सीता साडी व्यवस्थित करून चहा सांगायला गेली. तोच लिंबा डॉक्टरानां म्हणाला, “आबा बार्शीत गेलो की वैनींना सांगतो इथं काय-काय धंदे करता ते?

त्यावर डॉक्टर कितीतरी वेळ हसत राह्यले.

“बाकी बार्शीच्या प्रतिष्ठितांची परंपरा चालवता ही आनंदाची गोष्ट आहे म्हणा” लिंबा म्हणाला, चहा घेऊन पाऊस थांबल्यावर आमचा पुढचा प्रवास सुरू झाला. मी लिंबाला म्हणलो, “उगाच आपण डॉक्टरांच्या विश्रांतीत अडथळा आणला. तू त्यांना तुमच्या बायकोला सांगतो असं का म्हणालास?”

लिंबा हसत-हसत म्हणाला, “ते मी मुळीच सांगणार नाही हो. त्यांची गंमत केली! काय करणार बिचारा डॉक्टर? घरात दमेकरी बायको बारा महिने अंथरूणावर खिळून पडलेली. सीता कशी होती दिसायला? शेवटी डॉक्टर झाला तरी तो माणूसच की?”

लिंबा अत्यंत हजरजबाबी, अनेक व्यवसाय केलेला, सर्वांच्या मदतीला धावून जाणारा. अनेक लोकांच्या स्वभावाचे सूक्ष्म निरीक्षण

करणारा! आता बरेच दिवस झाले त्याला भेटून. काही काही व्यक्ती विसरू म्हटलं तरी विसरल्या जात नाहीत. लिंबा तेलीही त्यातलाच एक.

◁◁◁

३. फाइव्ह स्टार पार्टी तात्यांची

१९७० मध्ये कोल्हापूरला ताराबाई पार्कात छोटा बंगला बांधला. जेमतेम एक महिना बंगल्यात राहतो न् राहतो तोवर हातात इस्लामपूरला बदली झाल्याची ऑर्डर! तेव्हा खूप वैतागलो. शिक्षणात पत्नीनं फिरती करता करता मराठी चौथी ते एम.ए.पर्यंत मजल मारली होती. एकमेव चिरंजीव उमेश हेही "लॉ" करत होते. त्या दोघांच्या शिक्षणात व्यत्यय नको म्हणून मी एकटाच इस्लामपूरला नोकरीवर रुजू झालो. कोर्टासमोरच अगोदरचे प्रॉसिक्युटर राहत होते. त्याच जागेत राहायचे मी ठरवले. तशी ती जागा एकट्या माणसाला राहायला फारच मोठी होती. पुढच्या व्हरांड्यामागे तीन मोठाल्या खोल्या होत्या. त्यात सदैव अंधार असे. माझ्याकडे प्रॉसेक्युशन ड्युटीला महादेव पाटील नावाचा कॉन्स्टेबल होता. तो मला म्हणाला, "साहेब या जागेत फार दिवस राहू नका!"

"का बरं?" मी त्याला विचारलं.

"ही जागा बादिक हाय, भूत हाय हिंतं!"

"छट्, भुता-खेतावर माझा मुळीच विश्वास नाही." आत्मविश्वासानं मी म्हणालो.

"ते तुमचं तुम्ही ठरवा. सांगायचं काम आपलं!"

एवढ्या मोठ्या जागेत मी एकटाच राहणार असल्याने नाही म्हटलं तरी डोक्यात नाना विचार येऊ लागले. रात्री-अपरात्री मागच्या अंधाऱ्या खोल्यातून कोणीतरी वावरतंय असा भास होऊ लागला. म्हणून मी माझा कॉट बाहेर व्हरांड्यात घातली. आतल्या खोल्यांना कडी लावत असे. काही गडबड झालीच तर सरळ व्हरांड्याचं दार उघडून समोरच्या रस्त्यावर ओरडत पळत जायला सुलभ!"

जागेत मागच्या बाजूला संडास होता. संडास साफ करायला मात्र कोणीच येत नसे. इस्लापुरात शेपट्या हलवित फिरणारी डुकरे न चुकता साफसफाईचं काम करीत. असा तो नामांकित पत्र्याचा संडास

वादळी वाऱ्यानं आठ दिवसांत उडून कंपौंडच्या बाहेर जाऊन पडला. एकामागून एक अशा अशुभ घटनांमुळे आपले इस्लामपुरातील वास्तव्य काही सुखाचे जाणार नाही, असे उगीचच वाटू लागले.

घराची साफसफाई करण्यासाठी मागे राहणारी वडार समाजाची एक मुलगी रोज यायची. मुलगी वडार समाजाची होती, पण फार टापटिपीने राहायची. मी तिला एकदा विचारले, ''सखू, मला हॉटेलचं जेवण आवडत नाही. सकाळी, संध्याकाळी मी माझ्या गॅसवर भाजी, आमटी किंवा ऑम्लेट बनवू शकतो, पण मला भाकरी किंवा चपाती करता येत नाही. मी गव्हाचे आणि ज्वारीचे पीठ देत जाईन. मला सकाळी एक-दोन चपात्या आणि संध्याकाळसाठी एक भाकरी बनवून देशील? मी महिन्याला तीस रुपये देत जाईन!''

सखू म्हणाली, ''पैसे कशाला देतोस? मी सकाळीच चपात्या, भाकरी आणून देत जाईन.''

पण मी सखूला पैसे देत राहिलो. माझ्या दोन वर्षांच्या वास्तव्यात त्या मुलीच्या हातचं अन्न खायचा योगच होता.

त्यावेळी फौजदारी कोर्टात इस्लामपूरचे प्रसिद्ध वकील होते एच. के. पाटील! आम्ही त्यांना ''तात्या'' म्हणत होतो. कोर्टात माझी अन् तात्यांची रोज ''झकपक'' उडे, पण कोर्ट संपल्यावर आम्ही दोघे साखराळ्याच्या रस्त्याला किंवा बह्याच्या रस्त्याला फिरायला जायचो. त्यावेळी तात्या मला त्या परिसरातील ''इरसाल'' लोकांची माहिती सांगत. कधीकधी त्यांनी मी येण्यापूर्वी चालवलेल्या मनोरंजक अशा फौजदारी खटल्याच्या हकिगतीही सांगितल्या. लेखकाला असे ''फिडिंग'' फार महत्त्वाचे असते. माझ्या इस्लामपूरच्या दोन वर्षांच्या वास्तव्यात चार कादंबऱ्या प्रकाशित झाल्या.

कधीकधी तात्या आपले जेवणाचे ताट घेऊन रात्रीच्या जेवणाला माझ्याकडे यायचे. त्यावेळी त्यांच्या खिशात भाजलेल्या शेंगदाण्याची

पुडी असे. मी त्यांना विचारी, तात्या, जेवताना तुम्हाला शेंगदाणे कसे काय आवडतात?'' तात्या म्हणाले, ''भाजके शेंगदाणे खाल्ल्याशिवाय जेवणाचे समाधान वाटत नाही'' तात्यांचे पक्षकाराशी वागणे आदर्श होते. कोणी फी आणली नाही म्हणून ते कधीही पक्षकारावर खेकसत नसत. ''कायतरी अडचण आली असंल तुला. फुडच्या बारीला मात्र फी इसरू नगो बरं!'' तात्या ग्रामीण भागातल्या पक्षकाराशी त्याच्या भाषेत बोलत.

फौजदारी कोर्ट म्हणजे मानवी स्वभावाचे असंख्य नमुने पाहायला मिळण्याचे एकमेव ठिकाण! इथं तऱ्हेवाईक फिर्यादी, साक्षीदार, तपासी अंमलदार तरी भेटतातच; पण त्याचबरोबर काहीसे चमत्कारिक वागणारे जज्जही भेटतात. पण नोकरीत असताना जज्जांच्या तऱ्हेवाईकपणाबाबत मत व्यक्त करणे फार धोक्याचं असे.

इस्लामपुरात जज्जांच्या तऱ्हेवाईकपणाचे एक-दोन प्रसंग आठवतात. त्यापैकी एकच सांगण्यासारखा आहे. कोर्टात केस चालू होती. मी साक्षीदाराचा सरतपास घेत होतो. सरतपासात साक्षीदाराला ''लिडिंग'' प्रश्न विचारायचे नसतात, पण एकदा अनावधानाने मी तो विचारला, डायसवरचे मॅजिस्ट्रेट मला ताड्कन म्हणाले,

''प्रॉसिक्युटर, तुम्हाला कायदा कोणत्या गाढव प्रोफेसरनं शिकवला?''

मी नम्रपणे उत्तरलो, ''युवर ऑनर, ज्यानं तो तुम्हाला शिकवला त्यानंच मलाही शिकवलेला आहे. पण तुमचं भाग्य मोठं म्हणून तुम्ही जज्ज झालात. माझं तेवढं भाग्य नाही म्हणून मी ही सरकारी वकिलाची नोकरी नाईलाजाने पत्करलीय! (खरं म्हणजे दहा वर्षांनंतर माझी असिस्टंट जज्ज म्हणून नेमणूक व्हावी, अशी शिफारस करावी, असे तीन-चार सेशन्स जज्जांनी मला बोलावून विचारलं होतं), पण मी त्या नोकरीची बंधनं गळ्यात घ्यायला तयार नव्हतो. त्यात माझे लिखाण,

पेंटिग, हंटिग आणि प्रवास यावर खूप बंधनं आली असती, पण माझा अपमान करणाऱ्या त्या जज्जसाहेबांना हा सर्व खुलासा कशाला करू?

१९७२ च्या दुष्काळात धान्यावर जिल्हाबंदी होती. सोलापूरहून साठ पोती ज्वारी घेऊन येणारा एक ट्रक फौजदार भगवानराव पाटलांनी पेठनाक्यावर पकडला. ड्रायव्हर, क्लिनरला अटक केली. त्यांच्या कागदपत्रांत तूरडाळ साठ पोती कराडला उतरली असा खोटा उल्लेख होता, पण प्रत्यक्षात तर ज्वारी सापडली ती पेठनाक्यावर. ती केस तात्यांकडे गेली. तात्या मला त्या दिवशी फिरायला जाताना म्हणाले,

"आओ, सरकारनं, मूर्खासारखी धान्य वाहतुकीवर बंधनं घालतंय! आमच्या भागातल्या लोकांना सोलापुरी शाळू, जोंधळा खायाला मिळाला, तर सरकारच्या बाचं काय जातंय?"

मी हसलो आणि म्हणालो, "खरंय तुमचं म्हणणं, पण व्यापारी लोक भरमसाठ नफा मिळवतात म्हणून अशी धान्य वाहतुकीवर बंधनं घालावी लागतात सरकारला!"

त्यावर तात्या म्हणाले, "आओ, ही केस सुटावी असं काय तरी सुचवा मला."

"मी? ते कसं काय सुचवणार? कुलपं घालण्याचं माझं काम!"

तात्या म्हणाले, "आओ, कुलपं घालणाऱ्यालाच कुलपं कशी काढायची याचं ज्ञान असतं!"

तसं पाह्यलं तर जिल्हाबंदी मोडून धान्य आयात करणं हा काही Moralterpitude ठरावा असा गुन्हा नव्हताच. शिवाय तात्यांना माझा स्वभाव ठाऊक होता. माझ्याकडे आलेल्या प्रत्येक केसमध्ये आरोपींना शिक्षा व्हावी, असा माझा कधीच अट्टहास नसे.

परिस्थितीनं गुन्हे करणाऱ्याबद्दल मला नेहमीच सहानुभूती वाटे. मी म्हणालो,

"साक्षीदार होस्टाईल होतात का पाहा!"

त्यावर तात्या म्हणाले, ''ते कदापिही शक्य होणार नाही. भगवानराव पाटील फौजदार फिर्यादी आहेत. त्यांची दहशत मोठी आहे. पंच किंवा इतर साक्षीदार कधीच फितूर होणार नाहीत! मला दुसरा काहीतरी (डिफेन्स) बचाव सुचवा की!''

मी म्हणालो, ''ठीक आहे, केस सुटली की तुम्ही झक्कासपैकी पार्टी देणार?'' तात्या माझा हात आपल्या हातात घेत उत्तरले, ''अगदी फाइव्ह स्टार हॉटेलमध्ये म्हणाले तरीही देईन, पण ही केस माझ्या प्रेस्टिजची आहे हो! सुटलीच पाहिजे.'' मी म्हणालो, ''ठीक आहे. असं करा. त्या ट्रकमध्ये भरलेली तुरडाळ कराडला उतरलेली आहे असे कराड म्युनिसिपालिटीच्या पावतीवरून दिसते. तेव्हा तुमच्या गाडीच्या ड्रायव्हरने मोकळा ट्रक मागे नेण्यापेक्षा पुढं कासेगावला अगर नेर्ल्यात काही भाडं मिळतं का, ते पाहण्यासाठी ट्रक नेर्ल्याला घेऊन गेले. तिथं काही शेतकरी होते. ते म्हणाले, ''आमची साठ पोती ज्वारी इस्लामपूरला गोडावूनला घेऊन जाणार का?'' ड्रायव्हरने म्हणायचे, ''नेर्ल्यात आम्ही चार-पाच शेतकऱ्यांची ज्वारी ट्रकमध्ये भरली व इस्लामपूरला चाललो असताना फौजदारांनी ट्रक पेठनाक्यावर पकडला. आम्ही जिल्हाबंदी कधीच मोडली नाही, पण त्यासाठी तुम्हाला नेर्ल्यातले चार-पाच विश्वासू पण खोटे साक्षीदार मिळायला हवेत.''

''ते माझे मी बघतो, पण तुम्ही सरकारतर्फे त्या साक्षीदारांना उलट तपासात जास्त प्रश्न विचारू नका म्हणजे झालं. नाहीतर डिफेन्सच्या साक्षीदाराला उलटतपासात नामोहरम करण्यात तुमचा हातखंडा!''

मी म्हणालो, ''अहो ते कसं शक्य आहे. तसं मला करायचं असतं तर मी स्वत: होऊन ही Line of defence सुचवली असती का?''

ती केस चालली. ''तू कर मारल्यासारखं, मी करतो

पडल्यासारखं.'' असं सर्व झालं. नेर्ल्याचे पाच बिलंदर साक्षीदार तात्यांना मिळाले. मी त्यांचा उलटतपास केला. शेवटी कोर्टाने आरोपींचा बचाव मान्य करून केस निर्दोष सोडली. जप्त केलेल्या ज्वारीचा लिलाव करून आलेली किंमत नेर्ल्याच्या साक्षीदारांना देण्याची ऑर्डर झाली.

त्यावेळी इस्लामपूर कोर्टाला महिन्यातले काही दिवस बत्तीस शिराळ्याचे डेप्युटेशन होते. मलाही जावं लागे. तात्यांनाही शिराळ्याचे बरेच ''क्लायंटेल'' होते.

आम्ही शिराळ्यावरून परतलो. तात्या माझ्याकडं आले आणि चेहरा गंभीर करून म्हणालो, ''आओ सायेब, चोरावर मोर झाले की नेर्ल्याचे ते.... साक्षीदार. फुकटची रक्कम घिऊन गेले की?

''काय सांगता?''

''आओ आताच नाझरनं मला त्यांच्या सह्या दाखवल्या?''

मी खूप हसलो. वाळवा तालुक्यातले लोक इरसाल असतात, हे मी ऐकून होतो. त्या केसच्या निमित्ताने मला मात्र त्यांचा चांगला अनुभव आला.

त्यानंतर तात्या जेव्हा जेव्हा भेटतील, तेव्हा मी त्यांना गमतीने विचारत असे, ''काय तात्या, तुमची ती फाईव्ह स्टार पार्टी कधी?''

त्यावर तात्या नेर्ल्याच्या त्या बनेल साक्षीदारांना अस्सल इस्लामपुरी शिवी देतात.

तर अशा असंख्य भल्याबुऱ्या आठवणी सोबत घेऊन मी इस्लामपूर सोडले.

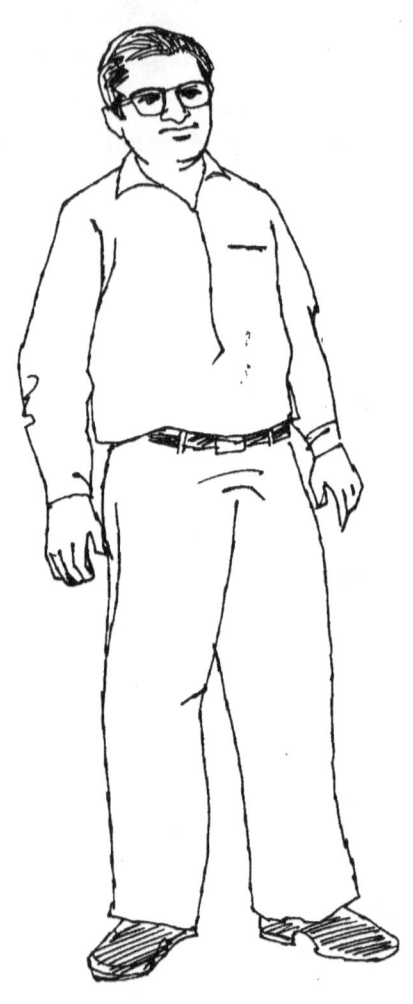

४. डॉ. डी. के. गोसावी

काही परिचित माणसांना आपल्याला वारंवार भेटता येत नाही. पण त्यांच्याबद्दल वाटणारा आपला जिव्हाळा कधीच कमी होत नसतो. डॉ. डी. के. गोसावी हे त्यापैकीच एक! डॉक्टरांचा परिचय झाला ते साल होतं १९६२!

त्यावेळी जयसिंगपूरच्या कोर्टात पोलीस प्रॉसिक्युटर म्हणून नुकतीच माझी नियुक्ती झालेली होती. त्यापूर्वी लहान असताना अक्कलकोटला आजोळी गेलो असताना माझे टॉन्सिल्सचे ऑपरेशन सोलापूरच्या डॉ. वैशंपायन यांनी केले होते. त्यानंतर मला पुन्हा घसादुखीचा त्रास सुरू झाला तो जयसिंगपूरला नोकरीवर रुजू झाल्यानंतर!

मिरज हे महाराष्ट्रातलं वैद्यकीय उपचारांचे प्रसिद्ध केंद्र. इथं डोक्यापासून ते पायाच्या तळव्यापर्यंतच्या सर्व व्याधींवर उपचार करणारे तज्ज्ञ डॉक्टर कित्येक वर्षांपासून वास्तव्य करून आहेत. ही वैद्यकीय उपचाराची परंपरा मिरजेत सुरू करण्याचे श्रेय प्रख्यात धन्वंतरा डॉ. वॅनलेस यांचे. त्यावेळी भारतात इंग्रजांचे राज्य होते. इंग्रजांनी राज्य करताना भारतातील खूप संपत्ती लुटून नेली. अगदी "कोहिनूर" हिरादेखील. मोबदल्यात आपल्याला काही कल्याणकारी सुधारणाही मिळाल्या. पोस्ट-तार खाते, रेल्वे, मिशन हॉस्पिटल या त्यातल्या काही प्रमुख.

भारतात कमालीची अंधश्रद्धा आणि निरक्षरता होती. रोगावर उपचार करण्याच्या पद्धतींना कुठलाही शास्त्रीय आधार नव्हता. त्यामुळे इथल्या माणसांची सरासरी आयुष्यमर्यादा चाळीस-पंचेचाळीसच्या आसपास होती.

राज्यकर्त्यांनी भारतातल्या लोकांना उत्तम वैद्यकीय सेवेचे केंद्र देण्याचा निर्णय घेतला. त्यावेळी धर्मप्रसार करण्यासाठी बरेच ख्रिश्चन मिशनरी भारतात आले होते. त्यात वैद्यकीय व्यवसाय करणारेही काही मिशनरी होते. डॉ. वॅनलेस यांनी उभा महाराष्ट्र पिंजून काढला. कोरडी

हवा, पाऊसपाणी बऱ्यापैकी असं एकच ठिकाण डॉ. वॅनलेसना आढळून आलं, ते म्हणजे मिरज! आजही मिरजेत जे मिशन हॉस्पिटल विश्रामबागेत आहे ते क्षयरोगावर उपचार करणारे दुसरे वैद्यकीय केंद्र आहे. त्यालाही डॉ. वॅनलेस यांचेच नाव आहे. कालांतराने भारतात राजकीय परिवर्तन झाले. गांधी-नेहरू यांच्यासारखे निष्ठावंत नेते स्वातंत्र्यप्राप्तीसाठी अहर्निश झगडू लागले. पत्री सरकारने इंग्रजांना सळो की पळो करून सोडले. दुसरं महायुद्ध झालं. मित्रराष्ट्रांनी जर्मनीचा पाडाव केला. पण हा विजय इंग्रजांना फार महागात पडला. त्यांची आर्थिक स्थिती ढासळली. त्याच वेळेला भारतात स्वातंत्र्याची चळवळ जोर धरत होती. नाईलाजाने "साहेब" आपल्या देशाला निघून गेला.

भारत स्वतंत्र झाला. १५ ऑगस्ट १९४७ या दिवशी लाल किल्ल्यावर स्वतंत्र भारताचा तिरंगा फडकला. इंग्रज मिशनऱ्यांचा प्रभावही कमी झाला. पूर्वी त्यांचं राज्य असताना ज्या जोमाने इथल्या नागरिकांना ते लोक वैद्यकीय सेवा पुरवीत, त्यात तितकासा जोम उरला नाही. म्हणून मिरजेला वैद्यकीय केंद्र म्हणून मिळालेला लौकिक काही कमी झाला नाही. डॉ. डब्ल्यू. ए. सेसील, डॉ. गोर्डे, डॉ. गायकवाड, डॉ. चोपडे या ख्रिश्चन समाजातल्या प्रख्यात धन्वंतऱ्यांनी मिरजेची ख्याती पुढे चालू ठेवली.

त्याच सुमाराला काही महाराष्ट्रीय तरुणांनी वैद्यकीय व्यवसायात पदार्पण केले. डॉ. कृष्णाजी गोसावी यांचे सुपुत्र कान-नाक-घसा तज्ज्ञ डॉ. डी. के. गोसावी हे त्यातले प्रख्यात नाव. डॉ. डी. के. गोसावींना मी माझा दुखरा घसा दाखवायला मिरजेला गेलो. तेव्हा एका छोट्याशा जागेत मिरजेच्या किल्ल्यात डॉ. दत्ता गोसावी यांचे कन्सल्टींग होते.

माझ्या इतकीच म्हणजे पाच फूट दोन इंच उंची, गोरा रंग, भव्य कपाळ आणि वाणीत कमालीचं मार्दव असलेल्या डॉ. दत्ताजींनी मला तपासलं आणि सांगितलं, "बाबासाहेब, तुम्हाला काहीही झालेलं

नाही. गरम पाण्यात थोडं मीठ घालून गुळण्या करा. ठीक व्हाल! मी औषध वगैरे काही देणार नाही.''

ती आमची पहिली भेट. त्यानंतर सौ. माईंच्या आणि चि. उमेशच्या टॉन्सिल्सचे ऑपरेशन्स् डॉक्टरांनीच केले. मला साहित्याची आणि पेंटिंगची आवड आहे हे डॉक्टरांना समजताच अतिशय आनंद झाला. एकमेकांच्या घरी येणं-जाणं वाढलं. डॉक्टरांच्या विनम्र आणि सेवाभावी वृत्तीचा अनुभव वारंवार मला येऊ लागला. त्यांची प्रॅक्टिस झपाट्यानं वाढली होती. बघता बघता ''अश्विनी प्रसाद'' हॉस्पिटलची भव्य इमारत उभी राहिली. डॉक्टरांच्या पत्नी प्रभाताई याही स्त्रीरोग तज्ज्ञ. त्यांनीही त्याच जागेत आपलं मॅटर्निटी हॉस्पिटल सुरू केलं. पती-पत्नी दोघांचंही वागणं अत्यंत प्रेमळ, आपुलकीचं. त्यामुळे कर्नाटकापासून ते नगर, औरंगाबादपर्यंतचे पेशन्टस् कान-नाक-घशाच्या व स्त्री-रोगांवर उपचार करून घेण्यासाठी ''अश्विनी प्रसाद''मध्ये येऊ लागले. डॉक्टरांना दोन मुलं. शिशिर आणि हेमंत!

शिशिर डॉक्टर झाले. हेमंत इंजिनीअर होऊन अमेरिकेत स्थाईक झाले. पण कसल्या अनाकलनीय तापाने त्याचा अकाली मृत्यू झाला. गोसावी पती-पत्नींवर असह्य असा दुःखाचा डोंगर कोसळला. पण दोघेही विचारवंत. त्यांनी हेमंतच्या अकाली मृत्यूचे दुःख सहन केले. वाढलेल्या व्यापात स्वतःला गुंतवून टाकले. हेमंतच्या निधनाचे वृत्त समजताच मी मिरजेला गेलो. त्यांना मिठी मारून मी खूप रडलो. मी डॉक्टरांचं सांत्वन करायला गेलो होतो, पण डॉक्टरच माझं सांत्वन करीत होते. नंतर त्यांनी मला हेमंतबाबत जे सांगितलं ते अत्यंत हृदयद्रावक होतं. डॉ. म्हणाले, ''बाबासाहेब, मला अमेरिकेवरून फोन आला, हेमंत अत्यवस्थ आहे. त्याला तिथल्या हॉस्पिटलमध्ये ॲडमिट केले आहे. तिथले तज्ज्ञ डॉक्टर त्याच्यावर उपचार करीत होते, पण त्याच्या तापाचं निदानच कोणाला करता आलं नाही. शेवटी त्याचा

मेंदू मृत झाला.'' मी आणि प्रभा तिथं पोहोचलो, तेव्हा हेमंतवर उपचार करणारे डॉक्टर मला म्हणाले, ''आम्ही त्याला कृत्रिम श्वासोश्वास देऊन जिवंत ठेवले आहे. पण त्याचा मेंदू मृत झालेला आहे. हा कृत्रिम श्वासोश्वास सुरू ठेवायचा की बंद करायचा हे तुम्हीच ठरवा.''

''मग काय सांगितलंत आपण?'' मी विचारलं.

''एकदा माणसाचा मेंदू मृत झाला की तो पुन्हा सजीव होत नसतो. मी चटकन सांगून टाकलं, 'Please stop the artificial respiration.' कारण हेमंत अधिक जगणार नव्हता याची मला खात्री होती. कृत्रिम श्वासोश्वास बंद झाल्यावर हेमंतची प्राणज्योत मालवली.

संध्याकाळी त्याचं विद्युत वाहिनीवर क्रिमेशन (दहन) केलं. येताना त्याची रक्षा घेऊन आलो. परवाच त्या रक्षेचं नरसोबावाडीत विसर्जन केलं.''

ती हकीगत ऐकून मी सुन्न झालो. जगामध्ये येणारा प्रत्येक जीव केव्हा ना केव्हा जाणार आहे हे जरी त्रिकालाबाधित सत्य असलं तरी आई-वडिलांना तरुण पुत्राच्या अकाली निधनाचं दुःख सहन करावं लागणं अत्यंत दुर्दैवी.

डॉक्टरांचं एक स्वप्न होतं. मिरजेत अद्ययावत असं एक कॅन्सर हॉस्पिटल सुरू करायचं. पश्चिम महाराष्ट्रातून आणि कर्नाटकातून कॅन्सरवर उपचार करण्यासाठी लोकांना मुंबईला ''टाटा''मध्ये जावं लागे. मध्यमवर्गीयांना केवळ मुंबईला जाणं हेच कठीण आणि त्यात रोगावर उपचार करण्यासाठी तिथं काही दिवस राहणं हे त्याहूनही कठीण. पण डॉक्टरांनी आपल्या हॉस्पिटलकडे दुर्लक्ष न होऊ देता कॅन्सर हॉस्पिटलसाठी पत्रव्यवहार सुरू केला. ते हॉस्पिटल मिरजेत होणं किती अत्यावश्यक आहे हे इथल्या सुज्ञ आणि जाणकार नेत्यांना पटवून दिलं. हॉस्पिटलच्या बांधकामाला सुरुवात झाली. त्यावेळी महाराष्ट्रात शरद पवार मुख्यमंत्री

होते. त्यांना डॉक्टरांनी नियोजित इमारतीची जागा दाखवली. किती दानशूर लोकांनी आर्थिक मदत देऊ केली हे सांगितलं अन् त्याचा परिणाम काय झाला, तर शरद पवारांनी मुख्यमंत्री निधीतून तत्काळ पाच कोटी रुपये पाठवले. सगळीकडून मदतीचा ओघ धो धो येत होता. डॉक्टरांचे हॉस्पिटल पूर्ण करण्याचे प्रयत्न रात्रंदिवस सुरू होते.

याच सुमारास डॉक्टरांनी कॅन्सरवर मात करणाऱ्या काही पाश्चात्त्यांची उदाहरणं एका पुस्तकात लिहिली. उपचारासाठी लागणारी यंत्रश्यामग्री आली. कॅन्सरवर उपचार करणारे तज्ज्ञ डॉक्टरमंडळींची हॉस्पिटलमध्ये नेमणूक करण्यात आली. सिद्धिविनायक कॅन्सर हॉस्पिटलमध्ये उपचार करून घेण्यासाठी पेशंटस् मोठ्या प्रमाणावर मिरजेला येऊ लागले. पंचवीस-तीस कोटींचा हा प्रोजेक्ट एकट्या डॉ. डी. के. नी मूर्त स्वरूपात आणला. पण...?

क्रूर नियतीनं डॉक्टरांना त्याच व्याधीनं ग्रासलं. Irony of fate म्हणतात त्याची प्रचिती आली. ते समजल्यावर मी भेटायला गेलो. डॉक्टरांच्या चेहऱ्यावरचं तेज मावळलं होतं. त्यांनी मृत्यूवर लिहिलेल्या चार-पाच इंग्रजी ओळी मला वाचून दाखवल्या. त्या ऐकताना माझ्या डोळ्यांतून अश्रू वाहू लागले. ज्या डॉक्टरांनी पंचवीस-तीस कोटी रुपये एकट्याने जमवले आणि कॅन्सर हॉस्पिटल उभे केले, त्याच रोगाने शेवटी त्यांचा बळी घेतला. आयुष्यातला एक सच्चा, ध्येयवादी अन् नि:स्वार्थी मित्र गमावला. पण हे असं घडायला नको होतं. लाख मरोत, पण लाखांचे प्राण वाचवणारा अकाली जाणं यासारखं दुसरं दुर्दैव नसेल!

◁◁◁

५. डॉ. डेनिस ऊर्फ
मनिंदरपालसिंग कोहली

मिस्टर ट्रेव्हर आणि त्यांची पत्नी हिलरी फॉस्टर दोघेही साऊदम्पटन इथल्या घरात त्यांची एकुलती एक मुलगी हॅना हिच्यासोबत एकत्र राहत होते. हॅना १७ वर्षांची, हसऱ्या मुद्रेची, स्वभावानं अतिशय गोड मुलगी. इंग्लंडमधले मध्यमवर्गीय असे ते कुटुंब अतिशय निरुपद्रवी होते. कोणाशी कधी भांडणतंटा नाही. दोघेही कमावते. नेहमी कामानिमित्त घराबाहेर राहणारे. आई-बापाच्या गैरहजेरीत हॅनाच घर सांभाळत असे.

१४ मार्च २००३ या दिवशी प्रथम मि. ट्रेव्हर घरी आले. त्यांनी आपल्याजवळच्या किल्लीने दार उघडले. घरात सारं श्यामसूम. हॅना अधून-मधून मित्र-मैत्रिणीकडे जायची. पण जाताना टेबलावर चिठ्ठी ठेवून जायची. त्यादिवशी घरी अशी चिठ्ठीही तिने ठेवली नव्हती. मि. ट्रेव्हरना वाटलं, कुठंतरी जवळपास गेली असेल. कदाचित कुठे जाते याची चिठ्ठी लिहायला विसरलीही असेल.

त्यांनी घरी आल्यानंतर वॉश घेतला. कॉफी बनवून घेतली आणि समोरच्या खोलीत सकाळी घरी आलेला ''लंडन टाईम्स''चा अंक उघडला. अर्ध्या-पाऊण तासानंतर पत्नी हिलरी आली. तिनं आल्या आल्या मि. फॉस्टरना विचारलं,

''हॅना कुठं गेलीय?''

''मलाही ठाऊक नाही!''

''चिठ्ठी ठेवली नाही?''

''नाही. कुठंतरी जवळपास गेली असावी. येईल इतक्यात!''

''पण अशी चिठ्ठी न ठेवता ती कधीही बाहेर जात नसते!'' चिंताग्रस्त मुद्रेनं हिलरी म्हणाली. तिनं फोनची डायरी नवऱ्याकडं देत म्हटलं,

''यात हॅनाच्या मित्र-मैत्रिणींचे फोन नंबर आहेत. त्यांना विचारून बघा, मी तोवर वॉश घेऊन येते.''

मिस्टर फॉस्टरनी हॅनाच्या एकूण एक मित्र-मैत्रिणींना फोन

करून हॅनाची चौकशी केली, पण सर्वांनी ती आपल्याकडे आली नसल्याचे सांगितले.

सायंकाळ झाली तशी दोघांनाही चिंता वाटू लागली. अंधार पडण्याच्या वेळी मिस्टर फॉस्टर यांनी जवळच्या पोलीस स्टेशनला हॅना अचानक बेपत्ता झाल्याची खबर दिली. ती खबर मिळताच साऊदम्पटनच्या पोलीस खात्याने हॅनाचे वर्णन आजूबाजूच्या पोलीस स्टेशनला वायरलेसवर कळवले.

मिस्टर फॉस्टर आणि हिलरीच्या जवळच्या मित्रांचे फोन येऊ लागले. रात्रभर हॅनाचा शोध सुरू होता. पोलीस स्टेशनमधून एक अधिकारी त्यांच्या घरी चौकशीसाठी आला. त्यानं विचारलं, ''तिचं कोणाशी ''अफेअर'' प्रेम प्रकरण वगैरे काही होतं का?''

''नाही, पण आम्ही तिला कसलंही बंधन घातलेलं नव्हतं. तरी ती कधी इतका वेळ न सांगता बाहेर राहत नसे!''

चौकशीसाठी आलेल्या पोलीस अधिकाऱ्याने हॅनाचा फोटो मागून घेतला. तो म्हणाला, ''ठीक आहे. सर्व पोलीस स्टेशनला या फोटोच्या ''कॉपीज्'' पाठवल्या जातील.''

मिस्टर फॉस्टर आणि हिलरी यांच्या अतिपरिचयातले तीन-चार लोक हॅना बेपत्ता असल्याचे समजताच त्यांच्या घरी आले. दोघेही उपाशी असल्याने आलेल्या मित्रांनी त्यांना जबरदस्तीनं थोडं खाऊ घातलं.

जसजशी रात्र अधिकाधिक होत गेली, तसतशी सर्वांची चिंता वाढू लागली. सकाळी साडे सहाच्या सुमारास फॉस्टर यांच्या फोनची बेल खणखणली. हिलरीने तत्काळ रिसिव्हर उचलला.

''हॅलो, हिलरी फॉस्टर हिअर.''

''मॅडम, आय एम व्हेरी सॉरी टू इन्फॉर्म यू दॅट, यूवर ''डॉटर'' हॅज बीन मर्डर्ड!''

"तुम्हाला सांगताना दुःख होतंय की, तुमच्या कन्येचा खून झालेला आहे."

"वॉट? मर्डर्ड? माय गॉड!"

असे उद्‌गार काढत हिलरी उभ्याने कोसळली.

साऊदम्प्टनच्या परिसरात एका निर्जन जागी हॅनाचा मृतदेह सापडला होता.

स्कॉटलंड यार्डचे पोलीस गुन्ह्याच्या ठिकाणी धावले. "इन्क्वेस्ट" करण्यात आला. मृतदेहाचा पंचनामा केल्यावर मृत्यूचे नेमके कारण शोधण्यासाठी मृतदेह "पोस्टमॉर्टम" करण्यासाठी पाठविण्यात आला. त्या उत्तरीय तपासणीत आणखीन धक्कादायक बातमी आढळून आली की, हॅनाचा गळा दाबून खून करण्यात आला असून, मृत्यूपूर्वी तिच्यावर बलात्कारही करण्यात आलेला आहे.

माता-पित्याचे अंतःकरण विदीर्ण करणारी ती वार्ता असह्य होती.

स्कॉटलंड यार्डचे डिटेक्टिव मिस्टर फॉस्टर आणि हिलरी यांच्याकडं अधिक चौकशीसाठी आले.

"तुमच्या घरी कोणी अनोळखी माणसं येत होती का?"

"नाही. शिवाय आम्ही दोघेही घरी नसताना कोणीही अनोळखी माणूस घरी आला आणि त्यावेळी हॅना एकटीच घरी असेल, तर खिडकीतून बाहेर बघितल्यावरच दार उघडत जा अशी तिला सूचना होती!"

"तिच्या ओळखीच्या अशा कोणकोणत्या व्यक्ती तुमच्या घरी यायच्या?"

"तिच्या चार-दोन मैत्रिणी आणि मित्र असायचे!

"आणखीन कोण?"

"आणखीन घरी "ग्रॉसरी" कधी कधी ग्रॉसरी घेऊन यायचा.

तो डिलिव्हरी मॅन, मनिंदरपालसिंग!''

''काय वयाचा आहे तो?''

''असेल तीस-पस्तीशीचा!''

''मनिंदरपालसिंगचं आडनाव?''

''आम्हाला कधी त्याचं आडनाव विचारण्याचा प्रसंगच आलेला नव्हता. बर्मन डिपार्टमेंटल स्टोअरमध्ये तो कामाला होता. ''डिलिव्हरी मॅन!''

''ओ. के. ऽऽऽ!''

स्कॉटलंड यार्डचे डिटेक्टिव इन्स्पेक्टर ॲलन वॅट यांनी तात्काळ बर्मन डिपार्टमेंटल स्टोअर्स गाठलं. त्यांनी मॅनजरला विचारलं,

''तुमच्या स्टोअरर्समध्ये मनिंदरपालसिंग डिलिव्हर मॅन म्हणून काम करतो?''

''हो''

''किती वर्षे?''

''जेमतेम एक वर्ष झाले असेल!''

''त्याचं आडनाव काय?''

''कोहली! मनिंदरपालसिंग कोहली!''

''कोणत्या वाहनातून तो गिऱ्हाईकांना माल घरपोच करतो?''

''आमच्या डिपार्टमेंटल स्टोअर्सच्या डिलिव्हरी व्हॅनमधून. तो स्वतःच व्हॅन चालवतो! आम्ही नेमतानाच ज्याच्याकडं ड्रायव्हिंग लायसेन्स आहे त्यालाच नेमतो!''

''त्याचं रेकॉर्ड दाखवा!''

इंग्लंडमध्ये ज्यावेळी बाहेरच्या देशाचा एखादा नागरिक नोकरीवर ठेवला जातो त्यावेळी त्याचे समोरून आणि आडवे घेतलेले दोन फोटो, त्यांच्या हातांच्या बोटांचे ठसे, जन्माचा दाखला, देश आणि इंग्लंडला येण्यापूर्वी तो स्थानिक असलेल्या ठिकाणाचा पत्ता नोंदवून

घेतला जातो. त्याने दिलेली माहिती, त्याचा पासपोर्ट, व्हिसा, त्याचे जवळचे आप्तेष्ट या सर्वांची त्याने दिलेली माहिती पडताळून पाहिली जाते.

"आता कुठं आहे तो?"

"आज दिवसभरात आलेला नाही!"

आलेला नाही म्हटल्यावर डिटेक्टिव इन्स्पेक्टर ॲलन वॅट यांचा चेहरा गंभीर झाला. त्यांनी डिपार्टमेंटल स्टोअरमधूनच स्कॉललंड यार्डला काही महत्त्वाचे "मेसेजेस" दिले. मॅनेजरने दिलेला मनिंदरपालसिंगचा फोटो न्याहाळत डिटेक्टिव इन्स्पेक्टर ॲलन वॅट म्हणाले, "तुम्ही एखादा कर्मचारी नेमून घेण्यापूर्वी त्याचा पूर्वेतिहास जाणून घेता की नाही?"

"तो इथला स्थानिक असला तर घेतो, असा भारतीय असला की त्याचा पूर्वेतिहास समजत नाही?"

"का?"

"भारतासारख्या प्रचंड लोकसंख्येच्या देशातून कोण आम्हाला इतक्या तत्परतेनं माहिती पुरवणार?"

"दॅटस् ट्रू," त्यांच्या देशातच रोज इतके शेजारच्या देशांतले लोक घुसखोरी करतात याचीच त्यांना जाणीव नसते. खरंय तुम्ही म्हणता ते!"

"तो कामावर आला तर आमच्याशी तत्काळ संपर्क साधा!"

डिटेक्टिव ॲलन वॅट अतिशय अनुभवी आणि मुरब्बी अधिकारी होते. गुन्हेगारांचा आणि गुन्हेगारी करणाऱ्यांचा त्यांचा सूक्ष्म अभ्यास होता.

बेपत्ता गुन्हगार शोधायचा असेल, तर काही काळ मुद्दामच त्या गुन्ह्याच्या तपासकामात पोलीस खात्याचं लक्ष नसल्यासारखं दाखवावं लागतं. गुन्हेगाराला "आता झालं" या प्रकरणाचा काही धागादोरा

पोलिसांना लागत नाही असं वाटलं की, हळूहळू त्यांच्या हालचाली सुरू होतात.

हॅनाच्या खुनाच्या गुन्ह्याचा तपास लागत नाही, असा आभास निर्माण करण्यात आला. पण हॅनाच्या वडिलांना आणि आईला पोलिसांची ही चाल मान्य नव्हती.

मिस्टर फॉस्टर यांनी डिटेक्टिव इन्स्पेक्टर ॲलन वॅट यांच्याशी संपर्क साधला.

"मिस्टर वॅट, हॅनाचा खुनी कधी सापडणार?"

"थोडं थांबा!"

"आम्हाला हे पटत नाही. त्याचा इंग्लंडमध्ये काही ठावठिकाणा लागत नाही, तर आपण इंडियात जाऊ. मी आणि माझी बायको हिलरी आम्ही दोघेही तुमच्यासोबत येण्यास तयार आहोत! पण हॅनाच्या खुन्याला शिक्षा व्हायलाच हवी!"

डिटेक्टिव इन्स्पेक्टर ॲलन वॅट यांना हॅनाच्या माता-पित्यांच्या भावनांबद्दल सहानुभूती वाटली. त्यांनी आपल्या वरिष्ठांकडे तो खुनी शोधण्यासाठी भारतात जायची परवानगी मिळवली.

ब्रिटिश ओव्हरसीज एअरवेजच्या विमानाने डिटेक्टिव इन्स्पेक्टर ॲलन वॅट, इंग्लंडच्या टाइम्सचे सिनिअर वार्ताहर स्टिफन स्वेझर, मि. फॉस्टर आणि हिलरी फॉस्टर भारतात आले. येण्यापूर्वी त्यांनी ब्रिटिश हायकमिशनरनां आपल्या भारतभेटीचे प्रयोजन सांगून म्हटलं, "आम्हाला भारतातील वृत्तपत्रे आणि वरिष्ठ पोलीस खाते यांचे सहाय्य अपेक्षित आहे." गवताच्या गंजीमधून आम्हाला सुई शोधायची आहे.

डिटेक्टिव इन्स्पेक्टर ॲलन वॅट यांनी "हॅना"च्या खुनाच्या चौकशीची फाईलही सोबत आणली होती. त्यात मृत हॅनाच्या शरीरावर सांडलेले रक्त व पुरुषाच्या वीर्याचीही तपासणी झाल्याचे कागदपत्र होते.

भारतात पोहोचल्यानंतर लंडन टाईम्सचे वार्ताहर स्टिफन स्वेझर यांनी दिल्ली आणि चंदीगड येथील वार्ताहर परिषदेत सांगितले की,

"आज-काल गुन्ह्यांच्या तपासाचे शास्त्र इतके प्रगत झाले आहे की, संशयित गुन्हेगाराचे गुन्ह्याचे कृत्य करताना कोणी कोणीही पाहिले नसले तरी परिस्थितीजन्य पुराव्याच्या आधारे गुन्हा शाबीत होऊ शकतो, पण मुळात तो संशयित आरोपी मिळायला हवा आहे. आई-बापाला एकुलती एक असणाऱ्या, हॅना या १७ वर्षांच्या निष्पाप मुलीचा खुनी मनिंदरपालसिंग कोहली हाच असण्याची शक्यता आहे, पण त्यासाठी तो सापडायला हवाय. आम्हाला भारतातील वृत्तपत्रांचे आणि पोलीस खात्याचे साहाय्य लाभल्यास आमचे सात समुद्र ओलांडून आलेले "मिशन" यशस्वी होईल, असे वाटते."

सेंट्रल ब्युरो ऑफ इन्व्हेस्टिगेशनने आणि प्रमुख वृत्तपत्रांनी त्या कामी सर्वतोपरी साहाय्य करण्याचे आश्वासन दिले. दिल्ली दूरदर्शनने मनिंदरपालसिंगचे छायाचित्र प्रसृत केले व या वर्णनाचा संशयित आढळल्यास आपल्याशी संपर्क साधण्याचे आवाहनही करण्यात आले.

मनिंदरपालसिंग इंग्लंडमध्ये आपल्या पारंपरिक शीख वेषात जरी वावरला असला तरी आपण सहजा सहजी कोणाला ओळखता येणार नाही म्हणून त्याच्याकडून केस, दाढी, मिशा, सर्व काही छाटून टाकण्याचीच शक्यता होती. मनिंदरपासिंगने अशा तऱ्हेने केशकर्तन करून घेतल्यास तो कसा दिसेल याचेही फोटो दूरचित्रवाहिनीवरून प्रसृत करण्यात आले.

भारतात आल्यानंतर डिटेक्टिव इन्स्पेक्टर ॲलन वॅट यांनी चौथ्या दिवशीच मनिंदरपालसिंगला दार्जिलिंग जिल्ह्यातील कालिम्पाँग या हिलस्टेशनवर अटक केली. त्यावेळी त्याने अपेक्षा केल्याप्रमाणे डोक्याचा गोटा करून घेतला होता आणि दाढी, मिशाही छाटून टाकल्या होत्या. अटक होताना त्याने कसल्याही प्रकारचा प्रतिकार

केला नाही. प्रत्यक्ष अटक करण्यासाठी सोबत चंदीगडचे पोलीस इन्स्पेक्टर गजेंद्रसिंग होते. त्यांनी त्याची मानगूट जेव्हा आपल्या मजबूत पंजात पकडली तेव्हा त्याने आपली जबान खोलली.

इंग्लंडवरून आल्यानंतर मनिंदरपालसिंग मोहाली या चंदीगड नजीकच्या गावी आला होता. त्यावेळी त्याचा भाऊ जगजितसिंग हा आपल्या वृद्ध मातेच्या उपचारासाठी तिला पातियाळाला घेऊन आला होता, पण पोलीस आपल्या मागावर आहेत हे समजताच घरच्या कोणाला कसलाच थांगपत्ता न लागू देता मनिंदरपालसिंग मोहालीतून सटकला होता. तेथून तो नेपाळला गेला. तेथे त्याने आपले नाव डेनिस असून, आपण व्यवसायाने डॉक्टर आहोत, असे सांगितले होते. आपण मूळचे बेंगलोरचे असून, नेपाळमधल्या डोंगराळ प्रदेशात वास्तव्य करणाऱ्या रहिवाशांचे राहणीमान उंचाविण्याच्या सद्‌हेतूने तेथे वास्तव्यास आलो आहोत, असे सांगितले.

आश्चर्य म्हणजे मनिंदरपालसिंगला पकडण्यासाठी जो कोणी साहाय्य करील त्याला स्कॉटलंड यार्डने ४५ लाख व ''दि सन'' या इंग्रजी वृत्तपत्राने पाच लाखांचे बक्षीस जाहीर केले होते. सरोज गजमेट - ॲडिशनल पोलीस सुपरिंटेडेंट या महिला अधिकारीचे बहुमोल असे मार्गदर्शन झाले होतेच, पण त्याचबरोबर दार्जिलिंग जिल्ह्याचे पोलीस अधीक्षक राजीव मिश्रा यांनीही वेळोवेळी साहाय्य केले होते.

इतके उपद्‌व्याप करणारा मनिंदरपालसिंग ''तो हाच'' अशी खबर पोलिसांना देणारा मात्र कोणीच पुढे आला नाही. दूरचित्रवाहिनीवरून त्याची छायाचित्रे प्रसृत झाल्यानंतर एका निनावी फोनच्या आधाराने चंदीगड व दार्जिलिंगच्या पोलिसांनी त्याला शोधून काढला होता. पोलीस अधीक्षक राजीव मिश्रा यांच्या दोन सणसणीत थपडा खाल्ल्यावर मनिंदरपालसिंगने पुन्हा पलटी मारली. तो म्हणाला, ''जेव्हा मी डॉ. डेनिस म्हणून इकडे आलो, तेव्हा मी नेपाळी मुलीशी लग्नही केलेलं

आहे. भारती दास दोरजी हे त्याच्या पत्नीचे नाव.

तिला जेव्हा आपल्या पतीचा पूर्वेतिहास समजला तेव्हा तिच्या डोळ्यांतून घळघळ अश्रू वाहू लागले. ती म्हणाली, ''हॅना काय आणि मी काय दोघीही मुलीच. निरपराध आणि निष्पाप हॅनाची हत्या करणाऱ्याला खरं तर देहान्ताची शिक्षाच व्हायला हवी.

मनिंदरपालसिंगची डीएनए टेस्ट घेण्यात आली. रक्त, लाळ आणि वीर्य यांची तपासणी झाल्यानंतर त्याच्या बोटांचे ठसेही घेण्यात आले. ते तत्काळ स्कॉटलंड यार्डला पाठविण्यात आले. तेथून प्रत्यक्ष भारतात घेण्यात आलेल्या बोटांच्या ठशांशी ते मिळते-जुळते असल्याचे आढळून आले.

मनिंदरपालसिंगला ब्रिटिश पोलीस अधिकाऱ्यांच्या ताब्यात देण्यात आले. आता यथावकाश त्याच्यावर हॅनावर ''रेप'' करून तिचा खून केल्याचा आरोप ठेवण्यात येईल. खरं तर त्याला फासावरच चढवणं योग्य ठरलं असतं, पण ब्रिटनमध्ये खुनाचा गुन्हा शाबीत झाल्यावरसुद्धा आरोपीला फाशी देता येत नाही, असा कायदा आहे.

मानवतावादी संघटनेचा हा अतिरेक आहे. ज्यानं अत्यंत क्रूर पद्धतीने एका निष्पाप आणि निरपराध अशा मुलीवर बलात्कार करून नंतर तिचा खूनही केला, अशा नराधमाला समाजाने आपल्या खर्चाने तो मरेपर्यंत पोसत राहायचे हा कसला आलाय मानवतावाद, हे मानवतावादाचे केवळ विकृत स्वरूप!

◁◁◁

६. शंकरदादा

शंकरदादा, हा माझा सख्खा मावसभाऊ. पाच फूट तीन इंच उंची असलेला शंकरदादा रंगाने उजळ होता. त्याचे वैशिष्ट्ये म्हणजे त्याचे लाल बदामी घारे डोळे. तो एखाद्याकडे टक लावून बघू लागला की ज्याच्याकडे तो पाहतो आहे, त्याला भीती वाटे. क्वचितच प्रसंगी तो असे एखाद्याकडे रोखून पाहत असे. एरवी अत्यंत हसरा चेहरा. तो सहसा कोणाच्या वाटेला जात नसे; पण एखाद्याने कारण नसताना वाकड्या वाटेचा अवलंब केला की, तो संपलाच म्हणून समजावं. तसा शंकरदादा कोणाला मारहाण वगैरे करायचा नाही; पण त्याला असा दम भरायचा की सांगता सोय नाही, "का रे! भडव्या, लई माजलास काय? गुडघ्यातून पाय काढून हातात देईन! त्याचे बदामी घारे डोळे मोठे व्हायचे, आवाज काहीसा कर्कश व्हायचा. लहानपणी समोरच्या पूल गल्ली तालमीत कुस्त्या करून त्याचं शरीर बळकट बनलेलं. भांडणात त्यानं एखाद्याचं मानगूट पकडलं की, त्याला आपली जीभ बाहेर पडते की काय असं व्हायचं. "नाही, नाही दादा मी काहीच बोललो नाही तुम्हाला, संप्यानं उगीच तुम्हाला काहीतरी खोटं सांगितलंय," असं म्हणून गयावया करून तो आपली सुटका करून घ्यायचा.

माझे शंकरदादाशी सूत फार जमायचे. मी राहत असलेल्या घराच्या पश्चिमेला चार-पाच घरं सोडली की यादवाचं घर. शंकरदादा सर्वांत मोठा, त्याच्या पाठचे दिनकरदादा, राजाराम, गणपा आणि वसंत, दोन बहिणी - थोरली जनाबाई, धाकटी बेबी. बेबी माझ्या आईची लाडकी, ती आमच्याच घरी राहायची.

शंकरदादाचं आणि माझं सूत जमायचं खास कारण म्हणजे, तो व्हीनस टॉकिजला सिनेमा ऑपरेटर होता. त्यावेळी जॉन कॉवस आणि नादिया या जोडीच्या सिनेमांनी मला झपाटून टाकलेलं होतं. व्हीनसं टॉकिजलाच त्यांचे स्टंट सिनेमे लागत होते. तसं त्यावेळी तिकीटही

जास्त नसे. थर्ड क्लासचे तिकीट फक्त एक आणा, म्हणजे त्यावेळचे चार पैसे; पण तेवढेही मला मिळणे कठीण होते. शिवाय शंकरदादा जोपर्यंत "व्हीनस"ला होता, तोपर्यंत मी कधीही मारामारीचे सिनेमे तिकीट काढून बघितलेले नव्हते.

आंघोळ करायच्या अगोदर शंकरदादाचा रोजचा कार्यक्रम म्हणजे, दारासमोर त्याची बावीस इंची रॅले कंपनीची सायकल पोत्यावर उलटी ठेवून सायकलला घासून-पुसून तेलपाणी करणे, चाकाचे एकूण एक स्पोक लखलखीत करायचा. त्याच्या सायकलला डायनेमा होता. कारण रोज रात्री त्याला घरी यायला रात्रीचे दीड-दोन होत. त्यावेळी कोल्हापूर शहरात नगरपालिकेचे विजेचे दिवे नव्हते. सायकलची घंटीसुद्धा चकचकीत. हा सायकल पुसायचा कार्यक्रम आवरला की, शंकरदादा परड्यात थंड पाण्यानं आंघोळ करायचा. शुभ्र भट्टीची विजार, तसलाच पांढरा भट्टीचा शर्ट, त्यावर निळा वुलनचा कोट आणि डोक्याला लालसर रंगाची टोपी, किंचित तिरकी बसवलेली. सायकलवर बसण्यापूर्वी शंकरदादा विजारीवर "क्लिप्स" लावायचा, सीटवर बसण्यापूर्वी एक-दोन वेळा घंटा वाजवून घरात काय सूचना द्यायच्या असल्यास त्या दिल्या जायच्या. सकाळी अकराच्या सुमारास तो पुन्हा थिएटरकडे जायचा. तिथं मशीनची देखभाल व्हायची. तो जोपर्यंत व्हीनस टॉकिजमध्ये होता तेव्हा एकदाही ते मशीन सिनेमा चालू असताना बंद पडलेलं नव्हतं. त्यामुळं टॉकिजचे मालक पै. तय्यब अल्लींचा शंकरदादावर खूप विश्वास आणि मर्जी होती.

शंकरदादाची आई गंगूबाई ही माझ्या आईची सख्खी थोरली बहीण. तिचा एक डोळा लहानपणी फुटला होता. माझी आई आणि ती एकत्र आल्या आणि काही महत्त्वाचं बोलायचं असल्यास कानडीतून बोलत. त्या दोघींचं बालपण अक्कलकोटला गेलेलं. तिथे आजोबा सावळाराम शेळके जेलर होते. कर्नाटकाला संलग्न अशा अक्कलकोटला

सर्रास कानडीत बोलता-बोलता हळू आवाजात बहिणी-बहिणी मराठीही बोलत.

त्यादिवशी गंगूअक्का माझ्या आईला म्हणाली, ''शंकऱ्या भाड्या शेण खायला लागलाय !''

मी झोपल्याचं सोंग करून चोरून त्यांचं संभाषण ऐकत होतो. गंगूअक्का माझ्या आईच्या कानाजवळ तोंड नेऊन म्हणाली, ''तो शिंप्याची बायकू आणि ह्यो भाड्या !'' म्हणजे कोण मला काहीच समजले नाही. दुसऱ्या दिवशी सकाळी मी आईला विचारले, ''आई, काल रात्री गंगूअक्का काय सांगत होत्या?''

आई म्हणाली, ''गप्प बस, आपण लहान मुलांनी काही विचारू नये ! चला आवरा, आंघोळ करून अभ्यासाला बसा !'' ते वय असं होतं की अभ्यास म्हटलं की अंगावर काटा यायचा. गल्लीत निरनिराळ्या हंगामात, गोट्या, विटीदांडू, बटनाने हसुक्याने खेळलं जाई. प्रत्येक हंगामात खेळल्या जाणाऱ्या खेळात मात्र मला फार-फार आनंद वाटे. मी एकुलता एक मुलगा, वडील लहानपणी वारल्याने माझ्यावर बालपणापासून सुसंस्कार घडावेत, अशी आईची इच्छा होती, त्यामुळे मला जगातल्या इतर भानगडींपासून त्या कटाक्षाने दूर ठेवण्याचा प्रयत्न करीत.

शंकरदादा विवाहित होता. त्याला एक मुलगी आणि मुलगाही होता; पण त्याचे मर्दानी व्यक्तिमत्त्व गल्लीतल्या अनेक तरुण पोरींना आकर्षित करून घ्यायचे. त्यातच शिंप्याची ''सावित्री'' लांबसडक केसांची, गोरी आणि काहीशी सात्त्विक दिसायची; पण तिचा नवरा भरमू दिवसभर मशीनवर बसला की धूम्रपान करायचा. मध्येच त्याला खोकल्याची उबळ यायची. बिड्या फुंकून-फुंकून त्याच्या छातीचं ''डबडं'' झालेलं होतं, त्यामुळं सावित्रीसारख्या तारुण्यानं मुसमुसलेल्या तरुणीचं शंकरदादाशी सूत जमणं फारसं कठीण नव्हतं.

कालांतरानं मला त्या गूढ प्रकरणाचा खुलासा झाला. सावित्रीचं माहेरही कोल्हापुरात, जुना बुधवार पेठेत होतं. ती माहेरी गेली की, पंधरा-पंधरा दिवस यायचीच नाही, एक-दोन दिवस आड करून ती ''व्हीनस'' वर जायची, त्यावेळी ''स्टॉल''च्याही वरचा ''क्लास'' म्हणजे ''बॉक्स''. या बॉक्समध्ये सिनेमाचं कारण काढून जी युगुलं येत त्यांचं सिनेमाकडं बिलकूल लक्ष नसे. बॉक्सला आतून दार असे, दार बंद करून घेतलं की आत यांचा निराळाच ''सिनेमा'' सुरू व्हायचा.

माहेरला जाते म्हणून गेलेली सावित्री एक-दोन दिवस आडाने व्हीनसवर जायची. सिनेमा सुरू केल्यावर अर्धा-पाऊण तास शंकरदादाला काही काम नसे.

पूर्वसंकेतानुसार सावित्री बॉक्समध्ये जाऊन बसत असे. शंकरदादा तिथला ''बॉस'' असल्याने इतर डोअरकिपर वारंवार थिएटरकडे येणाऱ्या सावित्रीबाबत जास्त चर्चा करीत नसत. शिवाय शंकरदादाची कळ काढणे कोणालाही परवडण्यासारखे नव्हते. एकदा थिएटरवर तिकिटासाठी दंगल करणाऱ्यांना शंकरदादाने बेदम धोपटले होते. ''धोपटणे'' हा त्याकाळचा पेटंट शब्द होता. कामात अत्यंत दक्ष आणि प्रामाणिक असणाऱ्या शंकरदादाच्या वाटेला सहसा कोणाला जायची हिम्मत नसे.

पुढे सावित्रीला दिवस गेल्याची वार्ता गल्लीत पसरली; पण उघडपणे कोणी त्या प्रकरणाची वाच्यता करीत नसत. सावित्रीला मुलगा झाल्याची बातमी पसरली. भरमू टेलरने साऱ्या गल्लीला पेढे वाटले. त्याची म्हातारी आई नातू झाला, म्हणून फार खूश झाली.

आमच्या घरासमोर पाण्याचा हौद होता. एक वर्षाच्या मुलाला खांद्यावर घेऊन सावित्री जेव्हा दिसली, तेव्हा तिच्या खांद्यावरच्या त्या गुटगुटीत, गोऱ्या, बदामी डोळ्याच्या मुलाकडं पाहून गल्लीतल्या

बायका आपापसात कुजबुजत; ''प्वार भरमूसारकं न्हाईबा दिसत.''

मी सरकारी वकील म्हणून सोलापूरला असताना शंकरदादा गेल्याचा दूरध्वनी आला. मी कोल्हापूरला आलो. बालपणाच्या साऱ्या आठवणी दाटल्या. त्या घरात समोरच्या खोलीत शंकरदादाच्या फोटोला फुलांचा हार घातलेला होता. कोपऱ्यात धुरळ्यानं माखलेली त्याची २२ इंची रॅले सायकल होती.

''काय बाबा, आज येणार का? नादिया जॉन कॉवचा नवीन सिनेमा लागलाय?'' हे शंकरदादाचे कित्येक वर्षांपूर्वीचे शब्द कानात घुमतात. आता फक्त उरल्या आठवणीच.

◁◁◁

७. सीताराम आणि आप्पा पवार

माझे वय असेल जेमतेम सहा-सात वर्षांचे, त्यावेळी आम्ही इंदुलकर बंगल्याच्या शेजारी, नवीन राजवाड्याच्या परिसरात वाघ दरवाजाच्या जवळ राहत होतो. माझे वडील स्व. आक्कासाहेब महाराजांकडे रेस स्टेबलला क्लार्क म्हणून नोकरी करीत होते. ते इंग्रजी सहावीपर्यंत शिकलेले होते. इंग्रजी सहावी शिकलेले माझे वडील सफाईदार इंग्रजीत संभाषण करीत, त्यावेळी ''रेस स्टेबलला'', ब्रीट व्हाईस साईट असे युरोपियन जॉकी होते. रेस स्टेबलचे मुख्य अधिकारी होते किशाबापू. किशाबापूंना इंग्रजी समजत नव्हते. म्हणून इंग्रजी संभाषण करणाऱ्या माझ्या वडिलांनाच रेस स्टेबलचा कारभार सांभाळावा लागे. जॉकी लोकांचे जेवण-खाणं, त्याची राहण्याची व्यवस्था हे सर्व काही माझ्या वडिलांनाच पाहावे लागे.

त्यावेळी ट्रेनर्स आणि ओनर्स, म्हणजे रेसच्या घोड्यांना ट्रेनिंग देणारे ट्रेनर्स, घोड्यांचे मालक ''ओनर्स'' हे अँग्लो-इंडियन होते. आक्कासाहेब महाराजांचा माझ्या वडिलांवर अतोनात विश्वास होता. छत्रपतींच्या सेवेत वडिलांच्या दोन पिढ्या गेलेल्या होत्या. वडिलांचे चुलतभाऊ सुबरावकाका कदम हे खासगी कारभारी, गणपतराव जामदार काका हे छत्रपतींचे दागदागिने सांभाळणारे अत्यंत विश्वासू असे सेवक मानले जात.

ज्या-ज्यावेळी पुण्या-मुंबईला घोड्यांच्या शर्यती होत, तेव्हा तिथलीही देखभाल माझ्या वडिलांना पाहावी लागे. तसे ते काम अतिशय जोखमीचे होते. कदम घराण्यावर छत्रपतीचा विश्वास असण्याचे प्रमुख कारण म्हणजे त्यांची छत्रपतींच्या घराण्याबद्दल असणारी नितान्त भक्ती आणि नि:स्वार्थीपणा...!

वडिलांना दरमहा पंचवीस रुपये इतकाच पगार होता, पण या पगारातलेही दरमहा पाच-दहा शिल्लक राहत. तो काळ अतिशय स्वस्ताईचा तर होताच, पण वाड्यावरून आम्हाला महिन्याचा धान्याचा

शिधा येऊन घरात पडे. धान्यापासून ते मीठ-मोहरीपर्यंत सर्व गृहोपयोगी पदार्थ वाड्यावरून येत. शिवाय रोज संध्याकाळी अर्धा किलो मटण, सकाळी आणि संध्याकाळी "थट्टी" तून दोन शेर निर्भेळ दूध यायचे! त्यामुळे पैशाची चणचण भासायचा प्रश्नच नव्हता.

रेस स्टेबलची नोकरी करणाऱ्या माझ्या वडिलांना राजवाड्याच्या परिसरात "दिवाणजी" या टोपणनावाने संबोधले जायचे. माझी आईदेखील वडिलांचा उल्लेख करायचा असल्यास "दिवाणजी आज पुण्याला गेलेत. तेथून ते मुंबईला जाणार आहेत," असं म्हणायची.

दिवाणजींना गोरगरिबांच्या मुलांना शिक्षणासाठी मदत करण्याचा छंद होता. घरी दूरच्या नातेवाईकांच्या चार-दोन मुली आईच्या हाताखाली काम करीत. आईंना उत्तम प्रकारचा स्वयंपाक करून लोकांना खायला घालण्याची आवड होती. शाकाहारी जेवण तर त्या चांगले बनवतच, पण मांसाहारी पदार्थ, विशेषत: दमाचा पुलाव, मोतिचूर बिर्याणी, तांबडा, पांढरा रस्सा बनविण्यात तिचा हातखंडा होता. त्यावेळी मसाला बनवायचा असेल, तर दगडी पाटा-वरवंट्यावर तो वाटावा लागे. एवढा एकच भाग अतिश्रमाचा होता. मोठ्या प्रमाणावर घरी जेवण बनवायचे असेल, तर "दिवाणजी" सीताराम आणि आप्पा या वाड्यावर शिक्षणासाठी राहणाऱ्या गरीब मुलांना घरी मदतीला यायला सांगत. त्या दोघांचे वय सोळा-सतरा वर्षांचे, आप्पा हा कोल्हापुरातलाच पण सीताराम मात्र राधानगरीच्या अलीकडे असलेल्या फेजिवडे या खेड्यातला, गरीब कुटुंबातला मुलगा. ही दोन्ही मुले सकाळपासून संध्याकाळपर्यंत एकत्रच राहत. दोघेही अभ्यासात अतिशय हुशार, प्रामाणिक आणि विनम्र. छत्रपतींनी खास शिक्षणासाठी आश्रय दिलेली ही दोन्ही मुलं ज्या दिवशी आमच्या घरी मोठं जेवण असेल, त्या दिवशी आईंना मदत करायला येत. मसाला वाटण्यापासून ते ताटं, वाट्या स्वच्छ करण्यापर्यंतची सर्व कामे आनंदाने करीत. माझ्या आईना

ते "आक्का" म्हणत. जेवणाचा कार्यक्रम संपल्यानंतर आई त्यांना पोटभर जेऊ घालत. दिवाणजी त्यांना अधून-मधून खर्चासाठी चार-दोन रुपये देत.

बघता-बघता ही दोन्ही मुले मॅट्रिक झाली. आप्पाने राजाराम कॉलेजात आर्ट्सला नाव घातले, तर सीताराम सायन्सला गेला.

"दिवाणजी परवा आप्पा आणि सीताराम आले होते. ते मला म्हणाले, आमची विलायतेला शिकायला जायची इच्छा आहे, काय करायचं त्यांचं? दोन्ही मुलं सद्गुणी आहेत."

"सद्गुणी आहेत म्हणून त्यांना विलायतेला जायला मिळणार नाही. अभ्यासात हुशारी दाखवायला पाहिजे!"

"ती तर आहेच. मॅट्रिकला आणि नंतर पहिल्या वर्षी कॉलेजात त्यांना चांगले गुण पडलेत. बघा थोडा प्रयत्न करून, कदाचित तुमचा शब्द आक्कासाहेब महाराज मानतील."

"वाड्यावरचं वातावरण फार चमत्कारिक असतं. म्हटलं तर चटकन काम होऊनही जाईल, नाहीतर महाराजांच्या भोवतालचे काही विघ्नसंतोषी लोक काहीबाही सांगून महाराजांचं मन कलुषित करायला मागे-पुढे पाहणार नाहीत!"

आई म्हणाल्या, "त्या दोघांच्या नशिबात असेल, तर घडेल परदेशप्रवास, निदान आपण त्याबाबत प्रयत्न करावा, असं मला वाटतं!"

दिवाणजी अतिशय व्यवहारी होते. ते आईंना म्हणाले, "बघतो, योग्य अशी संधी साधून महाराजांना बोलतो! पण..."

"पण काय?" आईंनी विचारलं.

"थोरल्या महाराजांच्या भोवताली जे लोक आहेत ते अतिशय स्वार्थी आहेत. कोणाचं सहजासहजी चांगलं होऊ देत नाहीत! बोलायचं झालं, तर आक्कासाहेब महाराजांच्याच कानावर घालावं लागेल. त्यांनीच जर मनावर घेतलं तर थोरले महाराज काही बदल करू शकणार नाहीत."

हे थोरले महाराज म्हणजे राजाराम छत्रपती. अक्षरश: ''सांबा''चा अवतार, पण त्याची बहीण म्हणजे आक्कासाहेब महाराज अतिशय हुशार, व्यवहारी आणि स्वभावाने दिलदार!

दिवाणजी संधी शोधत होते.

त्यादिवशी पुण्याच्या रेस सिझनला ''छत्रपती मेमोरियल कप''ची शर्यत झाली. आक्कासाहेब महाराज गळ्यात दुर्बीण अडकवून रेसकोर्सवर हजर होत्या. त्यांची आवडती अरबी ''ब्रीड''ची घोडी ''गफला'' त्या रेसमध्ये धावणार होती.

रेस सुटण्यापूर्वी आक्कासाहेब महाराजांनी दिवाणजींना बोलावून घेतलं. ''आनंददाव, तुम्हाला ''गफला'' विन होईल असं वाटतंय?''

दिवाणजी म्हणाले, ''आजपर्यंत तिचं ''ट्रॅक रेकॉर्ड'' कुठल्याही घोड्यानं किंवा घोडीनं मोडलेलं नाही. माझी मनोदेवता सांगते, महाराज ''गफला'' विन होणार!''

''मग दहा हजार लावू का तिच्यावर?''

''बेशक!''

दिवाणजीचे अंदाज सहसा चुकत नसतं. त्या दिवशीही तेच घडलं. अकरा घोड्यांना मागे टाकून ''गफला'' विन झाली. आक्कासाहेब महाराज भलत्या खूष झाल्या.

संध्याकाळी शिवसदन पॅलेसवर व्हरांड्यात बसल्या होत्या. दिवाणीजींनी संधी साधली. आक्कासाहेबांच्या जवळ जाऊन मुजरा करून दिवाणजी म्हणाले, ''महाराज, एक गोष्ट आपल्याला बोलीन म्हणतो!''

''बोला की? काय आहे?''

''आपल्या पॅलेसवर दोन पोरं शिकायला आहेत. दोघेही हुशार आहेत. त्यांची इंग्लडला शिकायला जायची इच्छा आहे.''

''मग त्यात अडचण काय आहे?''

"त्यासाठी हुजूर आज्ञा व्हायला हवी."

"हुजूर आज्ञा म्हणजे छत्रपती राजाराम महाराजांनी तशी लेखी परवानगी देणं गरजेचं होतं!"

"ठीक आहे. कोल्हापूरला परत गेल्यावर मला आठवण करा, थोरल्याकडून घेईन ती ऑर्डर."

दिवाणजींनी योग्य वेळ साधल्यामुळे छत्रपतींची हुजूर आज्ञा आली. सीताराम पाटील आणि आप्पा पवार या दोन्ही मुलांना पॅलेसतर्फे उच्च शिक्षणासाठी इंग्लडला पाठविण्याची तयार झाली.

त्यावेळी प्रवास बोटीनं करावा लागे. मी, दिवाणजी आणि आई मुंबईला बोटीवर त्या दोघांना निरोप देण्यासाठी गेलो. आईंच्या पायावर डोकं टेकवून सीताराम म्हणाला, "आक्का, हे केवळ तुमच्याकडं घडलंय! बाबांना सांभाळा!"

आईंनाही आपले अश्रू आवरता आले नाहीत. आप्पांनी दिवाणजी आणि आईंच्या पायावर डोकं टेकवून निरोप दिला.

बोटीनं भोंगा दिला आणि ते दोघे Queen Victoria या बोटीतून इंग्लंडला रवाना झाले.

त्यांचा तिथे हळूहळू जम बसला. आप्पा पवारांना अर्थशास्त्र, इतिहास, राज्यघटना या विषयांतले उच्च शिक्षण घ्यायचे होते. तर सीताराम पाटलांना वैद्यकीय अभ्यास करायचा होता. त्यांनी व्हेटर्नरी कोर्स निवडला. आपला देश शेतीप्रधान आहे. शेतीसाठी जनावरांचाच वापर त्यावेळी होत असे. ट्रॅक्टर, ट्रॉली ही यांत्रिक वाहनं भारतात आली नव्हती. "व्हेटर्नरी डॉक्टर म्हणजे जनावरांचा डॉक्टर. राधानगरीच्या परिसरात आपण जनावरांचा दवाखाना काढू, शिवाय महाराजांची जी घोड्याची जागा आहे, तिथं घोड्यांना तपासण्यासाठी पुण्या-मुंबईवरून डॉक्टर बोलवावे लागतात. त्या छत्रपतींच्या कृपेनं आपण इंग्लंडला आलो. त्यांचीही मला सेवा करण्याची संधी मिळेल. या विचाराने

सीताराम पाटील ''व्हेटर्नरी''चा अभ्यास करू लागले.

आप्पा पवार तिथं M.A.L.L.B झाले. शिवाय दोन-तीन विषयांत त्यांनी लंडन युनिव्हर्सिटीत डॉक्टरेट मिळविली. सीताराम पाटील यांनाही व्हेटर्नरीची पदवी मिळाली. आश्चर्य म्हणजे सीताराम बहुसंख्य इंग्लिश विद्यार्थ्यांत फर्स्ट क्लास फर्स्ट आले.

दोघेही विद्याभ्यास पूर्ण करून मायदेशी परत यायला निघाले. त्यावेळी सीताराम पाटलांना त्यांच्या वर्गात शिकणाऱ्या गोऱ्या (इंग्लिश) मुलांनी ''सेंड ऑफ'' पार्टी दिली. भारतातल्या खेड्यातला एक मुलगा इंग्लंडला येऊन प्रख्यात व्हेटर्नरी, सर्जन झाल्याबद्दल त्याचा सत्कारही करण्यात आला.

दिवाणजींना वाड्यावर ''केबल'' आली. सीताराम पाटील आणि आप्पा पवार मायदेशी यायला निघाले आहेत. त्यावेळी इंग्लंडहून बोटीने भारतात पोहोचायला २१ दिवस लागत. शिवाय सुएझ कालव्यातून व्हाया एडन, कराची असा प्रवास करीत बोट मुंबईला पोहोचणार होती.

सीताराम पाटील बोट सुटल्यानंतर आप्पांना म्हणू लागले. ''आप्पा, त्या पार्टीत जेवल्यापासून मला काहीतरी विचित्रच वाटायला लागलंय?''

''विचित्र म्हणजे काय?''

''पोटात मळमळ वाटते.''

''अहो ती बोटीतून प्रवास करताना सर्वांनाच होते.''

''नाही हो, येताना मला काहीसुद्धा त्रास झाला नव्हता.''

आप्पांनी बोटीवरच्या डॉक्टरांना बोलावून सीताराम पाटलांना औषधं, गोळ्या दिल्या. पण त्या औषधाने त्यांच्यावर काही फरक पडला नाही. दिवसेंदिवस प्रकृती ढासळू लागली. पोटात अन्नाचा कण जाईना. आता मात्र आप्पा घाबरले. त्यांनी बोटीच्या कॅप्टनला सांगितले,

"माझा सहकारी सीताराम पाटील याची प्रकृती फार बिघडलेली आहे. एडनला बोट थांबल्यानंतर त्याला तिथल्या रुग्णालयात ॲडमिट करावं लागेल."

त्यावर कॅप्टन म्हणाला, "आम्हाला बोट जास्त वेळ थांबवता येणार नाही. फारतर एडनचा डॉक्टर बोलावून त्यांच्यावर बोटीतल्या बोटीतच उपचार करता येतील."

आप्पा एडन यायची वाट पाहू लागला. एडनला बोट सकाळी साडेसहाला पोहोचणार होती. आप्पांनी स्थानिक डॉक्टरांना बोलावण्याचे ठरवले, पण बोट एडनला पोहोचण्यापूर्वीच सीताराम पाटलांचा प्राण गेला.

एडनला कॅप्टनने त्यांच्या मृतदेहाचे पोस्टमॉर्टम करून घेतले. तेव्हा तिथल्या डॉक्टरांनी रिपोर्ट दिला. या गृहस्थाला (फूड पॉयझनिंग) अन्नातून विषबाधा झालीय. परीक्षेत सर्व इंग्लिश विद्यार्थ्यांत फर्स्ट क्लास आलेल्या सीताराम पाटलांवर त्यांच्याच क्लासमधल्या कोणीतरी विघ्नसंतोषी इंग्रज विद्यार्थ्याने विषप्रयोग केला होता.

मुंबईला परत आला तो सीताराम पाटलांचा मृतदेह. दिवाणजी त्या दोघांना बोटीवरून उतरवून घ्यायला गेले होते. त्यांना समजल्यावर अतोनात दुःख झाले. राजाराम महाराजांना ती दुःखद वार्ता कळविण्यात आली. मोटारीने सीताराम पाटलांचा मृतदेह फेजिवड्याला नेण्यात आला. सीतारामच्या वृद्ध आई-बापांनी मुलाचा मृतदेह पाहून हंबरडा फोडला. सीताराम पाटलांचे लहान भाऊ चिमाजी अन् लक्ष्मण धाय मोकलून रडले. पंधरा दिवसांनी आप्पा एक बॅग घेऊन घरी आले आणि आईंना म्हणाले, "सीतारामने येण्यापूर्वी बाबांना कपडे आणि खेळणी घेऊन ठेवलेली होती, ती बॅग घेऊन मी आलोय."

त्या बॅगेत एक भलीमोठी लाल रंगाची आग विझवणारी, स्प्रिंगवर चालणारी मोटार होती. पुढे कितीतरी दिवस मी त्या स्प्रिंगच्या

मोटारीशी खेळलो.

आता "फायर फायटर"ची मोटार पाहिली की, मला सीतारामदादा आठवतो. तसेच राधानगरीला जाताना धरणाच्या अलीकडे फेजिवडे लागते. इतकी वर्षे होऊनसुद्धा सीतारामदादांच्या आठवणीने माझे डोळे ओलावतात. सीताराम पाटलांसोबत इंग्लंडला शिकून आलेले आप्पा हे दुसरे-तिसरे कोणी नसून शिवाजी विद्यापीठाचे पहिले कुलगुरू डॉ. आप्पासाहेब पवार हेच होते!

◁◁◁◁

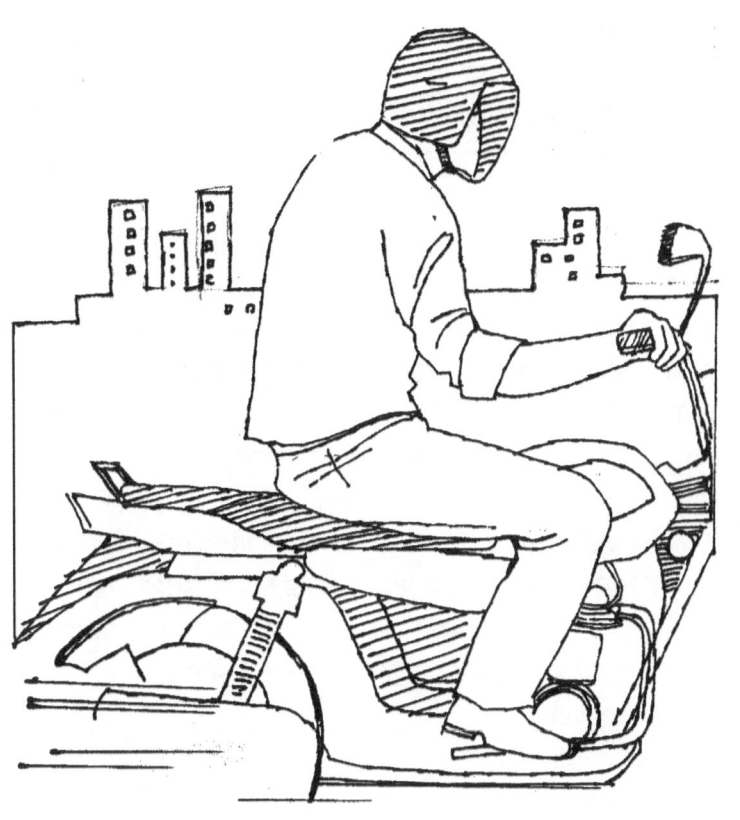

८. हेल्मेटचे भूत

महाराष्ट्रात निरनिराळ्या जिल्ह्यांत हळूहळू हेल्मेट सक्ती केली जाईल, असा फतवा निघाला. महाराष्ट्र, कोल्हापूर, नगर, पुणे, सोलापूर यांसह इतर जिल्ह्यांतूनही हेल्मेट सक्तीला कडवा विरोध केला जात आहे आणि तो माझ्या मते योग्य असाच आहे.

आता ही हेल्मेट सक्ती कशी निर्माण झाली हे आपण पाहू. पुण्यात वास्तव्य करणाऱ्या काही अमहाराष्ट्रीय विद्यार्थ्यांनी उच्च न्यायालयात (महाराष्ट्राच्या) एक जनहित याचिका दाखल केली. दोन न्यायाधीशांच्या खंडपीठाने त्यावर आदेश केला की, दुचाकीचालकांनी डोक्यावर हेल्मेट घातल्याशिवाय वाहने चालवू नयेत. या दुचाकीवर मागे बसणाऱ्यांनी, मग ती मध्यमवयीन स्त्री असो अगर साठी उलटलेली वृद्ध म्हातारी असो, तिनेदेखील डोक्यावर हेल्मेट घालणे अत्यावश्यक आहे. प्रथमदर्शनीय ही कल्पना किती अयोग्य आणि हास्यापद वाटते आणि ते रास्तच आहे. मागे बसणारी वृद्ध बाई असो, आजोबा असो, अगर एखादे बालक असो, त्याने "हेल्मेट" परिधान करणे न्यायालयाच्या आदेशानुसार सक्तीचे करण्यात आले. लोकशाहीत कायदे करण्याचे अधिकार विधानसभेला व लोकसभेला प्रदान करण्यात आलेले आहेत. लोकसभा आणि विधानसभेने संमत केलेले कायदे योग्यरीतीने अमलात आणले जातात की नाही, हे पाहण्याचे काम न्यायसंस्थेने करावयाचे असते. कायद्याची अंमलबजावणी करण्याची जबाबदारी शासनावर असेल. या तिन्ही यंत्रणा लोकशाहीत स्वतंत्र असतात.

Legislative,
Executive and
judiciary Organs in
Democracy and are
Independent.

असे असताना हेम्लेट सक्तीचा फतवा न्यायालयाने पूर्ण

विचाराअंती काढणे अत्यावश्यक होते. या हेल्मेट सक्तीमुळे लोकांना किती गैरसोयीला श्यामोरे जावे लागेल, तसेच यातून हेल्मेट वापरणाऱ्यांना मानेचे आजार होऊ शकतील का? हेल्मेट वापरणाऱ्यांना ते ठिकठिकाणी सोबत घेऊन वापरणे किती अडचणीचे आणि कष्टाचे होईल, याचाही विचार त्या दोन न्यायाधीशांच्या खंडपीठाने केलेला दिसत नाही.

IPL म्हणजे पब्लिक इंटरेस्ट लिरीगेशनमध्ये एखादा निकाल देण्यापूर्वी सर्व साधक बाधक विचार होणे अत्यावश्यक होते. ज्यावेळी एखाद्या न्यायालयाचा निकाल आणि ज्याची अंमलबजावणी आम जनतेवर लादली जाणार असेल, तेव्हा न्यायालयाने ही बाब सरळ विधानसभेकडे सोपवणे इष्ट होईल. जनतेने बहुमताने निवडून दिलेल्या प्रतिनिधींचे मत अजमावल्याशिवाय न्यायालयाने असे फतवे काढू नयेत.

आज महाराष्ट्रात टप्प्याटप्प्याने म्हणे हेल्मेट सक्ती केली जाणार आहे. पण प्रत्येक जिल्ह्यातल्या लोकनियुक्त पुढाऱ्यांनी, विधानसभा आणि लोकसभा सदस्यांनी हेल्मेट सक्तीस आपला कडवा विरोध नोंदविलेला आहे. याचा अर्थ असा की, जर हेल्मेट सक्तीची बाब विधानसभा अगर लोकसभेकडे सुपूर्द केली असती, तर ती तत्काळ फेटाळली असती.

महाराष्ट्राचे मुख्यमंत्री विलासराव देशमुख पुण्यात शिकायला होते. त्यावेळी ते मोटारसायकल वापरत असत. फक्त पुण्यातच नव्हे तर अधूनमधून ते काही मित्रांना आपल्या वाहनांवर मागे बसवून पुणे ते लातूर असा मोटारसायकलनेच प्रवास करीत होते. तोसुद्धा हेल्मेटचे टोपले डोक्याला न घालता. आतासुद्धा हेल्मेटबद्दल बोलताना ते जाहीरपणे म्हणतात, ''हेल्मेट सक्ती ही शासनाने लादलेली नाही.'' ती न्यायलयाच्या निकालाने अस्तित्वात आलेली आहे. राज्यकर्ते आपल्या सोयी, सवडीनुसार न्यायालयाने दिलेले आदेश धाब्यावर बसवू शकतात,

याचे ज्वलंत उदाहरण म्हणजे शहाबानो प्रकरण. शहाबानो प्रकरण म्हणजे काय आहे हे अनेकांना ठाऊक नसेल, म्हणून मी मुद्दाम थोडक्यात त्याबद्दल लिहित आहे.

शहाबानो नावाच्या मुस्लीम महिलेने आपल्या नवऱ्याविरुद्ध क्रिमिनल प्रोसिजर कोड कलम १२५ प्रमाणे पोटगी मिळावी, असा अर्ज केला. कोर्टाने तिची विनंती मान्य केली व तिला पोटगी देण्याचा तिच्या नवऱ्याला आदेश दिला. अगदी सुप्रीम कोर्टापर्यंत ते प्रकरण गेले. सुप्रीम कोर्टानेदेखील शहाबानोच्या बाजूनेच निकाल दिला, पण या निकालामुळे मुस्लीम धर्मगुरूंनी नापसंती व्यक्त केली. केवळ नापसंती व्यक्त करूनच ते थांबले नाहीत, तर त्यांनी सुप्रीम कोर्टाचा तो आदेश आपल्या शरियत कायद्याशी विसंगत आहे, असे जाहीर करून तो निकाल रद्द केला नाही, तर केंद्र सरकारचा मुस्लीम खासदारांचा पाठिंबा काढून घेऊ, अशी धमकीही दिली. त्यावेळी स्व. राजीव गांधी पंतप्रधान होते. मुस्लिमांचा पाठिंबा गमावणे आपल्याला महागात पडेल या भीतीने राजीव गांधींनी कायदाच बदलला. मुस्लीम महिलेला फौजदारी कोर्टामार्फत पोटगी मागता येणार नाही, असा लोकसभेत कायदा पास केला गेला.

याचा अर्थ राज्यकर्ते स्वत:ची खुर्ची सांभाळण्यासाठी जनतेवर होणाऱ्या अन्यायाची दखल न घेता कायदा बदलू शकतात असा होतो. आता या हेल्मेटच्या थाबड्याच्या बाबतीतही तशीच परिस्थिती निर्माण झालेली आहे. हेल्मेट सक्तीने जनतेला वापरायला लावू नये, असा महाराष्ट्र सरकारने जर येत्या अधिवेशनात कायदा नाही केला तर येणाऱ्या निवडणुकीत काँग्रेस पक्षाला मोठ्या प्रमाणावर आपली मते गमवावी लागणार आहेत. पण हे फार पुढचं झालं. हेल्मेट सक्ती जर तत्काळ थांबली नाही तर महाराष्ट्राच्या मंत्र्यांना जिल्हाबंदी लागू करावी.

न्यायालयामार्फत जनहितविरोधी फतवे काढणे थांबले नाही तर एका अत्यंत अनिष्ट असा पायंडा पडल्यासारखे होणार आहे. निवडून

दिलेल्या लोकनियुक्त प्रतिनिधींच्या कायदे संमत करण्याच्या अधिकारावर हे सरळसरळ अतिक्रमण आहे.

हेल्मेटची सक्ती केल्याने दुचाकीचालकांना किती प्रकारे त्रास होणारे आहे हे पाहा-

१) दोन दोन हेल्मेट घेऊन बाजार करणे, समाजात वावरणे अशक्य आहे.

२) हेल्मेटमुळे वाहनांचे आवाज कानावर न आल्याने अपघातांची दाट शक्यता आहे.

३) स्पोडँलिसीससारखे कधीही न बरे होणारे मानेचे व मणक्याचे आजार बळावण्याची दाट शक्यता आहे.

४) गुन्हेगारांना विशेषत: सोन्याचे मंगळसूत्र तोडून पळून जाणाऱ्या गुन्हेगारांना ओळखणे कठीण होणार आहे.

५) पोलिसांना भ्रष्ट्राचाराला आयतेच आणखीन एक कुरण मिळणार आहे. पोलीसखाते अगोदरच भ्रष्ट आहे, असे साधार आरोप होतात. उदा. डी. पी. शर्मा, राहूल गोपाळ यांच्यासारखे वरिष्ठ अधिकारी नुकतेच ''ट्रॅप'' झाले आहेत.

६) हेल्मेटधारक दुचाकीस्वारांच्या अपघातांची संख्या वाढत चालली आहे. त्यात आणखी भर पडणार आहे.

वरील सर्व कारणांचा सखोल अभ्यास केला, तर होणारी हेल्मेट सक्ती ही लोकसंख्या कमी करण्यासाठीच लादली जाणार आहे, अशी जनतेची खात्री होणार आहे.

आज समाजासमोर इतके ज्वलंत प्रश्न आहेत ते बाजूला ठेवून हेल्मेटची सक्ती करणे म्हणजे शासनाने आपल्या अकार्यक्षम सरकारात काय गोंधळ चाललेला आहे यावरून जनतेचे लक्ष जाणीवपूर्वक दुसऱ्या क्षुल्लक बाबींकडे वळविणे असा होतो.

शिवाय ज्या कोणी ही (अ) जनहित याचिका दाखल केली

त्याचे सगेसोयरे, नातेवाईक यांचा हेल्मेट बनवण्याची फॅक्टरी आहे की नाही याची चौकशी होणे गरजेचे आहे.

वर्षानुवर्षे हजारो, लाखो खटले, दिवाणी दावे न्यायालयात पेंडिंग असताना हेल्मेटच्या बाबतीतच न्यायालये तातडीने निकाल कसे काय देतात, याबाबत जनता साशंक आहे.

या सर्व समस्यांवर जर तत्काळ तोडगा निघाला नाही, तर जनता कायदा हातात घेऊन हेल्मेटचे भूत काढून टाकल्याशिवाय राहणार नाही.

◁◁◁

९. हरिमामा जवंदाळ

मला आठवत तेव्हा हरिमामा साठ-पासष्ट वर्षांचे असावेत. कृश शरीरयष्टी, गोल चेहरा, किचिंत हिरवट घारे डोळे, डोक्याला घट्ट बांधलेला पटका, अंगात पांढरा बंद गळ्याचा शर्ट, शर्टावर निळसर रंगाचे जाकीट, कमरेला स्वच्छ धोतर, पायात कापशी चपला हा हरिमामांचा वेष.

हरिमामा माझ्या मामांचे मावसभाऊ म्हणूनच मी काय, मामांच्या आणि हरिमामांच्या चेहऱ्यात थोडके साम्य असल्याचा भास होई; पण त्या दोघांच्या स्वभावात मात्र जमीन-अस्मानचे अंतर! माझे मामा मितभाषी पण हरिमामांना मात्र आमच्या घरी आल्यानंतर त्यांना किती बोलू आणि काय बोलू असे व्हायचे. तरुणपणी ते वॉटरवॅर्क्स खात्यात नोकरीला होते. निवृत्तीनंतर थोडी फार पेन्शन बसलेली होती.

हरिमामांचे घर अगदी टिपीकल. दोनच (१०बाय८) च्या खोल्या, बाहेर संडास आणि न्हाणी. न्हाणीच्या बाजूला पाण्याचा आड. तो बारमाही भरलेला. हरिमामांनी त्या आडात निरनिराळ्या प्रकारचे मासे सोडले होते. नैसर्गिकरीत्या पाणी मिळत होते, असे वॉटरवॅर्क्समधून निवृत्त झालेले हरिमामा सर्वांना सांगत.

घरात गरजेपुरत्या मोजक्याच वस्तू. त्यात घडीची एक लोखंडी खुर्ची, दारासमोर तीन-चार लोक दाटीवाटीने बसू शकतील असे एक लाकडी बाकडे. घरात माणसे दोनच, हरिमामा आणि मामी. त्या बाई हरिमामांच्या घरी राहतात म्हणून आम्ही त्या "बाईनां" "मामी" म्हणायचो; पण त्यांचे हरिमामांशी लग्न झालेले नव्हते. रंगाने गोऱ्या. पन्नास-बावन्न वर्षांच्या. मामींच्या कपाळावर भलं मोठं गोंदलेलं होतं. कपाळाला कुंकू नसल्यामुळे ते गोंदणं उठून दिसे. तसेच त्यांचे दोन्ही हात गोंदण्याने भरलेले होते. बहुतेक हातावरचे गोंदणे हरिमामांची आणि त्यांची भेट झाल्यानंतरचे असावेत. गोंदणं कालांतराने किंचिट पुसट झाले होते: पण हरिबा जवंदाळ ही मामीच्या हातावर गोंदवलेली अक्षरे

मात्र वाचता येत होती.

मामी जास्त बोलत नसत. घरात मूल-बाळ नसल्यानं भलतीच शांतता आणि टापटीप! अपत्यहीन दाम्पत्यांना स्वच्छतेचे भलते वेड असते. फळीवरचे पितळेचे डबे, ताट, वाट्या अगदी आरशासारख्या लखलखीत स्वच्छ!

हरिमामांना गावभर भटकण्याचा छंद! हा त्यांचा छंद मला, माझा मावसभाऊ गणपा आणि मामेभाऊ तम्मा यांना फार महागात पडायचा.

मी इंग्रजी तिसरी चौथीत, गणपा व तम्मा माझ्या एखादे वर्षे पुढे. तिघांनाहीं शाळा चुकवण्याची खोड जडलेली, दप्तरात लगोऱ्या ठेवलेल्या असायच्या. या लगोऱ्यांना काहीजण "गलोर" म्हणतात. ही "गलोर" तयार करण्यात माझा हातखंडा. मोटारीच्या इन्नरच्या पट्ट्या सरळ रेषेत कापून त्या दोन पट्ट्यांमध्ये दगड घालण्यासाठी चामड्यांचा तुकडा बांधलेला. "व्ही" च्या आकाराची झाडाची फांदी तोडून तिला गलोर बांधलेली असे. एका पिशवीत वाळूचे गोल दगडे भरून टेमलाईच्या देवळाकडे, तर कधी रंकाळ्याच्या मागे, परटाळ्याच्या परिसरात, आता मी स्वतःचे कौतुक करतो असे समजू नका; पण मी त्या वयात असंख्य प्रकारचे पक्षी, सरडे, खारी लगोरीने उडवल्या आहेत. इतकेच नव्हे तर पाचगावच्या रस्त्याला कचरा डेपोत चरायला गेलेले बगळे, संध्याकाळ झाल्यावर झाडावर बसण्यासाठी उडत चालले की उडते बगळे गलोलीने पाडण्याचे "स्कील" मी आत्मसात केले होते. आता पंचाहत्तरी ओलांडली तरी घरात १-२ गलोरी आढळतील.

वयपरत्वे केलेल्या पक्षी आणि प्राणी हत्येचा पश्चात्ताप वाटतो. जगप्रसिद्ध पक्षीतज्ज्ञ सलीम अल्लींनादेखील लहानपणी असाच पक्षी मारण्याचा छंद होता; पण त्यांनी पक्षीहत्या बंद केली आणि पक्षांचा इतका सखोल अभ्यास केला की, त्यांचे बालपणातील दोषांचा जगाला

विसर पडला. ते जागतिक कीर्तिचे पक्षीतज्ज्ञ झाले.

आम्ही तिघे रंकाळ्याकडं एकदा गेलो असताना समोरून येणाऱ्या हरिमामांनी आम्हाला बघितलं. आमची विटेचे टार्गेट लावून लगोरीने नेम मारण्याची स्पर्धा सुरू होती.

हरिमामांनी हातातली छत्री मिटवली जवळ आले आणि म्हणाले, "घरात शाळेत जातो म्हणून सांगता आणि शाळा चुकवून हे धंदे करता? बाबा चला आता घरला, शांताबाईला सांगतो हे तुमचे उद्योग."

माझ्या सवंगड्याकडे पाहत हरिमामा म्हणाले, "गाढवांनो, म्हशी तरी राखायला शिका! ह्या पोराला का बिघडवता?"

माझ्याबद्दल नातेवाईकांना लहानपणापासूनच काहीतरी अपेक्षा असाव्यात. मला लहान असल्यापासून कोणी येरे-जारे म्हणत नसे. स्वत: दिवाणजी (वडील) आणि आईदेखील "अहो! बाबा" असेच मला संबोधत.

त्या संध्याकाळी घरी गेल्यावर आमची चागंलीच खरडपट्टी निघाली. हरिमामा पोलीस इन्स्पेक्टरच्या आर्विभावात मांडी ठोकून पायाच्या तळव्यावर हात टेकू आईंना म्हणाले, "विचारा त्यांना, खरं की खोटं?" आईनी माझी समजूत घातली. "बाळ शाळा चुकवणं बरं नव्हे! मोठंपणी पश्चाताप होईल" वगैरे वगैरे; पण अधून-मधून या प्रसंगांची पुनरावृत्ती होतच राहिली. एकदा टेमलाईकडे, एकदा यल्लमांच्या ओढ्यावर केतकीच्या बनातं, तर एकदा पंचगंगा नदीकाठी गळानं मासे पकडताना हरिमामानं आम्हाला जाग्यावरच पकडल होतं. हरिमामा रोजच आमच्या पातळीवर असतात की काय असं वाटे.

हरिमामांना थापा मारण्याचा भलताच छंद होता. एवढी एवढी छोटीशी घटना असली तरी ते त्या घटनेवर अर्धा-अर्धा तास बोलत. त्यात त्यांची कल्पनाशक्ती त्यांना साथ देत असे. दरम्यान, मी उनाडक्या बंद करून शाळेत लक्ष घातले होते. त्यावेळी युरोपात दुसरे महायुद्ध

सुरू होते. पेपरमधून युद्धाच्या बातम्या छापून येत. हरिमामा त्या वाचत आणि त्यात आपली कल्पनाशक्ती मिसळून त्या बातम्या आमच्या गल्लीत येऊन दुसऱ्यांना कथन करीत.

त्यावेळी रविवार पेठेत माझी मावशी, तिच्या मुली, सुना शेजारच्या नातलगांच्या घरातील बायका राहत. हरिमामा प्रत्यक्ष रणांगणावरून नुकतेच जाऊन आल्यासारखा आविर्भाव आणून सांगत, ''काय सांगायचं तुम्हांला, हिटलरनं अशा भल्या मोठ्या तोफा तयार करून ठेवल्यात की जर्मनीत बसून ''त्या'' तोफांनी गोऱ्या साहेबांचे लंडन शहर उद्ध्वस्त करून टाकील.''

मी त्या दिवशी त्याच्या थापा ऐकून म्हणालो, ''पण हरिमामा, जर्मनी आणि इंग्लंड या दोन देशांत शेकडो मैलांचे अंतर आहे.'' हरिमामांना माझे मध्येच लुडबुडणे पसंत नव्हते. ते काहीशा रागाने मला म्हणाले, ''तुम्हाला काय माहिती आहे बाबा? जर्मनी आज सगळ्या जगाला भारी आहे.'' ''पण हरिमामा इंग्लंड, अमेरिका आणि रशिया एकीकडं आहेत. हिटलरचे काही चालणार नाही.'' माझ्याकडे हात करून माझी कीव करीत हरिमामा म्हणाले,''जर्मनीचे हवाईदल केवढं आहे तुम्हाला माहीत आहे?''

''असतील शे-पाचशे विमानं!'' मी म्हणालो, ''हॅट! जर्मनीकडे पाच हजार विमानाचा ताफा आहे! आग्या मोहोळ उठल्यासारखं केव्हातरी एकदा हिटलर इंग्लंड, फ्रान्स आणि अमेरिका जगाच्या नकाशावरून पुसून टाकील.''

''ते कसं काय?'' मुद्दाम मी हरिमामांना अधून-मधून किल्ली देत राहायचो. हरिमामा म्हणायचे ''हिटलरचे विमानतळ कुठं आहे, तुम्हाला ठाऊक आहे?''

''जर्मनीत!'' ''हॅट! हिटलरचे विमानतळ अंतराळात पृथ्वीपासून चाळीस मैलावर आहे.'' ''अंतराळात आणि विमानतळ? कसं शक्य

आहे ते?'' ''जर्मन लोकांना काय अशक्य आहे? पृथ्वीचं गुरूत्वाकर्षण तिथं संपतं तिथं कोणतीही वस्तू नेऊन ठेवली की, ती तशीच स्थिर राहते, शाळेत शिकवलं नाही वाटतं तुम्हास?'' ''पण हे गुरूकत्वाकर्षण चाळीस मैलावर संपतं हे कशावरून ठरवलंत?''

आता मात्र हरिमामा माझ्या शंका-कुशंकामुळे थोडेसे अपसेट झाले आणि म्हणाले, ''बाबा, मी सांगतो, ते खरं वाटतं नसलं तर गप्प बसा. मी बोलताना मध्ये मध्ये मला काही फालतू प्रश्न विचारू नका.''

''बरंय, मी आपला बाजूला बसून ऐकतो. चालू द्या तुमचं युद्ध कीर्तन.''

हरिमामांच्यावर माझ्या प्रश्नांचा परिणाम होत नसे. त्या दिवशीही त्यांनी माझ्या अस्तित्वाची दखल न घेता आपली चर्पटपंजरी पुढं सुरू केली.

''हं, तर काय सांगत होतो, हिटलरनं आकाशात आपला विमानतळ उभा केलाय. हजार एक विमान त्यावर सज्ज करून ठेवलीत. जर्मनीत एक प्रचंड दुर्बिण तयार केलीय. ती त्या विमानतळावर नेऊन ठेवलीय. त्या दुर्बिणीतून युरोपात कुठल्या देशात शत्रूचे तळ कुठं-कुठं आहेत हे स्पष्ट जर्मनांना दिसतयं! जरूर पडेल तशी अंतराळातील तळावरील विमानं खाली झेपावतील आणि शत्रूंचे अड्डे उद्ध्वस्त करतील! याला म्हणतात जर्मनीचं टाकळं!''

मी बाजूला बसलो होतो. माझ्या बाजूला मावसभाऊ गणपा बसला होता. हरिमामांच्या अचाट थापा ऐकूताना मी दोन्ही हाताच्या अंगठ्यांनी काहीतरी गुंडाळण्याचा हावभाव करीत होतो. गणपा मला हळूच म्हणाला, ''काय करताय बाबा?'' ''गणपतराव हरिमामांच्या थापांचे बंडल गुंडाळतोय. मघापासून तीन-चार बंडलं झाली. ते गुंडाळून खिशात ठेव!''

गणपाला माझ्या उत्तराने हसू आले. तो थोडा मोठ्याने हसला. हरिमामाचे त्याच्याकडे लक्ष गेले. ही टारगट पोरं आपली चेष्टा करत आहेत म्हणून हरिमामा आमच्यावर खेकसले, "ए, चला जावा इथून! जगात काय चाललंय याची माहिती नाही. जावा इथून!

गल्लीतल्या अडाणी बायकांना हरिमामा फार विद्वान असल्यासारखे भासायचे.

हरिमामा बरेच दिवस घरी फिरकले नाहीत. त्यांना बरं नाही म्हणून समजल्यानं आई व मावशी त्यांना घरी जाऊन पाहून आल्या. आई मला म्हणाल्या, "हरिमामाचा आता काही भरवसा नाही. दम्यानं बेजार झालेला आहे. बाबा तुम्ही बघून या त्यांना एकदा."

मी गेलो. मामींनी तक्क्यावर उलटी मान करून बसलेल्या हरिमामांना ओरडून कानात सांगितले. "शांताबाईचे बाबा आहेत" दम्याची धाप लागलेले हरिमामा फक्त हूं..... म्हणाले.

थोड्या वेळाने मोठ्या मुश्किलीनं त्यांनी मान वळवून माझ्याकडं बघितलं आणि थांबत थांबत म्हणाले, "मनापासून अभ्यास करा, नाव कमवा. तुमच्या आईनं तुमच्या वडिलांच्या मागे फार हालअपेष्टा सोसून तुम्हाला शिकवलंय. लहानाचं मोठं केलयं. विसरू नका त्या माऊलीचे उपकार." हरिमामा उभ्या आयुष्यात एकदाच काय ते शहाण्या माणसांसारखे बोलले.

१०. प्रिया तेंडुलकर

प्रिया तेंडुलकरच्या मृत्यूची बातमी जेव्हा आकाशवाणीवर ऐकली तेव्हा खरंच वाटलं नाही; पण नऊच्या सुमारास जेव्हा पेपर आला, तेव्हा प्रियाच्या फोटोसहित आलेल्या त्या बातमीवर विश्वास ठेवणं भाग होतं.

जुन्या आठवणी उफाळून आल्या. वीस वर्षांपूर्वी मी शालिनी सिनेटोनकडे एका चित्रपट निर्मात्याने चर्चेसाठी बोलावल्यामुळे गेलो होतो. तिथल्या ऑफिससमोर पिंपळाच्या झाडाच्या कट्ट्यावर एकोणीस-वीस वर्षांची एक तरुण मुलगी बसलेली होती. माझे तिच्याकडे लक्ष गेले. किंचित हडकुळी, सरळ नाक, डोळे अत्यंत तेजस्वी, खांद्यापर्यंत बॉबकट केलेल्या त्या तरुणीने अंगात नीळसर रंगाचा चुडीदार घातलेला होता. पायात कपड्यांच्या रंगाला "मॅचिंग"असे सँडल्स होते. तिच्या हातात एक लठ्ठशी इंग्रजी कादंबरी होती. ती "कोण असावी?" असा माझ्या माझ्या मनात विचार येतो न येतो तोच तिनं मला नखशिखान्त न्याहाळून विचारलं-

"आपण बाबा कदम ना?"

"होऽऽऽऽ! आपण कसं मला ओळखले."

"मी तुमची "फॅन" आहे. माझ नाव प्रिया तेंडुलकर!"

ती बसलेल्या जागी येत मी म्हणालो, "पण तुम्ही मला ओळखलंत का?"

"त्यात काय कठीण?" प्रत्येक कादंबरीच्या मागे तुमचा फोटो असतोच की?"

"आपण मुंबईला असता ना?" मी विचारलं.

"होऽऽऽऽ!"

"इकडं कशा?"

"आलेय, शूटिंगसाठी!"

"छान!"

"पण मला वाटतं, आज इथं कुठलं शूटिंग नाही!"

"बरोबर आहे, दुपारी अडीच वाजता प्रभाकर स्टुडिओत शूटिंग आहे. इथं नाही."

मी घड्याळ्यात पाहिलं. साडेबारा वाजून गेले होते. मी प्रियाला म्हणालो, "इथं मला चर्चेसाठी बोलावलेले आहे. ते काम आवरलं की मी तुमचं शूटिंग पाहायला प्रभाकरमध्ये येईन!"

"अहो, पण माझा रोल तसा महत्त्वाचा नाही, उगाच तोंडाला रंग फासून हिरॉईनच्या मागं मागं धावायचंय!"

"सुरूवातीला अशीच कामं करावी लागतात."

माझ्या चार-सहा कादंबऱ्यावर चित्रपट निघाल्याने अनुभव समृद्ध असल्यासारखा मी बोलून गेलो.

"मी पाहिलेत तुमच्या कादंबऱ्यावरचे चित्रपट, प्रोड्यूसर्स आणि डायरेक्टर्सनी वाट लावलेय तुमच्या चांगल्या कादंबऱ्यांची."

"अगदी माझ्या मनातलं बोललात"

मी हसत-हसत म्हणालो.

पूर्वीचा परिचय नसताना प्रिया मनमोकळेपणानं बोलत होती. तिच्या डोळ्यांतील चमक तिच्या स्वभावातला आत्मविश्वास दर्शवत होता.

ज्या निर्मात्यानं मला चर्चेसाठी बोलावलं होतं तो आलाच नाही.

प्रियासोबत मी प्रभाकर स्टुडिओत आलो. तिथं बी. माजनाळकर विनोदी चित्रपटांत अधून-मधून भूमिका करणारे अभिनेते भेटले.

त्या दिवशी काय योगायोग होता कुणास ठाऊक, प्रभाकर स्टुडिओतलं प्रियाचं शूटिंगही कॅन्सल झाले.

प्रिया चेहऱ्यावर नापसंती व्यक्त करीत म्हणाली, "शीअर वेस्ट ऑफ टाईम!"

प्रिया, बी. माजनाळकर आणि मी तिघांनी मिळून कॅंटिनमध्ये चहा घेतला. तेव्हा बाजूला कांद्याची भजी तळली होती. बी. माजनाळकर

प्रियाला म्हणाले,

"काय कोल्हापुरी भज्यांची "टेस्ट" घेणार का?"

"नो, थॅंक्स, पण मला एकदा या बाबांच्या घरातला कोंबडीचा पांढरा रस्सा चाखायचायं!"

मी म्हणालो, "आजच करू बेत"

"नो, थॅंक्स, नेक्स्ट टाईम, उद्या मुंबईत मला एअरहोस्टेसच्या नोकरीसाठी इंटरव्ह्यूला बोलावलंय! फार दिवसाचं ते माझं स्वप्न आहे! आज रात्रीच्या गाडीला निघायलाच हवंय."

"यू आर क्वाईट सुटेबल फॉर दॅट जॉब", मी म्हणालो.

जवळ-जवळ तीन तास आम्ही स्टुडिओच्या आवारात बसून गप्पा मारल्या. त्या गप्पांच्या ओघात प्रियाने मला आपल्या आवडी-निवडी सांगितल्या. जन्मापासून आपल्या हृदयाला एक लहान छिद्र असल्यामुळे जेवणात मीठं एकदम वर्ज्य करावं लागतं, हेही सांगून टाकलं. ड्रायव्हिंग करायला खूप आवडतं असं जेव्हा ती म्हणाली तेव्हा मी म्हणालो, "मुंबईतही ड्रायव्हिंग करता?"

"होऽऽऽ, तुम्ही यांना एकदा माझी परीक्षा घ्यायला!"

तसा अधून-मधून मी मुंबईला येत असतो. पण दोन दिवसांपेक्षा अधिक तिथं राहायला आवडत नाही."

प्रिया दिलखुलास हसत म्हणाली, "मी जरी मुंबईतच जन्मले आणि लहानाची मोठी झाले तरी केव्हा एकदा मुंबईतून कायमची सुटका होईल, असं मनापासून वाटतंय."

त्यानंतर मी प्रियाला मुंबईत तिच्या घरी भेटायला गेलो. तिने वडिलांची श्री. विजय तेंडुलकरांची अन् माझी ओळख करून दिली. ते मात्र केवळ एक अस्पष्टसं स्मित करून उठले. स्वभावानं काहीसे "रिझर्व्ह" वाटले.

प्रिया त्यांना म्हणाली,"आज प्रीमियरला तुम्ही येणार नाही

पप्पा?''

"नाही, मला लिहित बसायचं आहे. तू जा.''

"प्रिया ए प्रियाऽऽऽऽ'' अशी तिच्या बहिणीची हाक आली. "अगं हा जयरामचा मुलगा एकसारखी तुझी आठवण काढतोय.''

एका तीन-साडेतीन वर्षांच्या गोंडस मुलाला प्रियाची बहीण आम्ही बसलो होतो त्याठिकाणी घेऊन आली. ते बालक प्रियाला पाहताच तिच्याकडे झेपावले. त्याच्या गालाचा पापा घेत प्रियानं मला विचारलं, "हे कुणाचं छबडं आहे ठाऊक?''

"कोणाचं?''

"परवा कोल्हापूरजवळ अपघातात शांताबाई जोगांच्यासोबत जळून मेलेल्या जयराम हर्डीकरचं मूल हे! तेव्हापासून माझ्याकडंच असतं हे!''

बोलता-बोलता ती एकसारखी हातातल्या घड्याळ्याकडं पाहात होती. मला प्रियानं विचारलं, "बाबा येणार ना आज माझ्यासोबत प्रिमियरला!''

"जाऊ, मलाही दुसरीकडे कुठे जायचं नाही.''

प्रियानं त्या मुलाला परत बहिणीकडं दिलं आणि मला म्हणाली, "चला, मी आलेच.''

फारसं प्रसाधन न करता प्रिया आली. ती ड्रायव्हिंगला बसली; मी तिच्याशेजारी. एकसारखी ती बोलत होती. अत्यंत सफाईदारपणे मुंबईत ड्रायव्हिंग करणाऱ्या दोन स्त्रिया माझ्या परिचयाच्या होत्या. एक पद्मा चव्हाण आणि दुसरी प्रिया तेंडुलकर!

प्रियानं मला विचारलं, "तुम्ही चालताना किंचिंत लंगडता का?''

मी म्हणालो, "आर्थ्रायटिस आहे दोन्ही गुडघ्यांना!''

"वा, म्हणूनच तुम्ही इतकं छान लिहिता!''

"माझ्या लिहिण्याचा आणि आर्थ्रायटिस काय संबंध,"

"अहो आम्ही त्या व्याधीला आर्थ्रायटिस न म्हणता "आर्थायटिस म्हणतो. पु. लं., पाडगावकर, असे प्रख्यात साहित्यिकही त्यातून सुटले नाहीत."

प्रियाच्या गाठी-भेटी होत होत्या. पत्रव्यवहार चालूच होता. मी एकदा तिला विचारलं,

"प्रिया लग्न केव्हा करणार?"

"लग्न?" प्रिया मोठ्यानं हसत म्हणाली.

"बाबा, माझं लग्न होणं शक्य नाही आणि झालंच तर ते फार काळ टिकणारही नाही!"

"का बरं!"

"माझा स्वभाव! बाबा, मला ओळखणारा, माझा तऱ्हेवाईकपणा सांभाळून घेणारा तरुण अजून जन्माला यायचा आहे."

प्रियानं लग्न केलं, पण तो विवाह अल्पकाळ टिकला. त्यानंतर प्रियानं साहित्यनिर्मितीत लक्ष घातलं, मराठी साहित्यात आपल्या नावाचा कायमचा ठसा उठवणारी साहित्यनिर्मिती तिनं केली. दूरदर्शन मालिका, चित्रपटक्षेत्रातही ती चमकली.

अलीकडे सात-आठ वर्षांत ती भेटली नाही म्हणून मी तिला एक-दीड वर्षांपूर्वी एक प्रदीर्घ पत्र पाठवून तिला शुभेच्छा देऊन शेवटी म्हटलं होतं, "प्रिया, माझ्या घरी पांढरा रस्सा खायला कधी येणार कळवं!"

ते पत्र तिला पोहोचलं की नाही पंधरा दिवस कळलेच नाही, पण एका रात्री सव्वा अकराच्या सुमारास माईंनी अर्धवट झोपेतून मला उठवलं आणि म्हणाल्या,

"प्रिया मुंबईवरून बोलतेय", मी उठून रिसिव्हर कानाला लावला. प्रिया अर्धा पाऊण तास फोनवरून बोलत राहिली. मला म्हणाली,

"दहावेळा तुमचं पत्र वाचलं असेल, तुम्ही मला कामानिमित्त कोल्हापूरला आल्यास भेटून जा, असं लिहिलंय. पण काम नाही निघालं तरी खास तुम्हाला भेटायला म्हणून कोल्हापूरला येईन. "I will never forget your friend-ship"

पण तो दिवस उजाडायच्या आतच प्रियानं जगाचा निरोप घेतला. आता मागे उरल्यात त्या एका ''तेजस्वी'' आणि ''मनस्वी'' व्यक्तीच्या आठवणी आणि तिचं शेवटचं पत्र.

ति. बाबांस,

सा. न.

जुन्या पत्रांचा संग्रह चाळताना ८१ साली तुम्ही मला लिहिलेले पत्र मिळाले. याचा अर्थ तुमची आठवण येत नाही असा नाही. माझ्या आयुष्यातल्या कठीण काळात तुम्ही मला फार मोलाची, कधीही परतफेड करता न येणारी मदत केली आहे. ती मला आयुष्यभर पुरी पडेल. आवडता पदार्थ पुरवून खातात तशी मी तुमच्या सहवासाच्या आठवणी पुरपुरवून आठवते. पण आज पत्र मिळाले आणि लिहिण्याची उर्मी आली. वाटले, बाबा मला विसरले नसतीलच. लिहून पाहण्यात काय गैर आहे?

तुम्ही कसे आहात? तुमचे पाय?

कोल्हापूरला येण्याची संधी मिळणे कठीण आहे. मराठी चित्रपट-वाल्यांना मी कधीच त्यांची वाटले नव्हते, आता तर तसे वाटणे अशक्यच आहे. पण तुमच्या कादंबरीवरील एखाद्या चित्रपटात काम करण्याची खूप दिवसांपासूनची इच्छा आहे. बोलून दाखवायचे धाडस केले त्याबद्दल माफ करा. मी वाट पाहत राहीन. शेवटपर्यंत.

खास तुम्हाला भेटायला कोल्हापूरला यावे असे मनात आहे. येण्यापूर्वी कळवीन.

तुमची चित्र पाहयचीत. माझी चित्र तुम्हाला दाखवायची आहेत.

माझा कथासंग्रह निघतो आहे. तो घेऊन तुमच्या चरणी अर्पण करण्यासाठी येईन.

मी कुणीही नसताना मी खूप मोठ्ठी असल्यासारखे, बरोबरीच्या नात्याने वागवणारे मोठ्ठे लेखक श्री. बाबा कदम यांची मी सदैव ऋणी आहे.

प्रकृतीला जपा.

वेळ मिळाल्यास पत्र लिहिले, तर मी तुमच्या इतर पत्रांसारखे सांभाळून ठेवीन.

With Highest Regards
तुमची
प्रिया

◁◁◁

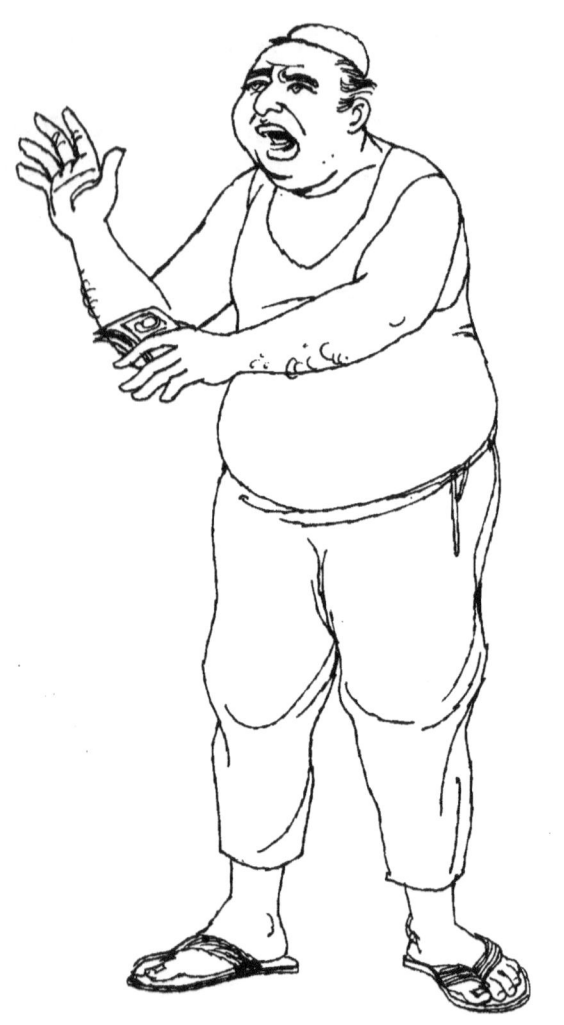

११. “आर्देशिट खुरोदी”

१९६६ ला बार्शीला माझी बदली झाली, पण बार्शीचा चार्ज घेतो न घेतो तोवर सोलापूर सिटीला दोन नं. च्या ज्युडिशिअल कोर्टाकडं परत माझी बदली झाली. सौ. माईंनी कॉलेज जॉईन केलेलं. चिरंजीव उमेश बार्शीत हायस्कूलात शिकत होते. या दोघांच्या शिक्षणात खंड पडू नये म्हणून मी एकट्यानेच सोलापुरात राहायचा निर्णय घेतला. त्यावेळचे बार्शीचे नगराध्यक्ष श्रीमान भाऊसाहेब झाडबुके यांनी मला त्यांच्या जयशंकर मिलच्या सोलापुरातल्या रेस्ट हाऊसमध्ये राहायची परवानगी दिली. ''किनारा'' नावाचा सदर बझार विभागात जो बंगला होता त्यात झाडबुकेंचे रेस्ट हाऊस होते.

मला सोलापुरात एक दीड वर्षे राहावे लागणार होते. नंतर परत बार्शीला माझी बदली होणार होती. मला हॉटेल, खानावळीचे जेवण, अजिबात आवडत नाही. तशा माझ्या गरजा फारच थोड्या. सकाळी एक ज्वारीची पातळ भाकरी, अन् संध्याकाळी अर्धी भाकरी. सकाळी भात नाही. संध्याकाळी मात्र एक वाटी भात. कोर्टातून येता-येता अर्धा पाव मटण आणायचे, कुकरवर शिजवायचे, सौ. माईंनी चटणी, मसाला आदी पदार्थ भरपूर दिलेले. मी मासांहारी स्वयंपाक उत्तम करू शकतो. चिकनकरी, मटण, सुके कटलेटस्, कधी कधी ''मटणस्ट्यू,'' भाजा घालून शिजवलेले मटण! माझा छंद सोलापुरातल्या पोलीस खात्याला समजला. मग सोलापूर तालुक्याचे फौजदार, जेलरोड पोलीस स्टेशनचे फौजदार, कधी कधी सिटी डीवाय एस.पी, होम इन्स्पेक्टर ही मंडळी माझ्या रेस्ट हाऊसवर जेवायला येऊ लागली. अधून-मधून मी त्यांच्या घरी जायचो. सोलापुरातल्या वर्ष दीड वर्षांचा काळ अत्यंत सुखात गेला. त्या दीड वर्षात चार कांदबऱ्या मी प्रसवल्या. मुख्यमंत्री वसंतराव नाईक यांच्या हस्ते माझ्या ''इन्साफ'' या कादंबरीचे प्रकाशन सोलापूरच्या पोलीस परेड ग्रांऊडवर थाटामाटात झाले. त्यावेळचे सोलापूरचे डी.एस.पी होते व्ही. आर. द्रविड आय.पी.एस! त्यांचा

माझ्यावर भलता लोभ.

सदर बझार विभागात बरेच निवृत्त रेल्वे कर्मचारी रहात. त्यात आर्देशिट खुरोदी नावाचे सत्तर-बहात्तर वर्षांचे पार्शी गृहस्थ होते. ते रेल्वे इंजिन-ड्रायव्हर म्हणून निवृत्त झालेले होते. प्रकाश पारसवाट हे किराणा मालाचे दुकानदार मला एकदा आर्देशिट खुरोदीच्या घरी घेऊन गेले. जाण्यापूर्वी प्रकाशने मला त्या गृहस्थाबद्दल बरीच माहिती दिली होती.

"आबा, हा म्हातारा थोडा विक्षिप्त आहे बरं!"

"असू दे, मला अशा माणसांच्या स्वभावाचा अभ्यास करायला आवडते. विक्षिप्त म्हणजे करतो तरी काय?"

"याचं कोणाशीही पटत नाही. दिल्लीत याचा मोठा मुलगा असतो. तो स्कॉटलंडला दूध डेअरीचं उच्च शिक्षण घेऊन आलाय. दिल्लीत त्याचा मोठा बंगला आहे. गाड्या आहेत, घरी नोकर-चाकर आहेत. मुलाची आई आंधळी आहे. तिला सोबत म्हणून बापाने आपल्या जवळ राहावे असे वाटते, पण हा म्हातारा भलताच तिरसट. तुझे वैभव तुझे तुला लखलाभ म्हणतो! वीस वर्षांपूर्वी खुरोदी कन्या "डॉली" सोबत सोलापुरात राहायला आला. पूर्वी याची पोलीस खात्यातल्या लोकांशी मैत्री असायची, पण विक्रम देशमुख नावाच्या तरुण फौजदाराशी प्रेम जमल्याने "डॉली" म्हाताऱ्याला सोडून पळून गेली. तेव्हा म्हाताऱ्याने आय.जी., डी.आय.जी. कडे अर्ज केले. कोर्टातही ३६३ कलमाखाली देशमुखावर केसही केली, पण डॉली सज्ञान असल्यामुळे कोर्टाने देशमुखला दोषमुक्त केले. तेव्हापासून खाकी कपड्यातला कोणीही माणूस दिसला तरी "भँचोद, हरामजादे, डँबिस" अशा शिव्या म्हातारा घालतो."

"प्रकाश अरे मीही पोलीस खात्यातलाच आहे म्हणनू त्याची माझी रास कशी जमणार?"

"तसं नाही आबा, तुम्ही प्रॉसेक्युटर आहात, लेखन करता, पेंटींग्ज

करता म्हणून जेव्हा मी खुरोदी चाचाला सांगितलं, तेव्हा मला म्हणाला, ''मला भेटवंच त्यांना एकदा.''

सत्तर-बहात्तर वर्षांच वय, डोक्याला बनपावाच्या आकाराची छोटी पांढरी टोपी. अंगात मलमलीचं बनियन, त्यावर कमरेला पार्शी धर्मानुसार ''सेक्रेड थ्रेड'' (नाडा) बांधलेला, घोट्याच्या वर गुडघ्याला पोंगा आलेली विजार, पायात काळसर रूपाता घातलेला खुरोदी चाचा मला प्रकाशसोबत आलेलं पाहताच उठून उभा राहिला. हस्तांदोलनासाठी उजवा हात पुढं करीत म्हणाला,

''आरे मिस्टर कदम, आय हर्ड ए लॉट अबाऊट टू! प्लिज सीट डाऊन!'' बाजूच्या खुर्चीवर मी बसलो.

मी म्हणालो, ''चाचाजी, आय राईट नॉव्हेल्स!''

''हांऽ हाऽऽ परसो चीफ मिनिस्टरने तुम्हारे नॉव्हेलका पब्लिशिंग किया ना? डिस्ट्रिक्ट जज्ज टी. आर. कुलकर्णीने आपकी बडी तारीफ की! मैने 'संचार' और 'समाचार' में पढा!''

संचार आणि समाचार ही त्यावेळची सोलापुरातील प्रमुख दैनिके!

म्हणजे म्हातारा याही वयात वर्तमान पत्र वाचतो तर! मी मनातल्या मनात म्हणालो.

''अरे प्रकाश, जा एक बिस्किट का पुडा लेके आ, मैं कदम साहाबको कॉफी बनाता हूँ!''

''नको नको, चाचा, मला चहा कॉफीचा शौक नाही!''

''तुम्ही स्वस्थ बसा, आपण गप्पा मारू!''

प्रकाश आमची ओळख करून देऊ निघून गेला. त्यानंतर फावल्या वेळी मी आर्देशिट चाचाच्या घरी जाऊन बसू लागलो. चाचाला घड्याळं दुरुस्त करण्याचा छंद होता. डोळ्यांच्या खोबणीत लेन्स बसवून तो घड्याळातला दोष अचूक शोधत असे. घड्याळ दुरूस्त करता करता तो मला रेल्वे खात्यातल्या आठवणी सांगायचा!

"चाचाची, तुम्ही रेल्वे खात्यात कसे काय गेलात?" आर्देशिटला मराठी, इंग्रजी, हिंदी चांगले समजत होते. बोलताना सगळ्या भाषांचा मुक्तपणे तो वापर करी.

"अरे मिस्टर कदम, डॅट इज ए लॉंग लॉंग स्टोरी"! मै नाईन्टीन फोर्टीन के वॉर मे सोल्जर था। जब इटली के फ्रंट पर हमारा युनिट था, तब जर्मन के हमलोंमे मुझे पावपर बुलेट लगी।"

लगेच चाचाने विजार वर करून मांडीवरची बंदुकीची गोळीची जखम दाखविली.

"मै पकड गया, POW प्रिझनर ऑफ वॉर कॅम्पमें मैं नजरबंद हुवा। एक महिने के बाद कॅम्पसे रात मे भागा। और ब्रिटिश बटालियनमे आया। एक पाव, इन्जुअड। वहासे लंडन ले गया, उधर सिक्स मंथ ट्रीटमेंट हुई। मै वापस इंडिया आया। खाली एक पाव इन्जुअर्ड हुवा था बाकी मै हंड्रेड पर्सेंट तंदुरूस्त था। मुझे सिव्हिल सार्व्हिस के बारे मे पूछाँ! मै बोला मै रेल्वे इंजिन ड्रायव्हर बनना चाहता हूँ। बस चलो, आंग्रेज सरकारने मुझे रेल्वे इंजिन ड्रायव्हिंग का ट्रेनिंग दिया। तीस साल के बाद मै रिटायर हुवा। अब मुझे एट थाऊजंड पेन्शन मिलती है। लडका दिल्ली को बुलाता है, लेकिन मै इधर ही हॅपी हूँ। बुढापे मे लडकेको क्याँ तकलीफ देना?"

आर्देशिट चाचाच्या स्वभावातले बारकावे मी टिपत होतो. इतकी वर्षे रेल्वे इंजिन ड्रायव्हर म्हणून काम केल्यामुळे सदैव त्याला आपण इंजिन ड्रायव्हरच्या ड्युटीवरच आहे असं वाटायचं. अधून-मधून तो हातातल्या घड्याळ्याकडं पाहायचा. काही आठवण झाल्यासारखे करून दारात जायचा. त्याने इंजिनला असते, तशी लोखंडाची कडी दाराला बसवून घेतली होती. एका हाताने तो कढी काढून बाहेर पाहून यायचा. पुन्हा घड्याळ दुरुस्ती! त्याची ती अस्वस्थता पाहून मी त्याला एकदा म्हणालो, "चाचाजी, बार-बार आप बहार जाके क्यो देखते

हो?''

चाचा आपल्या दंतहीन बोळक्याने हसत हसत म्हणाला, ''अरे मिस्टर कदम, इतने साल मे इंजिन चलाया था, तो रिटायर होने के बाद भी मै ड्युटीपर हूँ ऐसा लगता है।''

चाचा कप बशीतून कधी चहा प्यायचा नाही. त्याने इॅनॅमलचा निळा मग ठेवला होता. त्यातूनच तो चहा प्यायचा. आम्हाला मात्र कपबशीतून चहा द्यायचा.

एके दिवशी दुपारी तीन-चारच्या सुमारास मी खुरोदी चाचाकडे जाऊन बसलो असताना वीस-एकवीस वर्षांची फ्रॉक घातलेली,बॉबकट केलेली नाकेली मुलगी आली. ती खुरोदीला म्हणाली, ''अंकल, मम्मी रिक्वायर्स व्टेंटी फाई रूपीज.''

त्या मुलीचे ते शब्द ऐकताच म्हातारा एकदम भडकला. ''बास्टर्ड, युवर मम्मी इज ए बीच! डॅट रास्कल वूमन शूड हॅव डार्फड बिफोर युवर फादर!''

ती मुलगी शांत उभी होती.

बहुतेक तिला हे सर्व ऐकावं लागणार आहे याची पूर्वकल्पना असावी. म्हाताऱ्याने प्रथम त्या मुलीच्या आईला शिव्या घातल्या आणि नंतर खुंटीला टांगलेल्या कोटाच्या खिशातून पंचवीस रुपये त्या मुलीला दिले. ''थॅक्स'' म्हणून ती निघून गेली. ती मुलगी कोण, तिची आई या म्हाताऱ्याकडे पैसे का मागते, हा प्रथम शिव्या का घालतो आणि नंतर त्या मुलीला पैसे का देतो याचं मला गूढ वाटलं.

ती मुलगी निघून गेल्यानंतर म्हातारा चाचा मला म्हणाला, ''मिस्टर कदम, लाईफ में किसीको प्रॉमिज नही देना, बाद मे पछताना पडता है।'' माझी उत्कंठा ओळखून चाचाने त्या दिवशी मला सांगायला सुरवात केली.

''मिस्टर कदम, जॉन ब्रॉकहर्स्ट हा माझा दोस्त गार्ड होता. त्याची

माझी तीन वर्षांची दोस्ती. रेल्वे खात्याला आमचा दोस्ताना माहीत असल्याने आम्हा दोघांना एकत्र ड्युटी मिळत असे! सोलापूर आमचे हेडक्वार्टर! पंधरा दिवस सोलापूर-पूना पंधरा दिवस सोलापूर-शहाबादवाडी, ड्युटी संपल्यावर आम्ही दोघे रिटायरिंगरूममध्ये वॉश घेऊन सोबत आणलेले डबे खायचो.

ब्रॅंकहर्स्टला पिण्याचा नाद. रोज जेवणापूर्वी ३-४ पेग मारायचा. मी मात्र सैन्यात १०-१२ वर्षे असूनही मद्याला स्पर्श केला नाही. आजही मी ''टीटोटलर'' आहे.

ब्रॅंकहर्स्ट प्यायला की बडबड करायचा. एकदा मला म्हणाला, ''आर्देशिट गीव मी ए प्रॉमिज!''

''कशाबद्दल?''मी विचारलं

''आपण इतक्या वर्षाचे दोस्त, आपली दोघांचीही मुलं लहान आहेत. मी अगोदर मेलो तर माझ्या पश्चात तू माझ्या बायको-मुलाची देखभाल करायची. तू अगोदर मेलास तर मी तुझ्या बायका-मुलांचे संगोपन करायचे!''

मला वाटले त्यादिवशी ब्रॅंकहर्स्टला जरा जास्त झालीय. विषय संपवण्याच्या हेतूने मी त्याला वचन दिले आणि आश्चर्य म्हणजे बोला-फुलाला गाठ पडावी तसे चौथ्या दिवशी ब्रॅंकहर्स्ट हार्टअॅटकने गेला.

तो गेल्यावर त्याच्या बायकोला ''क्विन''ला त्याचा तीन लाख रु. फंड मिळाला. दरमहा दोन हजार पेन्शनही मिळते, पण ही साली ''क्विन'' चाटक्या जिभेची, भयंकर खर्चिक, सगळ्या फंडाची वाट लावली तिनं! पेन्शनसुद्धा १० तारखेच्या आत संपवते. मग काही गरज लागली की, मुलीला माझ्याकडे धाडते. मी त्या ''इंनोसंट'' मुलीला शिव्या घालतो, पण दुसऱ्या क्षणीच मला ब्रॅंकहर्स्टला दिलेल्या वचनाची आठवण येते. नाईलाजाने पैसे देतो झालं!''

तो सगळा इतिहास ऐकून मी थक्क झालो. रेल्वे इंजिन ड्रायव्हर

आणि गार्ड यांच्या जीवनावर कांदबरी लिहायचा निर्णय घेतला. आर्देशिट चाचाच्या ओळखीने मी ३-४ वेळा रेल्वे इंजिनमधून प्रवास केला. त्यातले बारकावे अभ्यासले आणि ''शेवटचे स्टेशन'' ही कादंबरी साकारली.

आता या कादंबरीच्या ३-४ आवृत्त्या संपल्या. नवीन आवृत्ती लवकरच बाहेर पडेल. श्रीराम लागूंना या कादंबरीवर चित्रपट करायचा होता. परवा मी सोलापूरला गेलो, तेव्हा प्रकाशने चाचा खुरोदी दहा वर्षांपूर्वी गेल्याचे सांगितले. मी ते घर पाहावे म्हणून गेलो, तर ते घर बिल्डरने घेऊन पाडले आहे. आता त्या जागी चार मजली इमारतीत - Flats आहेत.

मला मात्र तिथल्या त्या जुन्या घराच्या दाराच्या कडीला धरून ओणवून बाहेर पाहणारा, मग मधून चहा पिणारा चाचा खुरोदी आठवला.

◁◁◁

१२. "विठावहिनी"

पाच फूट एक दोन उंचीची विठावहिनी ही माझ्या बार्शीतला जिवलग मित्र कल्लाप्पा याची बायको. बाईला लिहिता-वाचता येत नव्हते, पण कर्तबगारी एखाद्या "ग्रॅज्युएट" माणसाला शिकवण्यासारखी!

वीस-पंचवीस वर्षांपूर्वी कोटगुंड कुटुंब हे विजापुरातून पोट भरण्यासाठी बार्शीला आले. विजापूरच्या परिसरातील काहीजण त्यांच्या अगोदर बार्शीला स्थायिक झाले होते. त्यांच्याकडून कोटगुंड कुटुंबाला समजलं की, बार्शीत दोन-तीन सुताच्या गिरण्या आहेत. डाळ तयार करण्याचे डझन दोन डझन कारखाने आहेत. कुठं ना कुठं रोजगार मिळेल. नवरा-बायकोचं पोट भरणं अवघड जाणार नव्हतं.

अपेक्षेप्रमाणे कल्लाप्पाला मराठे मिलमध्ये नोकरी मिळाली. त्यावेळी रोजी ७ ते ८ रुपये हजेरी होती. कोटगुंड पती-पत्नींनी एक छोटी खोली भाड्यानं घेतली. कल्लाप्पा रोज सकाळी जेवण बांधून घेऊन कामाला जायचा. दिवसभर उगाच बसून राहण्यापेक्षा आपणही चार पैसे कमवावेत म्हणून विठाबाईनं शेजारच्या नूरबीला विचारलं,

"नूरबी, तू बिड्या बांधतेस त्यात तुला किती मिळतात?"

"हं, दिनभरं काम करी तो आठ दस रुपये मिलते है"

"मग मलाहीं बिड्या बांधायला शिकवं ना? बसल्या-बसल्या मी ही चार पैसे कमवावे म्हणते!" सुशिक्षित समाजातल्या व्यक्ती आणि कमवून खाणाऱ्या लोकांत एक मोठा फरक असतो. सुशिक्षित आणि पांढरपेशा माणूस दुसराही आपला व्यवसाय करतो म्हणाला तरी मदत करणार नाही. पण हातावर पोट भरणारी माणसं दुसऱ्याच्या उपजीविकेसाठी नि:स्वार्थी वृत्तीनं दुसऱ्याला हवी ती मदत करतील.

नूरबी म्हणाली, "भामी कल आप जाएंगे तांबोळी साहब के दुकान में मै तुमको बिडी बांधनेको सिखाऊंगी।"

"पहिल्यादा तू मला बिड्या बांधायला शिकव आणि मगच आपण दुकानाकडं जावू. त्यांनी मला बिड्या बांधता येतात का असं

विचारलं तर आज मी काय सांगणार?''

''वो बी सच उसमे क्या है, मै सिखाऊंगी तुमको।'' नूरबीनं विठाबाईला विड्यांची पानं कशी कापायची नंतर त्यात चिमूटभर तंबाखू घालून ते पान कसं वळायचं, भोवताली लालदोरीचा तिढा देऊन, छोट्या चाकूच्या पात्यानं विडीच्या दोन्ही बाजू कशा बंद करायच्या हे शिकवलं. तिसऱ्याच दिवशी विठाबाईनं पन्नास एक बिड्या बांधल्या. एकसारख्या कुठंही आकारात फरक नसलेल्या त्या बिड्या पाहून नूरबी म्हणाली,

''भाभी तू तो मेरेसे भी अच्छी बिडी बनाने लगी।''

चौथ्या दिवशी नूरबी विठाबाईला तांबोळीच्या बिडीच्या दुकानात घेऊन गेली. रमजान नूरबीला म्हणाला, ''ये औरत कितने सालसे बिडी बनाती है?'' ''सालसे नही जी खाली चार दिन पहले मैनेच उसको सिखाया!''

विठाबाईनं बांधलेल्या त्या एकसारख्या मशीनमध्ये तयार केल्यासारख्या बिड्या पाहून रमजानसाब खूश झाला. विठाबाई कधी दहा तर कधी बारा तर कधी पंधरा रुपयांची कमाई करू लागली.

कोटगुंट दांपत्याला आपण या प्रदेशात येऊन देखील अल्पावधीत चार पैसे कमावू लागलो हे पाहून समाधान वाटू लागलं. कल्लाप्पा सहा-सात इयत्ता शिकला होता. तो कानडीबरोबर मराठी आणि मोडकं-तोडकं हिंदीही बोलायला शिकला. मराठे मिलमधला जॉबर हुंडेकरी त्याला म्हणाला, ''कल्लाप्पा, तू इलेक्ट्रिशियनचा कोर्स शिकून घे. बार्शीत त्याला फार डिमांड आहे.''

''काय होईल त्यामुळे?''

''तुला इलेक्ट्रिक फिटिंग करता येईल. बसल्या-बसल्या बॅटरी चार्जिगंचे काम करता येईल.''

''पण त्यासाठी मला सोलापूरला जावं लागेल!''

"मग जा ना? आता कशीही तुझी बायको रोज १०-१५ रुपये कमावते आहे."

त्या संध्याकाळी कल्लाप्पा विठाबाईला म्हणाला, "जॉबर म्हणतो इलेक्ट्रिशियनचा कोर्स कर! गिरणीतलं तरी काम मिळलेच, पण फावल्या वेळात खासगीसुद्धा काम करून चार पैसे मिळवता येईल."

"ठीक आहे, चार महिने म्हणजे काही जास्त नाही!"

या चार महिन्यात कल्लाप्पाच्या बोलण्यात वागण्यात खूपच फरक पडला. तो पँट-बुशशर्ट वापरू लागला. डोक्याची टोपी गेली. केस वाढवून भांग पाडू लागला. मिलमधलं काम सांभाळून तो गावातली इलेक्ट्रिक फिटिंगची कामे करू लागला.

बार्शीतला तेलगिरणी चौक म्हणजे तिथलं उद्यमनगरचं! तिथं चार-पाच लेथ होते. त्या लेथमशिनवर शेंगाचे तेल गाळायचे रॉड बनवले जात. चार-दोन इलेक्ट्रिक वेल्डिंगची दुकानंही होती. पलीकडे मोटारी दुरुस्त करायचे. गन्नी फोरमनचे गॅरेज होते. हा गन्नीसाहेब नूरबीचा सख्खा दीर, वागायला अतिशय गोड. त्याला विजापूरहून येऊन अल्पावधीतच आपलं बस्तान बसवलेल्या कोटगुंड पती-पत्नीबद्दल आदर आणि जिव्हाळा वाटू लागला होता.

कल्लाप्पा गिरणीत काम नसलं की, गन्नी फोरमनच्या गॅरेजमध्ये "व्हॉलेंटियर" म्हणून काम करू लागला. बघता-बघता त्याला जीप, ॲम्बेसिडर, फियाट दुरुस्तीही कामंही करू लागला. बार्शीत त्याला एक अतिशय हरहुन्नरी प्रामाणिक गृहस्थ म्हणून ओळखू लागले. सदैव हसरी मुद्रा, विनोदी वृत्ती, जे मिळेल त्यात समाधान मानणारा!

या कोटगुंड दांम्पत्याला एक फार मोठं दुःख होतं. त्याचं लग्न होऊन बरीच वर्षे झाली तरी मूल झालं नाही!

बराच काळ मूल नसलं की, समाज एकच अनुमान काढतो! बायकोतच काहीतरी दोष असेल!

"अबे कल्लाप्पा अब दुसरी शादी कर ले, किसके लिए इतना पैसा कमाता है।" गन्नीचा भाऊ बाशा म्हणाला. कल्लाप्पानं ते बायकोला सांगितलं ती म्हणाली, "लोकं म्हणतात ना माझ्यातच काहीतरी दोष आहे! तू घे जा दुसरं लग्न करून. पण मी मात्र त्या घरात राहणार नाही. तू आणि तुझी बायको राहा स्वतंत्र!"

सुरुवातीला कल्लाप्पाचा निर्णय होत नव्हता पण बायकोनंच हिरवा कंदील दाखवल्यावर तो तयार झाला.

विजापूरला गेला, तिथून जाताना येरा गबाळा दिसणारा कल्लाप्पा आता चार-पाच वर्षांत पँट-मनिला घालून केसाचा भांग पाडून आलेला पाहून त्याच्या जमातीतल्या लोकांना आश्चर्य वाटलं. त्या (धनगर) जमातीत एक दोन लग्नं करणं यात काही गैर समजलं जात नसे.

संध्याकाळी विठाबाईचा म्हातारा बाप कल्लाप्पाच्या विजापूर भेटीचं प्रयोजन समजल्यावर म्हणाला, "विठा, दुसऱ्या घरातली मुलगी सवत म्हणून स्वीकारणार नाही. पण आपली सख्खी बहीणच घरात येतेय तर तिला घ्यायला काय हरकत आहे म्हणेल!" कल्लाप्पानं विचार केला आणि त्याने सासऱ्याला होकार दिला.

दोन दिवसांनी हळदीच्या अंगाने कल्लाप्पा बार्शीला आला. तो येईपर्यंत विठाला आपली बहीणच सवत म्हणून घरात येणार आहे याची कल्पना नव्हती.

विठाबाईनं मनातले दुःख गिळले, किती झालं तरी नवरा काहीसा दुरावल्याची जाणीव ती विसरू शकत नव्हती. पण या तिच्या बहिणीची "कूस" भलतीच सुपीक. एकापोठापाठ एक अशी चार मुलं दुसरीला झाली. सर्वांत मोठा तो दत्ता! त्याच्या पाठोपाठ तीन मुली. सर्व मुले विठाबाईनेच अंगा-खांद्यावर मोठी केली. ती मुलं विठाबाईला आई म्हणायची अनं सख्ख्या आईला "यव्वा" म्हणायची.

तेलगिरणी चौकात चांगली माणसं राहायला धजावत नसत.

कारण त्या परिसरात शे-दोनशे वेश्या राहायच्या. तोंडाला भडक लिपस्टिक चोपडून उग्र वासाचे अत्तर फासून तेरा चौदा वर्षांच्या मुलीपासून ते चाळीशीपर्यंतच्या बायापोरी पोटाची खळगी भरायला देहविक्री करायच्या. त्यात मराठवाड्यापासून ते हुबळी-धारवाडपर्यंतच्या बाया-पोरी होत्या. चार-दोन नेपाळीही बुटक्या, चपट्या नाकाच्या पोरी परकर आणि तोकडं पोलकं घालून गिऱ्हाईकांना भूल पाडायचा प्रयत्न करीत.

तेथेच कल्लाप्पाने चार खोल्याचं घर स्वस्तात विकत घेतलं. एकदा कल्लाप्पा मला म्हणाला, ''आबा, विठा म्हणते आबा आपल्या घरी जेवायला येतील का?''

मी चटकन म्हणालो, ''का नाही येणार? पण मी ''त्या'' गल्लीत गेल्याचं कोणी बघितलं की, लोक निराळाच अर्थ काढतील.''

''शक्य नाही! आता जवळ जवळ सगळी बार्शी तुम्हाला ओळखतेय. ते बरं पण येतो मी!''

मी गेलो, विठाबाई धनगर समाजातली आहे हे कोणाला सांगूनही पटले नसते. घर स्वच्छ, भांडी-कुंडी चकचकीत अंथरूणं व्यवस्थित घड्या करून ठेवलेली.

विठावहिनीनं काळ्या तिखटातील मटणाचा रस्सा आणि कोंबडीचं ''सुक्कं'' अप्रतिम बनवलं होतं.

त्या माऊलीच्या हातचं सुग्रास अन्न माझी बार्शीवरून बदली झाल्यानंतर देखील अनेकवेळ चाखायला मिळाले.

बार्शीहून बदलून गेल्यानंतर मी वर्षातून तीन-चारवेळा बार्शीला जायचो. सरकारी विश्रामधामात उतरायचो, शिकारीचा प्रोग्रॅम आखले जायचे. आजूबाजूच्या खेड्यांतल्या पाटलांना, शिकारी मित्रांना निरोप जायचे.

विठावहिनी मला रेस्ट हाऊसवर भेटायला यायची. येताना ''भाजी'' आणायची. विठाबाई मटणाच्या जेवणाला ''भाजी'' म्हणायची. ज्वारीच्या

पातळ भाकरी, सुक्क मटण टिफिनमधून घेऊन मी शिकारीला जायचो.

विठावहिनीनं बहिणीला सांभाळून घेतलं. तिची मुलं ती स्वत:चीच मानली. तेलगिरणी चौकात बोळाच्या तोंडाला किराणामालाचं दुकान काढलं. नवऱ्याला एक जीप आणि एक ३८ मॉडेल शेवरलेट गाडी घेऊन दिली. बॅटरी चार्जिंग करायचं दुकान काढलं. कल्लाप्पा महिन्याकाठी सात-आठ हजार कमवू लागला. पण शेवटी गरजेपेक्षा जास्त पैसा मिळू लागला की जे होतं तेच झालं.

कधी तरी एक दोन पेग मारणाऱ्या कल्लाप्पाला रोज एक ''क्वार्टर''ने भागेना. प्रत्यकेवेळी विठावहिनी मला कळवळून सांगायची, ''आबा हा आता माणसात ऱ्हाई ऱ्हायला! तुमी हितं हुतासा तवा तुमच्या भ्यानं जरा ताळ्यात तरी हुता!''

''दारुड्याला दारू सोड'' असे सांगण्याचा मूर्खपणा कधीही करू नये. असे मला वाटे. मी एवढंच सूचक बोलत असे. ''आण्णा, तुला सगळीकडं सुखं मिळाली. आज तू तीन-चार व्यवसाय करतोस, पोटपाणी चांगलं पिकलंय, आता कशाला बाटलीत गुंतून पडतोस. दारुड्याचं कधी तरी भलं झालंय का?''

तेवढ्या पुरतं ''आबा, आता आजच्या पुरत घेतो. उद्यापासून हात लावला तर तुमची शपथ!'' असं कैक वेळा झालं, कल्लाप्पाचा लवकरच ऱ्हास होणार अशी लक्षण दिसू लागली.

बिचारी विठावहिनी कुटुंबाचे वाटोळं झाल्याचं बघण्याचं नशिबी येऊ नये म्हणून झुरू लागली. त्या दिवाळीला मी बार्शीला विठावहिनीला भाऊबीजेची साडी घेऊन गेलो. विठावहिनीने मला नवी साडी नेसून भाऊबीजेच्या दिवशी ओवाळलं. चमचमीत मटणाचं जेवण केलं.

तीच आमची शेवटची भेट. पुढे महिन्या-दीड महिन्यांनी कल्लाप्पाचे पोस्टकार्ड आले. गेल्या पौर्णिमेच्या दिवशी विठाबाई ''हार्टअटॅक''ने गेली.

कोण कुठली? विजापुरात जन्मलेली, बार्शीत स्थायिक झालेली, माझ्यासारख्या सरकारी वकिलाला भाऊ मानून तऱ्हेतऱ्हेचे जेवण खायला घालणारी ''विठावहिनी'' बार्शीत मला पुन्हा कधीही दिसणार नाही.

◁◁◁

१३. "कणेरीची शिकार"

"**आता** उंग वेळ घालवू नगासा, उटा बरं! लई रान घ्याचं हाय आज, मटाखालचं वगाळ, मोऱ्याची कुडी, गिरगावचा वडा दोपार हुईल!"

"शिवबा, आवरा बरं बिगी-बिगी!"

"अरे आम्ही तयारच आहे. नाना, आता आक्का चहा करतो म्हणाली म्हणून थांबलो."

"बरं बाबा, तुजं शेंगा-गूळ खानं आवरतं घे. सांच्यापरनं परतल्यावर खा म्हनं! आवंदा मायदाळ चित्तार उडनार हैत, लाबकानं बी लई झाल्यात."

त्यावर कॅ. मोहनसिंग म्हणत, "नाना सदान्कदा, तुझी घाई असते बघ!"

इतक्यात भगव्या फेट्याचा ओठावर भरघोस मिशा वाढलेला खंडू चिकटव्हळे आपल्या चिरक्या आवाजात येऊन ओरडला, "आरं चला की बिगी बिगी, च्या कदी प्याला व्हाईसा व्हय, बाबा तूबी लहान पोरासारखं गूळ शेंगा खात बसलास व्हय!"

हे "डायलॉग्ज" कोल्हापूरपासून दहा किलोमीटरवर असलेल्या मठाची कणेरी या गावात नाना टाकळेच्या घरात व्हायचे! माझे मामेभाऊ मेजर शिवाजीराव शेळके, त्यांचे मित्र कॅप्टन मोहनसिंग बायस, हे दोघे पट्टीचे शिकारी. मी शाळकरी वयाला असल्यापासून या दोघांच्या सोबत तितर आणि सशांच्या शिकारीसाठी कणेरीला जात असे. कॅप्टन मोहनसिंग बायस आणि मेजर शिवाजीराव शेळके हे दोघेही उडते तित्तर आणि पळते ससे बारा बोअर बंदुकीने टिपण्यात तरबेज होते.

तित्तर आणि ससे यांची शिकार करणारा शिकारी "दर्दी" समजला जातो. कारण तितर हा पक्षी पहाटे आणि दिवस मावळल्यावर चरण्यासाठी बाहेर पडतो. दिवसा तो कुठल्यातरी घाणेरीच्या झुडुपात दडून बसतो. ससा हा प्राणी (Noeturrial) निशाचर आहे. तो दिवसा

कधीही कुणाला दिसत नाही. सूर्य मावळल्यावर अंधार पडू लागला की, ससा ''चरणी''साठी झुडुपातून बाहेर पडतो. त्यांची शिकार करण्याची एक खास पद्धत आहे आणि ती म्हणजे ''हाक्या'' धरायचा! जेवढे शिकारी असतील त्यांनी आणि झुडुपे झोडपणाऱ्या हाकेवाल्यांनी लाईन धरायची. हाकेवाल्याच्या हातात काठ्या असतं. ज्या झुडुपात तितर किंवा ससा लपून बसले असतील ते झुडुपावर काठी बसताच भर्ररर्र-कन उडून जायचे. तितर असा अचानक झुडुपातून उठला की, शिकाऱ्याने त्याला बारा बोअरच्या बंदुकीने हवेतच टिपायचा. क्वचितप्रसंगी ससाही झुडुप बडवल्याचा आवाज होताच दिसेल त्या दिशेने टान-टान उड्या मारत धावत सुटे. बंदूकधारी शिकाऱ्याने अशा सुसाट धावणाऱ्या सशाला टिपायचे. बार लागताच तो ससा लोळागोळा होऊन पडे.

सकाळी आठ-साडेआठच्या सुमारास सुरू झालेला ''हाक्या'' बारा साडेबाराला थांबायचा. जेवणाची सुट्टी व्हायची. हाकेवाले आठ-दहा, बंदूकवाले तीन-चार या सर्वांचं जेवण वाहणारा पोऱ्याही डोक्यावरचे जेवणाचे सांभाळत हाक्क्यात श्यामील झालेले असे.

काडाप्पा कणेरीमठ या नावाने ओळखले जाणारे प्राचीन मंदिर टेकडीवर वसलेले आहे. त्या मंदिराची देखभालही तेथील स्वामी महाराजांकडे असते. तो परिसर अतिशय रमणीय असा आहे. भोवताली दाट झुडुप-पाणी व्यापलेल्या टेकड्या आणि घळी आहेत. हा भाग रमणीय होता, याचे कारण तिकडे शहरी वस्तीचा गोंगाट, माणसांचा वावर मुळीच नसे. म्हणूनच ससे आणि तितर (Partridge) यांचे ते सुरक्षित असे वसतिस्थान होते. पण सटीश्यामासी आमच्यासारखे हौशी शिकारी त्यात आश्रय घेणाऱ्या ससे आणि तितरांच्या रोमहर्षक शिकारीसाठी वाकडी वाट करून येत. तीन-चार तास शिकार खेळल्यावर टेकड्यांचे खडकाळ चढ-उतार चढल्यावर दुपारी बारा-साडेबाराच्या सुमारास सपाटून भूक लागे. मग मठाच्या उत्तरेला असलेल्या दाट

झाडीतल्या प्रचंड वडाच्या झाडाखाली दुपारच्या जेवणाला सर्वजण थांबत. एव्हाना सात-आठ तितर आणि एखादं दुसरा ससा टिपलेला असे. सर्व शिकार एका काठीला बांधलेली असे. दोन मुलं ती शिकार घेऊन हाक्याच्या मागून रेंगाळत यायची. कधी-कधी ७/८ ससे मिळायचे. त्याचा बोजा वाढायचा. अशा रेंगाळत येणाऱ्या पोरावर खंडू चिकलव्हळे शिव्यांचा भडिमार करायचा. "तुमच्या आयला तुमच्या. आई-बानं जेवाय-खायाय घातलं नाही व्हय रे! चला की बिगी बिगी!"

त्या वडांच्या झाडाच्या बाजूने डोंगरात उगम पावलेल्या ओढ्याचं, स्वच्छ आणि झुळझुळ वाहणाऱ्या पाण्यात हात-पाय धुतले की एकदम फ्रेश वाटायचे. प्रत्येकजण काहीना काही पदार्थ आणि भाकऱ्या चपात्या बांधून आणे, कधी डांगर, तर कधी भरीत! कोणी बटाट्याची भाजी, कोणी अंड्याची भूर्जी (भगरा) तर कधी ऑम्लेट पाव! जेवणाला सुरुवात होण्यापूर्वी हाक्या घालता-घालता खंडू आणि नाना शेतातले पातीचे कांदे उपटून घेत. शेतकरी समक्ष असला तरी आमच्यासारखा कधी-मधी येणाऱ्या पाहुण्याकडं पाहून काही बोलत नसत. मग खंडू कांद्याची पात अडकित्याने कापून तो कांदा दगडावर ठेवून बुक्कीने फोडत असे. त्या आवळी जेवणाच्या आठवणी आज तीस-चाळीस वर्षांनंतरसुद्धा अगदी ताज्या आहेत.

जेवण एकमेकांची टिंगल खाली करीत व्हायचे. एखाद्या शिकाऱ्याचे "बार" चुकले असतील, तर त्याला कशाला ती फुकनी (बंदूक) बाळगलीस? दिवाळी अजून म्होरं हाय न्हवं!"

जेवताना नाना टाकळे त्याच्या जुन्या आठवणींना उजाळा देत म्हणे, "म्हवन" (मोहनसिंगचा अपभ्रंश) त्या वड्यात मी धावसा मागं ज्यो एक्कूल मारला हुता त्याचं सूळ दोन इत (वित) हुतं! "नाना तुझ्याकडं बंदूक कधी होती?" मी शंका विचारी, "खुळा का येडा रं तू?" आरं भाल्यानं म्या तुज्या डोक्याला क्यास न्हाईत इतकी रानडुकर

मारल्यात!''

"माजी कुत्री काय हुती म्हंतोस? वासावरनं जाळीत लपल्याला डुक्कर भाईर काडायची, सगळीकडं डुकराला घेरायची, मग मी भाल्यानं त्येला टोलवायचा!'' "पण रानडुक्कर हा भयंकर ताकदवान असतो ना? कधी-कधी माणसावर (चार्ज) धावून जातो म्हणतात!''

"कित्यांदा अंगावर घिऊन जितरापं मारल्यांत,'' "जितराप''हा शब्द शेतातल्या पिलांना आणि जंगलातल्या जनावरांनासुद्धा उद्देशून वापरला जायचा.

अशा गप्पात दुपारचं लंच पार पडायचं, मग धुम्रपान! नाना नेहमी चिलीम ओढत असे. मेजर शेळके पनामा सिगारेट ओढत, तर कॅप्टन मोहनसिंग, कागदाची उरली करून पाईपचा मेड इन इंग्लंड तंबाखू घालून सिगारेट बनवून ती ओढत. आम्हाला खंडू, सुपारीचे खांड कातरून देत म्हणे, "शाळेत शिकनाऱ्या पोरांनी सुपारी खावी ने! म्होरं बोबडं बोलशील!''

दुपारच्या जेवणानंतर परतीचा हाक्या सुरू होई. त्यात पुन्हा चार-सहा तितर आणि एखाद दुसरा ससा मिळे!

सकाळी आठ वाजल्यापासून जेवणाची अर्ध्या तासाची विश्रांती सोडली, तर सहा-सात तास टेकड्या चढून उतरून इतका व्यायाम व्हायचा पण त्यावेळी तो जाणवतच नसे.

पुढे मी अठरा वर्षाचा झाल्यावर बंदुकीचा परवाना घेतला. पहिल्यांना घेतली ती मझल लोड बंदूक, ठासणीची बंदूक. या बंदुकीच्या नळीत वरून दारू, कागद, नारळाची शेंडी ठासून त्यावर छरे घालावे लागत. ती बंदूक हाताळायची म्हणजे एक व्यापच होता. पण त्या बंदुकीने देखील मी बरेच उडते तितर आणि धावते ससे टिपले.

कॅप्टन मोहनसिंग निवृत्त होऊन सोलापुरात वास्तव्य करतात. मेजर शिवाजीराव दोन-अडीच वर्षापूर्वी वारले. नाना टाकळे आणि

खंडू चिकलव्हले दोघेही आता हयात नाहीत. गुडघेदुखीमुळे मलाही जास्त चालता येत नाही. मग खांद्यावर बंदूक टाकून टेकड्यांची चढ-उतार करणे तर दूरच राहिलं.

कधी-कधी ड्रायव्हिंग करत मी कणेरीला जातो. मठाच्या टेकडीवर गाडी उभी करून, ज्या टेकड्यांमधून चढ-उतार करीत एकेकाळी ससे, तितर टिपले त्यांची आठवण येते.

आता फक्त आठवणीतच रमायचं!

◁◁◁

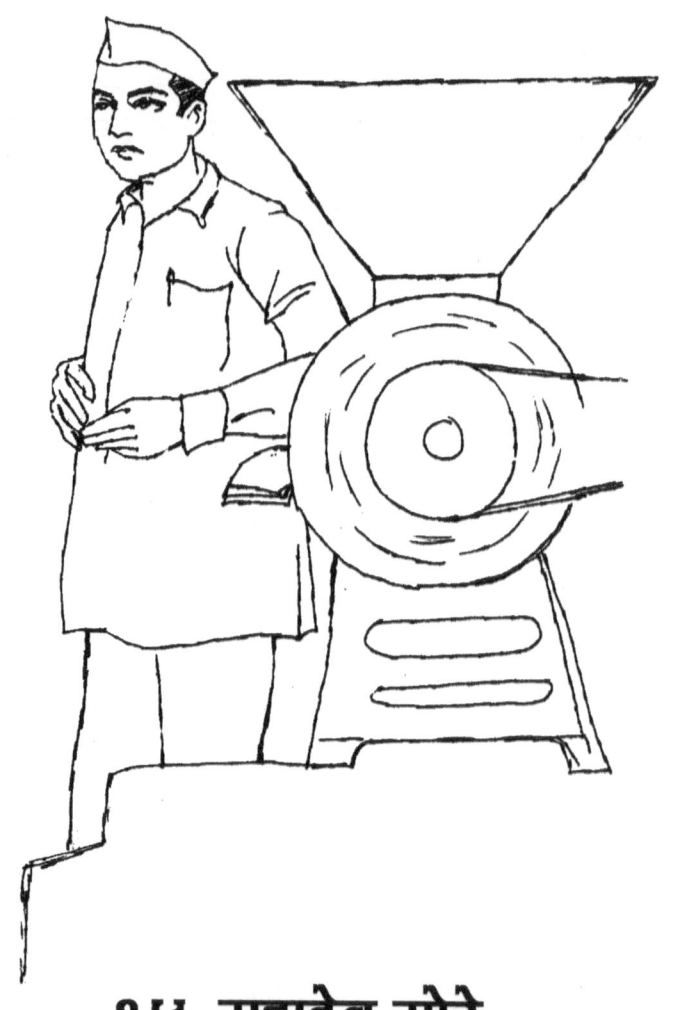

१४. महादेव मोरे

कानापर्यंत ओढलेली गांधी टोपी. अंगावर साधी विजार-शर्ट. सर्वांग पिठाने माखलेले! या वेषात निप्पाणीतल्या जुन्या स्टँड परिसरात पिठाची गिरणी चालवणारी एक व्यक्ती दिसेल. ती म्हणजे प्रचंड ताकदीचा ग्रामीण कथा-कादंबरीकार महादेव मोरे.

महादेव मोरे गेली कित्येक वर्ष ही पिठाची गिरणी चालवता चालवता ग्रामीण साहित्य जन्माला घालतात. निप्पाणीत मध्यमवर्गात जन्माला आलेल्या महादेवरावांना कोणत्याही विद्यापीठीय पदव्यांची बिरुदावली लाभलेली नाही. त्यांच्या घरी कसलीही साहित्यिक परंपरा नव्हती किंवा त्यांचे बोट आपल्या हातात धरून त्यांना सरस्वतीच्या दरबारात कोणीही मान्यवर साहित्यिकाने आणलेले नाही. पण म्हणतात ना "Great literary persons are bourn they are not made" या उक्तीप्रमाणे महादेव स्वयंभू साहित्यिक आहेत.

मराठी वाङ्मयाची आवड, मानवी स्वभावाचे सूक्ष्म निरीक्षण यातूनच त्यांची साहित्यिक प्रतिमा निर्माण होत राहिली आहे.

आजपर्यंत त्यांचे जवळ-जवळ ४० कांदबऱ्या, दहा ते बारा कथासंग्रह प्रकाशित झाले आहेत. मराठी साहित्यात अग्रगण्य स्थान प्राप्त झालेल्या कै. श्रीमती दुर्गा भागवत यादेखील महादेव मोरे यांना भेटायला त्यांच्या पिठाच्या गिरणीत गेल्या होत्या. त्यांच्या साहित्याबद्दल त्यांचे कौतुक करून त्यावेळी त्यांनी त्यांना अधिक लिखाणासाठी आशीर्वादही दिले होते.

महादेव मोरे यांना मी सर्वप्रथम भेटलो ते १९६५ मध्ये. मी माझी पहिली कादंबरी "प्रलय" चे बाड घेऊन प्रकाशकांची घर धुंडाळत होतो. दहा-बारा प्रकाशकांनी, "तुम्ही या क्षेत्रात नवखे आहात, तुमची एवढी भली-मोठी कादंबरी कोण छापणार?" असे म्हणून मला वाटेला लावले होते. त्यावेळी कोल्हापुरात एक अत्यंत प्रामाणिक आणि सत्वशील असा एक छोटा प्रकाशक होता चंद्रकांत शेट्ये!

या चंद्रकात शेट्येच्या प्रकाशनाच्या ऑफिसात त्यावेळच्या नवोदित साहित्यिकांचा ''अड्डा'' जमत असे. त्यात महादेव मोरे, रंगराव बापू पाटील, विलास मोहिते वगैरे नुकतीच मिसरूड फुटलेली नवोदित साहित्यिक मंडळी येत. मीही त्यात नकळत श्यामील झालो. यापैकी रंगराव बापू पाटील आणि महादेव मोरे हे दोघे मात्र कालांतराने ग्रामीण कथाकार म्हणून प्रसिद्धीस आले. विलास मोहिते नंतर पोलीस खात्यात गेले. त्या अनुभवावर त्यांनी ''फुलांचे गौळ'' नावाचा एक पण उत्कृष्ट कथासंग्रह लिहिला. तो सर्वमान्य होऊन त्या कथासंग्रहाला ११ मान्यताप्राप्त पुरस्कार लाभले. महादेव मोरे यांच्या ''चिटाक'' या कथासंग्रहास देखील राज्य शासनाचा पुरस्कार मिळालेला आहे.

महादेव मोरे यांनी काही काळ मोटार व्यवसाय केला. मोटार ड्रायव्हरच्या जीवनावर मोटार आणि त्यातल्या त्यात ड्रायव्हरचे जीवन म्हणजे विलक्षण अनुभव असतात. मोटार धंद्यातले खूप बारकावे त्यांनी त्या कादंबऱ्यात कौशल्याने रेखाटलेले आहेत. खास निप्पाणी परिसरातल्या बोलीभाषेत निर्माण झालेल्या या साहित्यकृती, जर इंग्रजीत भाषांतरित झाल्या असल्या, तर त्यांचा साहित्याचा दर्जा किती दूरच्या दर्जाचा आहे हे पाश्चात्य जाणकारांना समजले असते. कै. आण्णाभाऊ साठेंच्या चंद्रकांत शेट्ये यांनी प्रकाशित केलेल्या कादबऱ्यांमुळे साऱ्या महाराष्ट्रभरच नव्हे, तर परदेशांतही अण्णाभाऊंचे नाव झळकले. त्यांच्या दोन -तीन कादंबऱ्या रशियन भाषेतसुद्धा भाषांतरित झालेल्या आहेत. महादेवराव यांच्या लेखणीचा दर्जा तितक्याच तोलामोलाचा आहे.

निप्पाणी म्हणजे तंबाखू आणि तंबाखू म्हणजे निप्पाणी, अशी ज्या गावाची ख्याती आहे त्या तंबाखू व्यवसायातले बारकावे न टिपतील तर ते महादेवराव मोरे कसले? तंबाखूच्या कोठ्यात काम करणाऱ्या स्त्रिया, त्यांच्या असाहाय्यतेचा गैरफायदा घेणारे तंबाखूकोठ्यात मालकाने खास नेमलेले इरसाल मुकादम, हे सर्व त्यांच्या साहित्यातून

वाचताना आपण तंबाखूच्या कोठ्यातच बसून ती कादंबरी वाचतो आहोत असा भास होईल.

देवदासीचं जीवनही महादेवरावांनी अतिशय जवळून पाहिलेले आहे. ''वर आभाळ खाली धरती'' या १९७३ मध्ये प्रकाशित झालेल्या कादंबरीने मराठी साहित्यात अत्यंत मोलाची भर घातली आहे.

देवदासीच्या जीवनावर त्यांनी लिहिलेल्या या कादंबरीत अंध:श्रद्धा, जोगत्यांचे जीवन त्यांनी जिवंत असे रंगवलेले आहे.

परवा परवाच त्यांचे ''चेहऱ्यामागील चेहरे'' हे पुस्तक प्रसिद्ध झाले. हे सर्व लेख एका वृत्तपत्राच्या साप्ताहिक पुरवणीतून प्रसिद्ध होत होते. त्याला वाचकांनी चांगला प्रतिसाद दिला म्हणून अनिल मेहतांनी मेहता प्रकाशनतर्फे त्या पुस्तकास कै. रणजित देसाई पुरस्कार देऊन मोरे यांना समारंभपूर्वक गौरवले.

अलीकडे महादेवराव मोरे यांना शाळा कॉलेजातून ''चीफ गेस्ट'' म्हणून बोलावले जाते. मी त्यांचे वक्तृत्व एक दोन वेळाच ऐकले. त्यामुळे खरोखरच प्रभावित झालो. ज्यांची लेखणी चांगली चालते, त्यांच्या वाणीला तितकीशी धार नसते असे म्हटले जाते. पण महादेवराव जितक्या आत्मविश्वासानं लिहितात, तितक्याच आत्मविश्वासानं भाषणंदेखील देऊ शकतात. त्यांना मेहतांनी पुरस्कार प्रदान केलेल्या वेळी त्यांनी केलेले उत्स्फूर्त भाषण अजूनही माझ्या स्मरणात आहे.

लेखकाला मानसिक आणि आर्थिक स्वास्थ्याची गरज असते असे म्हणतात. आर्थिक स्वास्थ्याबाबत मोऱ्यांना फारशी चिंता नसते. कारण मी पैसा कमावण्यासाठी कधीच लेखन केलेले नाही, असे ते कित्येकवेळा मला म्हणाले आहेत. पण त्यांच्या मानसिक स्वास्थ्याबाबत मात्र मला नेहमीच हळहळ वाटते. कारण सौ. वत्सला वहिनींना गेली कित्येक वर्षे संधिवाताने ग्रासलेले आहे. ॲलिओपॅथीपासून ते होमिओपॅथी, आयुर्वेद यापर्यंत सर्व उपचार झाले. पण थोडादेखील उपयोग झाला

नाही. दिवसभर पिठाच्या गिरणीत उभे राहणाऱ्या महादेवरावांना कित्येकवेळा गिरणी बंद झाल्यावर घरी जाऊन स्वत: जेवण बनवावे लागते. कधी-कधी मला वाटतं इतका मोठा प्रादेशिक साहित्यिक जर युरोप-अमेरिकेत जन्माला आला असता, तर किती सुखात राहिला असता? पण नाही, नियतीचा हा खेळ काहीसा विचित्रच असतो. ज्यांच्या पायाशी सर्व भौतिक सुविधा असतात. अशाच्या हातून अशी अव्वल दर्जाची साहित्यसेवा घडू शकत नाही. उलट प्रतिकूल परिस्थितीशी झगडत-झगडत जो समाधानाने जगतो, त्याच्या हातूनच महादेवरावांसारखे रसरसशीत साहित्य जन्माला येते.

त्यांच्या साहित्याचे आणखी एक वेगळेपण मला जाणवते ते त्याच्या प्रादेशिक भाषेच्या वापराचे. त्यांनी कधीही अलंकारिक, खोटी भाषा आपल्या साहित्यात वापरली नाही. ज्या सीमा भागात ते राहतात त्या भागातली बोलीभाषाच त्यांनी आपल्या साहित्यनिर्मितीसाठी उपयोगात आणली आहे.

अधून-मधून गरज भासली, तर लिखाणाच्या ओघात काही म्हणींचा वापर मात्र ते अत्यंत चपखलपणे करतात.

सर्व मनोरंजनावादी लेखन करणाऱ्या लोकप्रिय लेखकाकडे मराठी समीक्षकांचे सहेतूक दुर्लक्ष होत आलेले आहे. महादेव मोरे हे देखील त्याला अपवाद नाहीत.

अधून-मधून आमच्या भेटीगाठी होतात, साहित्य चर्चा रंगते. परवा बोलताबोलता ते म्हणाले, ''मराठी साहित्यातले एक जाणकार आणि मर्मज्ञ समीक्षक म्हणून ज्यांचा वारंवार उल्लेख केला जातो त्या महाशयांनी माझा एकही कथासंग्रह किंवा कादंबरी न वाचताच काही कालबाह्य विधाने केली. मला त्यांच्या बुद्धीची कीव करावीशी वाटली. पण एवढ्या मोठ्या मान्यवर समीक्षकांची चूक कोण दाखवणार?

मी म्हणलो, ''महादेवराव, हे केवळ तुमच्याच बाबतीत घडतेय

असे मुळीच समजू नका. ''मागणी तसा पुरवठा मी करतो'' असे एका स्वयंघोषित समीक्षकाने परवा-परवा औरंगाबादला माझ्या मुलखतीच्यावेळी विधान केलं. त्यावर सभामंडपात जमलेल्या २० हजार श्रोत्यांनी ''त्या'' समीक्षकाच्या विधानाच्या विरोधात आवाज उठवला; ''तुम्ही खाली बसा. बाबा कदमांचे लिखाण सत्य घटनेवर आधारीत असते. जे विषय ते कादंबरीत रंगवतात, त्या खऱ्या घटना असतात. आम्हाला त्यांच्या कादंबऱ्या वाचताना असं कुठंतरी केव्हा तरी घडलेले आहे असे जाणवते म्हणून आम्ही गेली ३५ वर्षे त्यांचे साहित्य वाचत आलो आहोत.'' मुलाखतकारांचा चेहरा पाहण्यालायक झाला.

महादेवरावांची वारंवार भेट व्हावी असे खूप वाटते. पण रविवार- शिवाय या कर्मयोगी साहित्यिकाला कधीच वेळ मिळत नाही. म्हणून मीच केव्हा तरी तो निप्पाणीचा जुना स्टँड गाठतो. गिरणीत नखशिखांत पिठाने रंगलेले महादेवराव हसतमुखाने माझे स्वागत करतात. शेजारच्या हॉटेलात जाऊन चहा सांगून येतात.

आलिशान बंगल्यात राहणारे, पदरी अनेक नोकरचाकर असलेले काही साहित्यिकही मी पाहिले आहेत. पण सूर्योदयापासून सूर्यास्तापर्यंत उपजीविकेसाठी राबणारा हा कर्मयोगी साहित्यिकच मला अधिक आदरणीय वाटतो.

◁◁◁

१५. भीमा मुंडे

कित्येक वर्षे भीमा मुंडे बार्शी तालुक्यातल्या "चुंब" ह्या गावचे सरपंच होते. "चुंब" हे गाव बार्शीच्या उत्तरेला १३-१४ मैलावर डोंगराच्या कुशीत वसले होते. गावची लोकसंख्या तीन-चार हजारांच्या आसपास, बहुसंख्य लोकांचा व्यवसाय शेती. त्या भागात तसे पावसाचे दुर्भिक्षच असे, पण गावचे वैशिष्ट्य असे की, २०-२५ फूट खोदले की पाणी लागायचे. त्या पाण्याचे प्रमाण कमीच, पण तेवढ्यावर उन्हाळी शेंगा, हळद आणि ज्वारी पिकायची. बहुसंख्य लोक अशिक्षित होते.

या गावाबद्दल मला आपुलकी वाटायचे कारण होते. गावापासून अर्ध्या मैलावर असलेला कोरेगावच्या तलावाचे वैशिष्ट्य असे की, दिवाळीच्या सुमारास त्या भागात प्रचंड पाऊस व्हायचा. पण ते सगळे पाणी ओढ्यातून वाहून जायचे. गोऱ्या अधिकाऱ्यांना वाटले, ते पाणी जर आपण अडवले, तर इथं छानपैकी तलाव होईल. तलाव झाल्यानंतर या तलावात थंडीच्या मोसमात जंगली बदकेही येतील. ब्रिटिश अधिकाऱ्यांनी त्या ठिकाणी पाझर तलाव बांधण्याचा निर्णय घेतला.

त्यावेळी तेच लोक राज्यकर्ते होते. त्यांच्या मनात येतील त्या योजना विनाविलंब साकारत. ज्या दोन टेकड्यामधून पावसाचे पाणी वाहून जात होते, त्या ठिकाणी दीड-दोनशे फूट उंचीचा मातीचा बंधारा उभा राहिला. ठरावीक मर्यादेपेक्षा जास्त पाणीसाठा झाल्यास बंधारा फुटेल म्हणून पूर्व बाजूला "सांडवा" (Outlet) भक्कम दगडी भिंत बांधली. त्यातल्या एका दगडावर तलाव निर्मितीचे साल कोरलेले आहे,"१९२१ जानेवारी"

त्याचवर्षी ऑक्टोबरला प्रचंड पर्जन्यवृष्टी झाली. अपेक्षा केल्याप्रमाणे तलाव संपूर्ण भरला.

कलेक्टर, डीएसपी तलाव पाहायला आले. तो भरलेला तलाव पाहून डीएसपी कलेक्टरला म्हणाला,

"वॉट ए ब्युटिफुल स्पॉट, लेट अस हॅव द स्मॉल रेस्ट हाऊस ऑन द इस्टर्न साइड!"

तत्काळ तिथं पूर्व बाजूला चार खोल्याचे रेस्ट हाऊस तयार झाले. चार कॉर्टर्स, गाद्या, खुर्च्या असे फर्निचर आले. सोबत उत्तमपैकी काचेच्या प्लेटस, बाऊलस्, काटे-चमचे आले. रेस्ट हाऊसवर कायमस्वरूपी खानसाम्याची नेमणूक झाली. "बंगलो किपर" म्हणून दुसरा चौकीदारही नेमला गेला.

दुसऱ्या वर्षी हिवाळ्यात जंगली (Migratory) फिरस्त्या बदकांचे थवे तलावात उतरले. कलेक्टर सहकुटुंब तिथल्या बंगल्यात मुक्कामाला आले. दिवसभर उडती बदके मारणे, तलावात मनसोक्त पोहणे आणि सूर्यास्ताच्या वेळी हिरवळीवर टेबल-खुर्च्या मांडून स्कॉच व्हिस्कीचे घोट घेण्याचे प्रोग्रॅम चालू झाले. बाजूच्या किचनमध्ये खानश्यामा शिकार शिजवत असे.

ही हकिकत घडली तेव्हा माझा जन्मही झालेला नव्हता. मग तुम्ही म्हणाल, हे तुम्हाला समजलं कसं?

१९६० मध्ये जेव्हा मी बार्शीला प्रॉसेक्यूटर म्हणून गेलो, तेव्हा चुंबचे सरपंच भीमराव मुंडे मला भेटायला कोर्टात आले. त्यावेळी मी कोर्टात माझ्या ऑफिसात बसलो होतो. नमस्कार, चमत्कार झाल्यावर सरपंच मला म्हणाले, "साहेब एकदा गावाकडं या की. तुम्हालाही शिकारीचा नाद आहे म्हणून समजलंय?"

जाडजुड शरीरयष्टीचे, रंगानं सावळे, कपाळावर किंचित खाली झुकलेली गांधी टोपी, धोतरातल्या पायातले पंप शू त्यांनी दाराबाहेर काढून ठेवले होते.

"मीही तुमच्या गावाजवळ एक चांगला पिकनिक "स्पॉट" आहे हे ऐकून होतो. येत्या शनिवारी येतो. तिथं मुक्कामासाठी इरिगेशनचा बंगलाही आहे ना?"

“होय, सगळी शिस्त आहे! तुम्ही फक्त बंदुका घेऊन या!”

शनिवारी मी, सोबत पापा शेख या माझ्याकडे नेमणुकीला असलेल्या पोलिसाला घेऊन गेलो.

तलावावर पोहोचताच काही क्षण मला काश्मीरची आठवण झाली. भोवतालच्या हिरव्यागार टेकड्या आणि किनाऱ्यावरच्या झाडीचे प्रतिबिंब तलावातल्या शांत जलाशयात पडलेले, बाजूला रेड पोचर्ड, पिनटेल, बहामनी, मुलाई जातीच्या बदकांचे थवेच्या थवे दिसले. डोंगराच्या घळीतून मोर आणि लांडोऱ्याचे आवाज कानावर येऊ लागले. सोबत आलेले सरपंच मला म्हणाले,“परवा परवापर्यंत या घळीत रानडुकरांचे कळप होते. आता “ठिसकी” मात्र दिसतात अधूनमधून!”

“ठिसकी म्हणजे?”

“ही हरणांची एक छोटी जात आहे. माणसाला बघितले की “ठिससस” असा आवाज तोंडाने काढतात आणि “टान टान” उड्या मारत पळतात.”

“बरोबर आहे. त्या हरणांना इंग्रजीत “चिक” म्हणतात!”

कुर्डवाडीजवळ एका स्टेशनला “चिक हिल” हे नाव त्यावरून पडलेलं असावं!”

“पण खायला लई भारी! बोकडाचं मटण झक मारतंय! भीमरावानां त्या भागातली खडान्‌खडा माहिती होती. ते डोंगरावर शिखर दिसतंय ते “जोतिबा” त्याच्यापुढे वंजारवाडी, त्यापुढे “भूम” तालुक्याचं ठिकाण! “सरपंच ठरलं, यापुढं प्रत्येक शनिवारी मी इथल्या बंगल्यात मुक्कामाला येणार!” “जरूर या, तुमची आणि सिद्रीमची गाठ घालून देतो.” “सिद्राम कोण?” “सिद्राम हा वडार आहे. गावोगावी विहिरी खोदायची कंत्रांट घेतो. तुमची त्याची दोस्तीच होईल. एक नंबरचा शिकारी आहे! भाल्याने असंख्य डुकरं मारलीत त्यानं!”

"अरे वा! मग त्याची ओळख व्हायलाच हवी!"

भीमरावांचे घर गावच्या दक्षिण टोकाला होते. घरासमोर पाण्याचा आड होता. त्या आडाच पाणी शेंदायचे, घराशेजारी सरपंचाचे ऑफिस. ऑफिसात एक लोखंडी कॉट. समोर आरसा लावलेले लोखंडी कपाट, एकदा संध्याकाळी मी तलावावर जाताना सरपंचांनी मला आपल्या ऑफिसमध्ये यायची विनंती केली. मी ऑफिसात जातानाच त्यांना म्हणालो, "सरपंच मी चहा-कॉफी काही घेत नाही. बरं, मला झोपेचा त्रास होतो."

"छेऽछेऽ, तुम्हाला चहा-कॉफी कशाला देऊ!" बोलत बोलत कमरेच्या किल्ल्याच्या जुडग्यातल्या किल्लीने सरपंचांनी लोखंडी कपाटाचे दार उघडले. समोर रम, ब्रँडी, व्हिस्की आणि जिनच्या बाटल्या! असल्या आडवळणी गावात राहाणाऱ्या रांगड्या सरपंचाच्या घरी विदेशी मद्याच्या बाटल्या पाहून मी आश्चर्यचकित होत म्हणालो, "अगदी दर्दी दिसता तुम्ही यात!"

"छेऽऽ! साहेब हे तुम्हासारखे अधिकारी आले की त्याचं आगत स्वागत करण्यासाठी!"

"मग तुम्ही काय घेता?"

"आम्हाला ब्रँडी फिडीन मुंगी चावल्यागतसुद्धा होत नाही. आम्ही आपली संत्री-मोसंबी देशीमाल."

सरपंचाच्या सहवासात दहा-बारावेळा मी बसलो. "बसलो" या शब्दाचा अर्थ "ड्रिंक पार्टी." पण मला व्हिस्की देऊन सरपंच आपला चार-पाच बोटाचा देशी दारूचा पातियाळा पेग घ्यायचे. त्यात थोडं पाणी घातलं घातलं, नाहीतर डायरेक्ट स्टार्ट टू फिनिश! त्यावर सरपंच एक चारमिनार सिगारेट शिलगावायचे!

"तुमचा स्टॅमिना दांडगा दिसतो बुवा" मी म्हणालो. त्यावर सरपंच म्हणालो, "साहेब, जवानीत मी पैलवानकी केलीय. तुमच्या

कोल्हापूरच्या खासबाग मैदानात चंबा पैलवानाशी लढलोय. पंजाबांची जात फार चिवट, खडाखडी तासभर होतो. शेवटी पंचानी कुस्ती सोडवली! काय ते तुमचं खासबाग मैदान! अख्ख्या महाराष्ट्रात दुसरं कुठं दिसणार नाही!''

भीमरावांना मी एकदा सहज म्हणालो, ''बाबा, तुम्ही इतकी वर्षे सरपंच आहात, तुम्हाला कोणी विरोधक दिसत नाही''.

''आबा, ज्याच्याशी माझी जवळीक जमते ते लोक मला ''बाबा'' ऐवजी ''नाना'' म्हणतात.''

''तर त्याचं काय आहे आबा, राजकारण स्वार्थानं करणारा जास्त काळ सत्तेवर राहू शकत नाही? मला या सरपंचकीनं काय मिळवायचंय? मी कष्ट करून प्रामाणिकपणानं साठ-सत्तर एकर जमीन मिळवलीय. त्यावर मी समाधानी आहे. आता जिल्हा परिषदेला एकदा निवडून यायची इच्छा आहे बघा. पण आमच्या तालुक्याचं राजकारणचं घाणरेडं!''

''राजकारणात कोण स्वच्छ असतो नाना?''

''समाजात जे लोक वाईट मार्गानं संपत्ती मिळवतात त्यांनाच राजकारणात रस असतो! सत्तास्थाने हवी असतात. त्याशिवाय प्रतिष्ठा मिळत नाही? पण गावाचं तुम्हाला कोण विरोध करतो? सांगितलं नाहीत!''

''एक ज्याल्या आणि दुसरा संद्या.''

''जालंदर आणि संदिपान'' ही नावे सरळ कधीच नाना उच्चारत नसत. ज्वारी काढल्यानंतर कडब्याच्या बडमी गावाबाहेर रचून ठेवल्या जात. एकदा नानाचा विरोधक ''जालंदर'' याच्या बडमीला मध्यरात्री अचानक आग लागली. लोकांचा आरडाओरडा ऐकून नाना घराबाहेर आले. त्यांनी आपले डिझेलचे इंजिन सुरू करून समोरच्या आडातलं पाणी उपसायला सुरुवात केली. गावच्या तरुणपोरांची साखळी केली.

ज्यांनी त्यांनी घरातून बादल्या, घागरी, पातेली आणून पाणी मारून आग विझवली. सर्वांत पुढे बडमीजवळ नाना होते. आगीची झळ लागून नानाचे हात भाजले होते. आपल्याला गावात विरोध करणाऱ्या जालंदरची बडीम पुढे होऊन विझवायला जाणाऱ्या नानांचे भाजलेले हात पाहून मी म्हणालो, "नाना, तुमच्या स्वभावाचा अंतच लागत नाही! जालंदर तुमचा प्रतिस्पर्धी, त्याची बडीम पेटली तर पेटली. तुम्ही कशाला ती विझवायला गेलात?"

"आबा, त्याच्या मुक्या जनावरांनी काय केलंय? त्या जनावरांची उपासमार झाली असती की नाही?"

नानांच्या डोळ्यांत मला माणुसकी आणि करूणा दिसली.

मी नेहमी तलावाच्या बंगल्यावर राहतो हे पाहून नाना मला म्हणाले, "आबा, तुमच्यासाठी, मी गावच्या मावळतीला टेकडीवर एक छोटं रेस्ट हाऊस बांधतो."

मला वाटलं सहज ते तसे बोलले असतील. पण खरोखरंच नानांनी टेकडीवर एक टुमदार खोली बांधली. मोटारनं पाणी टाकीत चढवलं. खोलीलगत छोटं बाथरूम आणि टॉयलेट बांधलं.

"आबा, आता आमच्या रेस्ट हाऊसवर कधी येता ऱ्हायला?" घरासमोरच्या खोलीत माझ्यासाठी गावरान कोंबडी शिजवताना चुलीला जाळ घालत नानांनी मला विचारलं, "पुढच्या खेपेला नक्की येईन. नाना मला टेकडीवरच्या तुमच्या रेस्ट हाऊसवर राहायला नक्कीच आवडेल. जेथून सूर्योदय आणि सूर्यास्त दिसतो अशी ठिकाणं मला फार आवडतात!"

नानांनी आपल्या मुली सुशिक्षित घराण्यात दिल्या. मुलांना शिकवलेही भरपूर. सर्व कुटुंबाची उत्तम व्यवस्था करून नानांनी या जगाचा निरोप घेतला.

आता कधी वर्षा-दोन वर्षातून मी बार्शीला जातो. चुंबच्या

तलावाला न चुकता भेट देतो. पण तलावाच्या अलीकडे नानांनी टेकडीवर बांधलेल्या रेस्ट हाऊसवर राहण्याचा मात्र योग कधीच आला नाही.

◁◁◁

१६. "भाभी यू आर ग्रेट"

त्यावेळी सोलापुरात करीम रामपुरे नावाचा एक धाडसी तरुण जुगारअड्डा चालवत होता. त्या अड्ड्यात अनेक प्रकारचा जुगार चालत. तिथं सोंगट्यांचा जुगार चाले, पत्त्याचा चाले, कॉटन फ्यूचरवर शेकडो रुपयांची उलाढाल त्या अड्ड्यावर होत होती. आता इतक्या प्रकारचे जुगार उघडपणे चालवायचे म्हटल्यावर खात्याचा वरदहस्त हा हवाच! "खाते" म्हटल्यावर लक्षात आलं ना? "वर" पासून ते अगदी खालच्या तळापर्यंत जे "खाते" ते खाते. डीवायएसपीपासून ते पोलीस कॉन्स्टेबलपर्यंत सर्वांनाच करीमची ओळख होती. त्यांच्यासाठी तो शेकड्याने पैसे खर्च करी. मंगळवार बाजारात दुपारी जरी एखादा कॉन्स्टेबल करीमला भेटला तरी एक "शंभराची पत्ती" त्याला मिळत असे. प्रत्येकाला ज्याच्या त्याच्या ऐपतीप्रमाणे करीम चहापाणी करीत असे. उपपोलीस अधीक्षकापासून सर्वांनी करीमच्या "दातृत्वा"चा लाभ घेतलेला असे.

या करीम रामपुरेला मी काळा की गोरा हेदेखील पाहिले नव्हते. खात्यातील लोकांकरवी मला त्याची "ख्याती" समजली होती. पण एक दिवस असा उजाडला की, मला अगदी जवळून तो पाहायला मिळाला. फक्त पाहायला नव्हे तर त्याचा स्वभाव, त्याचे धाडस आणि त्याची नीतिमत्तासुद्धा अनुभवली. जुगाराचा अड्डा चालवणारा म्हटल्यावर त्याला कसली आलीय नीतिमत्ता असं तुम्हाला कदाचित वाटेल; पण तसं नसतं. समाजाने गुन्हेगार म्हणून शिक्का मारलेला माणूसदेखील नीतिमान असू शकतो!

सोलापुरात त्यावेळी "शर्मा" नावाचे आय.पी.एस्. पोलीस अधिकारी "प्रोबेशन"वर आले होते. प्रोबेशनवर म्हणजे शिकाऊ, अनुभवासाठी. प्रोबेशनचा कालावधी संपला की, मग कायमस्वरूपी नेमणूक होते. या शिकाऊ अवस्थेत पोलीस अधिकाऱ्यांनी एखादा भारी स्वरूपाचा खटला दाखल केला आणि कोर्टात "शाबित" (Proved)

झाला, तर त्या अधिकाऱ्याच्या ''सर्व्हिस शींट''मध्ये नोंद होते. अर्थात, सोलापुरात असा ''सेन्सेशनल'' खटला करायचा म्हटल्यावर ''शर्मांना'' प्रथम दिसला तो करीम रामपुरे!

त्यावेळी रोज वीस-पंचवीस हजार रुपयांची उलाढाल करीमच्या ''गॅबलिग डेन'' मध्ये व्हायची. शर्मांनी अत्यंत विश्वासू अशा त्यांच्या हेडकॉन्स्टेबल मकानदार याला बोलावून घेतले. साहेबासमोर उभं राहण्याची कॉन्स्टेबल आणि हेड कॉन्स्टेबल लोकांची एक खास पद्धत असते. त्या पद्धतीला मी ''अंग चोरून उभे राहणे'' म्हणतो.

''मकानदार, कितने साल तुम सिटी मे हो?''

''मेरी सब हयात सिटी मे गई।''

''करीम रामपुरे को तुम पहचानते हो?''

''हाँ साब, बहोत अच्छी तरहसे मै उसे पहचानता हूँ!''

''हमको उसके जुगार अड्डेपे रेड डालनेकी है!''

''हाँ साब''

''मुझे दो अच्छे पंच चाहिए, कोर्ट मे होस्टाईल नही होनेवाले, समझा?''

मकानदार हेडकॉन्स्टेबल मनातल्या मनात हसला. करीम रामपुरे आणि त्याच्या जुगार अड्ड्यावर धाड टाकायची म्हणतो आहे साहेब! धाड तो जरूर टाकू शकेल; पण करीमला त्या खटल्यात शिक्षा होणे अशक्य! तरीपण अशा नवख्या, अनभिज्ञ आणि अतिउत्साही अधिकाऱ्याला कधी काही शिकावयाचे नसते, हा ''व्यवहार'' मकानदाराला ठाऊक होता.

''हाँ साब,उसके उपर अभीतक किसी भी अफसरने रेड नही डाली थी!''

''तो, परसो मंगलवार है, उसी दिन रातको दस बजे ''रेड'' का बंदोबस्त कर दो!''

"जी हाँ साहब"

एस.पी.शर्मा, हेडकॉन्स्टेबल मकानदार, चौधरी, गायकवाड आणि दहा-बारा पोलीस कॉन्स्टेबल्सनी मंगळवारी रात्री साडेदहाच्या सुमारास करीमच्या जुगार अड्ड्यावर छापा टाकला. त्यावेळी पटावरचा जुगार खेळणारे सात लोक सापडले. पलीकडच्या खोलीत "फ्लश" खेळणारे सहाजण सापडले. त्यांच्यासमोर नोटांचे ढीग होते. पोलिसांनी ते पंचांसमक्ष मोजले.

अचानक धाड टाकणारे अधिकारी शर्मा कमरेचे पिस्तूल त्या लोकांवर रोखून म्हणाले,

"खामोश! अपनी अपनी जगहपे चूप बैठो!"

पलीकडे पैसे मोजणारा करीम पुढे आला आणि शर्मासाहेबांना हात जोडून म्हणाला,

"साब, एक दफा माफ करो!"

"चूप, बदमाष! मकानदार, उसको हँडकफ डालो!"

मकानदारने करीमच्या हातात बेड्या ठोकल्या. त्या जुगार अड्ड्यात सत्तेचाळीस हजार दोनशे तेहतीस रुपये मिळाले. करीमकडे असलेली तेरा हजार रुपयांची रक्कमही जप्त करण्यात आली.

रात्री दोन वाजेपर्यंत पंचनाम्याचे काम चालू होते. शिवलिंग बाळण्णावर व प्रकाश पारसवार अशा दोन विश्वासू पंचांदेखत पंचनामा लिहिण्यात आला. जुगार खेळण्यासाठी त्या ठिकाणी हजर असलेल्या अठराजणांनाही अटक करण्यात आली.

दुसऱ्या दिवशी "संचार"मध्ये पहिल्या पानावर बातमी आली. "कुख्यात गुन्हेगार करीम रामपुरे यांच्या मंगळवार पेठेतील जुगार अड्ड्यावर ए.एस.पी. शर्मा यांची धाड! साठ हजारांवर रक्कम जप्त." खाली सविस्तर बातमीत आरोपींची नावे देण्यात आली होती. तांत्रिक बाबींची पूर्तता झाल्यावर सोलापुरातल्या दोन नंबर मॅजिस्ट्रेट कोर्टात

करीम आणि जुगार खेळण्यासाठी जमलेल्या अठरा लोकांवर दोषारोप ठेवण्यात आले. त्यात चादर फॅक्टरीचे दहा मालक, दोन हॉटेलमालक होते. सहाजण निरनिराळ्या व्यवसायातले सधन लोकही होते.

डी.एस.पी. साहेबांनी शर्मांचे अभिनंदन केले आणि म्हणाले, "सी दॅट,द केस एन्डस इन कनव्हिक्शन!" (केस शाबित करण्याचा प्रयत्न करा)

"येस सर!"

त्या छाप्याबद्दल शर्मांचे सर्व स्तरांतून कौतुक झाले. ती केस सरकारी वकील म्हणून मला चालवावी लागणार होती. आरोपीतर्फे बचावाचे काम ॲड. राचेट्टी पाहणार होते.

जेमतेम पाच फूट चार इंच उंचीचे, मोठ्या डोळ्यांचे, कुरळ्या केसाचे अँड. राचेट्टी तेलगू जमातीचे होते. पण अस्खलित मराठी आणि इंग्रजी बोलत. फौजदारी खटल्यात ॲड, वर्दे, केळकर, माने, इनामदार यांच्या बरोबरीने ॲड राजेट्टीचं नाव घेतलं जायचं!

केसच्या चौकशीचा दिवस उजाडला. पंचांना व खटल्यातल्या इतर साक्षीदारांना समन्स गेली. केस शाबित होणार याची मला खात्री होती. अकरा वाजता कोर्टात हेड कॉन्स्टेबल मकानदार माझ्याकडे आला. एक सॅल्यूट ठोकून म्हणाला,

"साब एक गडबड हो गई!"

"क्या हुवा?" तसं दुसऱ्याला समजण्याइतपत मला हिंदी बोलता येतं.

"साब, वो पंच शिवलिंग, परसो मर गया! टी.बी.से बीमार था ना?"

"ऐसे बिमार आदमीको तुम पंच कायको बनाया?"

"किसको मालुम था साब वो इतने जल्दी मर जाएगा?"

"अच्छा, तो दुसरा पंच प्रकाश तो ठीक है ना?"

"वो ठीक है साब,......"

मकानदार दुसऱ्या पंचाबाबत पुढे काहीच बोलेना तेव्हा मी त्याला म्हणालो, "मकानदार, शर्मा साहेबांनी कोर्टात फितूर न होणारे पंच घेण्याबद्दल तुम्हाला पूर्वसूचना दिल्या होत्या ना? पण प्रकाशचं काय? हवालदार मकानदारानं मला सांगितलेली ती विलक्षण हकिकत ऐकून मी थक्कच झालो.

प्रकाश हा सदरबझार विभागातला अतिशय लोकप्रिय असा तरुण कार्यकर्ता होता. तो दरवर्षी नवरात्रात सदरबाझार चौकात लक्ष्मीच्या मूर्तीची स्थापना करायचा. नऊ दिवस देवीसमोर काही ना काही सांस्कृतिक कार्यक्रम चालत. डांबराच्या मोकळ्या बॅरल्सवर फळ्या टाकून तात्पुरते स्टेज बनवले जायचे.

प्रकाशच्या तरुण मंडळाला एक कायमस्वरूपी सागवानी लाकडाचं स्टेज बनवून घ्यायचं होतं; पण त्यासाठी साठ-सत्तर हजार रुपये खर्चावे लागणार होते. कोणीतरी करीम रामपुरेला ही हकिकत सांगितली. करीमने प्रकाशला गाठला. जर प्रकाशने ती केस सुटण्यासाठी मदत केली, तर करीमने त्यांच्या मंडळाला हवे ते सागवानी लाकडाचे स्टेज बनवून देण्याची हमी घेतली.

मला त्यांच्यात काय वाटाघाटी झाल्या आहेत याची कल्पनाच नव्हती. एक पंच मयत झाल्यामुळे मला दुसरा पंच म्हणून प्रकाशला तपासणे भाग होते. प्रकाशला कोर्टात हजर राहायचे समन्स लागू झाले. प्रकाश सरकारतर्फे साक्ष देण्यासाठी कोर्टात तो मला आश्वासन देत होता. "तुम्ही काही काळजी करू नका."

प्रकाशची साक्ष सुरू झाली. मी त्याला विचारले,

"करीम रामपुरेच्या जुगार अड्ड्यावर छापा टाकण्यासाठी शर्मासाहेबांच्या सोबत गेला होतास?"

"नाही! माझ्या सह्या पोलीस स्टेशनमध्ये घेतल्या. मी कुठेच

गेलो नाही!''

झालं! सरकार पक्षाची ''क्लिन बोल्ड'' उडाली. मला हा अनुभव नवीन नव्हता. शेवटपर्यंत सरकारच्या बाजूने साक्ष देण्याची ग्वाही देणारे अनेक दारू आणि जुगारातील पंचांनी मला त्यापूर्वीही ''टांग'' मारली होती.

मी कोर्टाच्या परवानगीने त्याचा उलट तपास (examination) घेतला. पण शेवटी व्हायचं ते झालं. एस.पी. शर्मा आणि इतर पोलीस साक्षीदारांच्या जबाबावर विश्वास ठेवला गेला नाही. केस निर्दोष सुटली. मी अपिलाचे प्रपोजल केले, पण एक पंच मयत आणि दुसरा ''होस्टाईल'' म्हणनू कोर्टाने सर्व आरोपीना सोडून दिले. शर्मासाहेबांनी खूप आकांडतांडव केले, पण व्यर्थ!

पुढे एक महिन्यानंतर मला प्रकाश भेटला. मी त्याला विचारले,''त्या करीमच्या खटल्यात तू ''होस्टाईल'' का झालास?''

''खरं ते सांगतो साहेब. आम्ही दरवर्षी नवरात्रात दुर्गेची प्रतिष्ठापना करतो. नऊ दिवस देवीपुढे काही ना काही सांस्कृतिक कार्यक्रम करतो. मोकळ्या बॅरलवर फळ्या टाकून जे स्टेज बनवतो ते दोन-तीन वेळा ढासळले. म्हणून आमच्या मंडळाला एक कायमस्वरूपी सागवानी स्टेजची जरुरी आहे. पण तेवढा पैसा मंडळाकडे नाही. करीमने मला सांगितले की तू मला केसच्या कामी मदत केलीस, तर तुझ्या मंडळाला हवं तसलं सागवानी स्टेज बनवून देईन!''

''करीम मंडळाला ५०-६० हजार देणार?''

''होय साहेब, त्यानं मला तसं वचन दिलंय.''

''आणि ते तुला खरं वाटलं?''

''होय साहेब. तो जुगार अड्डा चालवणारा करीम कधीही खोटं बोलत नाही. बघाल तुम्ही, तो आपल्या शब्दाला जागतो की नाही?''

एक महिन्यानंतर प्रकाशने मला सांगितले. करीमने सागवानी

स्टेज बनवले आणि मंडळाला दिले.

त्यानंतर पंधरा दिवसांनी करीम मला भेटायला घरी आला.

"का आलास?" मी विचारलं.

"एक विनंती करायची आहे!"

"कसली?"

"आपण माझ्या घरी जेवायला यावं!"

"करीम तुला वेडबीडं लागलंय का? मी सरकारी वकील, आरोपीच्या घरी जेवायला कसा येऊ? शिवाय तुझी केस सुटावी म्हणून मी तुला कसलीही मदत केलेली नाही! मी येऊ शकणार नाही जा तू!"

करीम हात जोडून म्हणाला,

"माझ्यासाठी नका येऊ, पण माझ्या बिबीसाठी तर या?"

"काय? तुझी बिबी? तिला मी ओळखत नाही."

"तुम्ही नसाल ओळखत पण ती तुम्हाला फार चांगलं ओळखते!"

मी अधिकच बुचकळ्यात पडलो. त्याची ती बिबी मला ओळखते म्हटल्यावर मी म्हणालो, काहीतरी गौडबंगाल आहे. करीमच्या वारंवार विनवण्याने मी त्याच्या घरी जेवायला यायचे कबूल केले.

मंगळवार पेठेतल्या बाजाराजवळ एका बोळात करीमचे घर होते. घरात मक्का मदिनातल्या धार्मिक स्थळांचे फोटो होते. दाराला काचेच्या मण्यांचे पडदे लावले होते. घरातून बिर्याणी शिजल्याचा वास येत होता.

करीमने मला विचारले,

"साहेब आपला ब्रँड कोणता?"

"काऽऽय म्हणालास? मी कधी-कधी ड्रिंक्स घेतो खरं, पण ते तुला कोणी सांगितले?"

"माझे हेरखाते, तुमच्या पोलीस खात्यापेक्षा अधिक विश्वासू

आहे. शिवाय ''बिबी'' म्हणाली, तुम्ही ते नक्की घेत असला पाहिजे!''

''बिबी? कुठंय तुझी ती बिबी?'' काहीसा त्रस्त होऊन मी म्हणालो.

करीमने आतल्या दाराच्या रोखानं हाक मारली ''बिबीऽऽऽ''

मण्याचा पडदा हलला. त्याची किणकिण झाली. मी उत्कंठतेने दाराकडं पाह्यलं. त्या पडद्याआडून एक काळी रेशमी साडी नेसलेली गोरीपान, रेखीव चेहऱ्याची. अतिशय सुस्वरूप अशी तरुणी आली. मला अतिशय आदबीनं हात जोडून म्हणाली,

''सर, मी आपली वाचक आहे. आजपर्यंतच्या तुमच्या एकूण एक कादंबऱ्या वाचल्या आहेत. एकदा तुम्हाला पाहायचं होतं. करीममुळे मला तुमची माहिती मिळाली.'' अवाक् झालेला मी म्हणालो, ''पण तुम्हाला मराठी वाचता येतं? कुणी शिकवलं?''

''सर मी संगमेश्वर कॉलेजची ग्रॅज्युएट आहे! बी.ए.ला ऐच्छिक विषय म्हणून मी मराठी घेतलं होतं! तुमच्या साहित्यातून मला तुमच्या बऱ्याच आवडी-निवडी समजल्या. शेवटी साहित्य हा लेखकाच्या प्रतिमेचा आरसाच असतो ना?''

त्यावर मला काहीच बोलता येईना! डिप्लोमॅट डीलक्स व्हिस्कीची बाटली आणि ग्लास घेऊन जवळ उभारलेल्या करीमला मी म्हणालो,''एक डबल पेग भर!''

''सोडा का पाणी?''

''थोडा सोडा, थोडं पाणी''

माझ्याकडं हसत पाहणाऱ्या करीमच्या बिबीला मी ग्लास उंचावून अभिवादन करीत म्हणालो,

''भाभी, यू आर ग्रेट, आय विल नेव्हर फर्गेट यू!''

◁◁◁

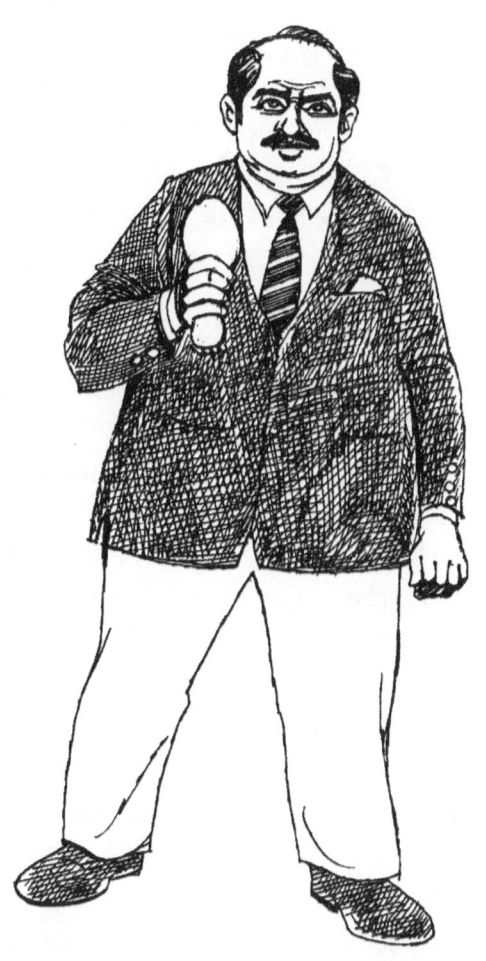

१७. अस्से वकील, अस्से न्यायाधीश

इचलकंरजीच्या मॅजिस्ट्रेट कोर्टात सरकारी वकील (पोलीस प्रॉसिक्यूटर) म्हणून १९५९ च्या जून महिन्यात मी कामावर रुजू झालो. ''महाराष्ट्राचे मँचेस्टर'' म्हणून ओळखल्या जाणाऱ्या या शहरात आंध्र, कर्नाटक, तामिळनाडू येथील कारागीर मोठ्या प्रमाणावर ''मागावर'' कपडे विणायच्या कामावर होते. त्याशिवाय इचलकरंजीच्या परिसरातील व स्थायिक लोकही रोजगार मिळतो म्हणून त्या शहराकडे आकर्षिले जात असत.

कामगार म्हटलं की इथून-तिथून सारे एकच. दिवसभर मरमर काम करायचं, सायंकाळी नशीब आजमावण्यासाठी ''कॉटन फ्यूचर''वर रूपया-दोन रुपये आकडा लावायचा, हातभट्टी झोकायची आणि डुलत डुलत मुक्कामाच्या ठिकाणी जायचं. बहुसंख्य कामगार ''सडाफटींग'' म्हणजे बिऱ्हाड न करता राहत. काहींनी मात्र आपली बायका-पोरं सोबत आणलेली असत. जे ''सडाफटिंग'' होते, ते 'रेड झोन'' एरियाकडे (वेश्यावस्तीकडे) जायचे. एकूण काय तर त्यावेळी हातभट्टी, जुगार आणि वेश्या व्यवसाय हे तिन्ही धंदे इचलकरंजीत तेजीत होते.

पोलीस खात्याला या श्यामाजिक परिस्थितीची पूर्ण कल्पना होती. तरीही वरून म्हणजे डी.एस.सी. ऑफिसकडून आदेश येत-दर महिन्याला दारू, जुगार आणि वेश्या व्यवसाय प्रतिबंधक खटले असे १०-२० ठरावीक खटले करा! त्यात दारूचे किती, जुगाराचे किती, वेश्या व्यवसाय प्रतिबंधक कायद्याखालील किती असावेत हे आकडेही नमूद केलेले असे.

असा वरून आदेश आला की, फौजदार आणि हवालदार आपापला ''कोटा'' पूर्ण करायच्या कामात गढून जात.

हातभट्टीची वाहतूक करणारे, तिची विक्री करणारे लोक कोण आहेत हे पोलिसांना पूर्णपणे ठाऊक असे. तसेच जुगार घेणारे, खेळणारे, बुकी हे देखील माहीत असत. वेश्या व्यवसायावर उपजीविका करणाऱ्या

व्यक्तींचीही पोलीस स्टेशनला नोंद असे. त्यांना पोलीस स्टेशनवर बोलावलं जाई.

"ए भीम्या, या खेपेला दारूच्या बारा केसेस पाहिजेत बघ!'' फौजदार.

"साहेब, जरा आकडा कमी करा की?'' भीम्या.

"अरे, कमी कसा करणार? वरून आर्डर आलीय. कमीत कमी बारा तरी खटले दाखल झाले पाहिजेत म्हणून.''

"मागल्या खेपेला नव्हते का दिले, आवंदा जरा सवलत द्या.''

"बरं मग किती देतोस सांग?''

"आठ करा आठ.''

मग भीम्यावर आठ खटले दाखल होत. प्रत्येक खटल्याची फिर्याद देणारा हवालदार वेगळा. भीम्याचे हस्तक कधी कधी आरोपी व्हायचे. पंचांचा "स्टॉक'' ही ठरलेला. एक जात सगळे धंदेवाईक पंच. "फितूर'' (Flostile) होणारे! जुगार आणि वेश्या व्यवसाय प्रतिबंधक खटलेदेखील याच पद्धतीने नोंदवले जात.

चार्जशीट कोर्टाकडं धाडलं जायचं. मी सरकारी वकील म्हणून माझ्याकडं मूळ फिर्याद, पंचनामा, दारू तपासणीचे केमिकल ॲनलायझरचे सर्टिफिकेट वगैरे "केस पेपर्स'' असायचे.

सुरुवातीला नवीन होतो तेव्हा प्रत्येक खटला मला "खराच'' वाटायचा. अतिशय एकाग्र होऊन मी ते खटले चालवायचो. पण नंतर लवकरच मला कळून चुकलं हे खटले म्हणजे सगळा प्रकार बनवाबनवीचा आहे. "तू कर रडल्यासारखं'' मी करतो "मारल्यासारखा'' असं बिनधास्तपणे चाललंय पोलीस आणि गुन्हेगारांत.

एकदा मधल्या सुट्टीत कोर्टासमोरच्या उडप्याच्या हॉटेलात मी कॉफी प्यायला गेलो होतो. माझ्या शेजारी पार्टिशनच्या पलीकडे नुकत्याच मी चालवलेल्या केसमधले आरोपी, पंच आणि फिर्यादी हवालदार हसत

खिदळत बसले होते. त्यानां मी पार्टीशनच्या पलीकडे आहे याची कल्पना नव्हती. त्यांच्यात चर्चा चालली होती.

"राणेसाहेब, (हवालदाराचं आडनाव) ह्यो नवीन सरकारी वकील कुठला हाय वो?"

"का?"

"अहो, त्यो आपल्या पंचांना दम भरतोय, तू "होस्टाईल" झालास तर तुझ्यावर खटला भरीन म्हणतो! त्याला काय द्याव घ्यावं लागतं का?"

"तसलं काय करू नका, तो त्यातला न्हाई, तुम्हालाच कामाला लावलं! उगं गप्प गुमान राव्हा. तुमची केस सुटल्याशी कारण! आणखीन एक भजी आण बाबा, बटाट्याची भजी खावी तर चन्नाप्पा उडप्याच्यात."

"वडा गरम आहे, आणू का?" पोऱ्या.

"आण आण, सकाळी जेवल्यालोच नाही." पंच.

हे "डायलॉग" कानावर पडल्यानंतर मी या "बोगस" खटल्यात जास्त परिश्रम घेण्यात अर्थ नाही, असे मला वाटू लागले. मात्र, भारतीय दंड संहितेच्या खटल्यात हे साक्षीदार आणि फिर्यादी जिद्दीने लढतात. त्यांच्या कामावर लक्ष केंद्रित करायचो.

त्यावेळी शिरोलीपासूनच्या ते थेट किणी, घुणकी, वाठार, हुपरी रेंदाळपर्यंतच्या भागातले "इंडियन पिनल कोड" खालचे खटले मला इचलकरंजीतल्या कोर्टात चालवावे लागत. या भारतीय दंडसंहितेच्या खटल्यात विविधता असे. गुन्ह्यातले फिर्यादी, आरोपी, साथीदार वेगवेगळे गुन्हा घडण्याचे कारणही प्रत्येक खटल्यात निराळे. दारू, जुगार आणि "प्रॉस्टेटयूशन ॲक्ट खालील" बोगस खटले चालवण्यापेक्षा भारतीय दंड संहितेखालचे खटले चालवायला मला बरं वाटायचं! त्यातही एखाद्या खटल्यात आरोपीने आपला बचाव करण्यासाठी एखादा नामवंत कायदेतज्ज्ञ आणला की, मलाही त्याच्याशी दोन हात करायला आव्हान वाटे! सांगलीचे प्रख्यात कायदेपंडित कै. केशवराव चौगुले, कोल्हापुरातील

वामनराव अडके, केशवराव किंकर, बापू करमरकर अशा एकापेक्षा एक नामवंत वकिलांविरूद्ध मला काम करण्याची संधी मिळू लागली.

त्याचबरोबर आपण फार मोठे कायदेतज्ज्ञ आहोत, असा आभास करणारेही वकील पाहायला मिळाले. कुरूंदवाडच्या कोर्टात आरोपीची बाजू मांडण्यासाठी एक वकील आरोपीच्या बचावाचे भाषण करताना न्यायाधीशांना दाखवण्यासाठी छकडा भरून केस लॉ आणायचा, पण गंमत अशी की, त्यातली एकही केस त्यांच्या उपयोगी पडत नसे. दुसरे एक सांगलीचे वकील जयसिंगपूर आणि कुरूंदवाडच्या कोर्टात वारंवार यायचे. त्यांची छोटी मॉरिस मोटार होती. ते नेहमी न्यायाधीशांना खास विनंती करून आपले सर्व खटले एकाच दिवशी नेमण्याची विनंती करीत. समजा, त्यादिवशी त्यांची ८-१० कामे बोर्डावर असली, तर प्रत्येक कामातील पक्षकाराकडून ते पेट्रोलचे पैसे घेत. सांगलीहून कुरुंदवाड येथे येण्यासाठी प्रत्येक पक्षकाराकडून पंचाहत्तर रूपये घेत. दहा कामातले गाडीभाडे म्हणून ७५० रुपये त्यांना मिळायचे. मी त्यांना गमतीने म्हणे, गाडीने पोसलेला वकील!

दुसरी एक वकिलांची तऱ्हा होती. ते वकीलपत्र दाखल करण्यासाठी एकच वेळ कोर्टात येत. नंतर प्रत्येक तारखेला मुदत अर्ज! आज काय तर कोल्हापूरच्या कोर्टात "मर्डर" केस चालणार आहे, तर दुसऱ्या वेळेला हायकोर्टात अपील चालणार आहे. अशी टोलवाटोलवी करून वकिली करणाऱ्यांत एक "सोकॉल्ड" ॲडव्होकेट होते. त्यांनी दारावर आपल्या नावाची पाटी लावली होती. पदव्या होत्या. पुढे त्यावर अक्षरं होती - "ॲडव्होकेट सुप्रीम कोर्ट ऑफ इंडिया!" त्यांना मी माझ्या ३० वर्षांच्या सरकारी नोकरीत एकदाही कोल्हापुरातल्या कोर्टात काम चालवताना पाहिले नाही. नंतर माझी बदली कोल्हापुराला झाली. भारतातलाच काय, पण जगातला फौजदारी कायदा हा प्रामुख्याने व्यवहार ज्ञानावर आधारित आहे. त्यात पुस्तकी ज्ञान फळ १/४ असते, तर

(कॉमनसेन्स) व्यवहार ज्ञान ३/४ असते. असे असताना बरेच लोक बार लायब्ररीत आठ-आठ तास लठ्ठ अशा कायद्याच्या पुस्तकात डोकं खुपसून बसलेले असायचे. त्यांची वकिली फक्त काळा कोट घालण्यापुरतीच असे. वकिलांचे असंख्य नमुने मला माझ्या नोकरीमुळे अजमावता आले. न्यायाधीशांची अवास्तव स्तुती करणे, पुढे पुढे करून लाळघोटेपणा करून वकिली करणारेही काही महाभाग होते, तर आपला स्वाभिमान जपण्यासाठी न्यायाधीशांशी प्रत्यक्षात दोन हात करायला समर्थ असणारेही वकील मी पाहिले. या संदर्भात एक आठवण सांगण्यासारखी आहे. त्यावेळी जुना राजवाड्यातल्या फौजदारी कोर्टात मी काम करीत असताना माझ्या विरुद्ध बाजूला अॅड. केशवराव किंकर होते. बोलता बोलता केशवरावांच्या एका विधानावर न्यायाधीश त्यांना म्हणाले,

"तुम्हाला कुठल्या गाढवाने कायदा शिकवला आहे?"

न्यायाधीशाने अशी भाषा वापरणे चुकीचेच होते. केशवराव किंकर न्यायाधीशांच्या त्या उद्गगाराने भयंकर दुखावले. पण कोर्टाच्या खुर्चीचा मान ठेवून म्हणाले, "आता इथं तुमच्या प्रश्नाचे उत्तर मी देऊ शकत नाही, पण कोर्ट संपल्यवर तुम्ही जिना उतरून जेव्हा खाली याला तेव्हाच या प्रश्नाचे उत्तर तुम्हाला मिळेल." ती केस संपल्यावर संतप्त झालेले केशवराव खाली बाररूममध्ये आले. कोट काढला. शर्टाच्या अस्तन्या दुमडल्या आणि नंतर खालच्या लिंबाच्या झाडाच्या पारावर हातात पायातले कोल्हापुरी पायताण घेऊन उभे राहिले. साहेबाच्या प्रश्नाचं उत्तर इथं भर चौकातच देणार आहे म्हणाले. माडीवर कोर्टाच्या पट्टेवाल्याने मॅजिस्ट्रेटला तो प्रकार सांगितला. केशवरावांच्या भोवताली शे-दोनशे माणसे जमा झाली. कोर्टाची वेळ संपली, पण मॅजिस्ट्रेट महाशय खाली यायलाच तयार नव्हते. दुसऱ्या रस्त्याने निघून जावे म्हणावे, तर दुसरा रस्ताच नव्हता. शेवटी मॅजिस्ट्रेटने पट्टेवाल्याकडून केशवरावांना निरोप पाठवला, "माझे चुकले! मी तुमचा अपमान

करायला नको होता.'' केशवराव पट्टेवाल्याला म्हणाले, ''साहेबांना समक्ष इथं येऊन माझी माफी मागायला पाहिजे.'' प्रकरण भलतेच चिघळणार अशी लक्षणे दिसू लागली. मग बारमधले सिनियर वकील डी. जी. राणे, बापू करमरकर, शेळके, निंबाळकर ही मंडळी बाहेर आली आणि त्यांनी केशवरावांची कशीबशी समजूत घालून त्यांना शांत केले.

न्यायाधीशांच्या खुर्चीवर बसल्यानंतर इतरांना तुच्छतेने वागवणाऱ्या न्यायाधीशांची एक जात आहे. न्यायाधीशांचे जे अधिकार असतात ते कोर्टाच्या चार भिंतींच्या आत. उद्या एखाद्या न्यायाधीशाने कायदा हातात घेऊन काही बेकायदेशीर कृत्य केले, तर केशवरावांप्रमाणेच त्याला वठणीवर आणणे हा एकच मार्ग उरतो. न्यायाधीश म्हटल्यावर कलेक्टर, डी.एस.पी., लोकनियुक्त प्रतिनिधी तोंड बंद करून बसतात.

कायदा हातात घेणाऱ्या न्यायाधीशांविरुद्ध लोकांनी वरिष्ठ न्यायालयाकडे तक्रार केली, तर एखादा रिटायरमेंट झालेला वरिष्ठ न्यायाधीश काठी टेकत टेकत सुपारी चघळत येतो. तक्रार करणाऱ्या लोकांना थातूर-मातूर आश्वासनं देतो आणि निघून जातो. बेकायदेशीर वागणाऱ्या न्यायाधीशाला साधी ताकीदही वरून दिली जात नाही.

नोकरी करीत असताना असे अनेक प्रकार मी अनुभवले. सर्वश्यामान्य माणसांनी अन्याय निवारणासाठी संघटित होऊन अशा न्यायाधीशांविरुद्ध कायदा हातात घेतला, तर त्यात काय वावगं आहे?

◁◁◁

१८. के. वासुदेव

मी त्यावेळी पंधरा वर्षांचा होतो. इंग्रजी दुसरी किंवा तिसरीत असेन. अभ्यासाचा अतिशय तिटकारा, शाळा कोणाच्या डोक्यातून निघाली असेल? आपली शाळा अचानक भूकंपाने कोसळावी, असेही अभद्र विचार त्यावेळी डोक्यात यायचे. शाळेत जाण्याऐवजी मस्तपैकी लगोऱ्या घेऊन "जितीच्या" (आता जयंतीच्या) ओढ्याकाठाने पाणकोंबड्या मारत हिंडावे असे वाटे. कधी कधी ओढ्याकाठी असलेल्या पडीक घराच्या बाजूला घाणेरीच्या झुडपाखाली "लाव्हऱ्या" (Quails) दिसायच्या. त्या लगोरीने उडविण्यात एक वेगळेच "थ्रील" वाटे.

वडिलांच्या अकाली मृत्यूनंतर आई व मी रविवार पेठेतल्या मामांच्या घरी राहायला आलो होतो. मामा अक्कलकोटला फौजदार होते. घरात मी व आई आम्ही दोघंच. पण अख्खी रविवार पेठ माझ्या मावश्या, मावसबहिणी, मावसभाऊ,त्यांची मुले या सर्वांचा घरी राबता होता. त्यामुळं आईना त्यांचा आधार वाटे.

शाळा चुकवून टारगट मुलांच्यासह कधी गोट्या, कधी चिनिदांडू, तर कधी बटणं जिंकून खेळणे यात मात्र माझं प्रावीण्य होतं. पण भविष्यकाळात आपल्या एकुलत्या एक मुलाचं कसं होणार, या एकाच चिंतेनं आईंना ग्रासलं होतं. लग्नापूर्वी काही काळ त्या विद्यापीठ हायस्कूलात शिकल्या होत्या. त्यामुळे भक्तिसेवा विद्यापीठ हायस्कूलबद्दल त्यांना आपुलकी वाटे. काही झालं तरी मी शाळा बदलून दुसऱ्या शाळेत जावं, असा विचार चुकूनही त्यांच्या डोक्यात येत नव्हता.

एके दिवशी त्या माझ्यासोबत शाळेत आल्या. दीक्षित मास्तरांना भेटून म्हणाल्या,"सर,आमच्या "बाबा"च लक्षण काही बरं दिसत नाही. उडाणटप्पू पोरांच्या संगतीनं याचं आयुष्य बरबाद होईल. मी याला तपोवनावर ठेवावं म्हणते!"

"वाऽऽऽनामी उपाय शोधलात तुम्ही शांताक्का, उद्यापासून पाठवा."

मी तपोवनावर दाखल झालो. विद्यापीठ हायस्कूलचं ''तपोवन''हे बोर्डिंग होतं. त्या बोर्डिंगची शिस्त कडवी होती. पहाटे साडेचारला उठावं लागे. नैसर्गिक विधी उरकल्यावर खाली नळावर थंड पाण्यानं आंघोळ करावी लागे. आंघोळीनंतर श्यामुदायिक व्यायाम, जोर, बैठका, त्यानंतर ''परन्धाम'' मध्ये प्रार्थना. त्यानंतर एक फूलपात्र दूध, चहाचं नावदेखील घ्यायला बंदी होती. मग अभ्यास. तोही तिथं राहणाऱ्या शिक्षकाच्या मार्गदर्शनाखाली. त्यानंतर साडेदहाला जेवण, जेवणात तिखट वर्ज्य! भाकरी किंवा चपाती आणि उक्कड भाजी, चेंज म्हणून मटकी किंवा चवळीची उसळ. बाप्या आचारी भाकरी थापटता थापटता बिडीचे झुरके मारायचा. तपोवनाचे सर्वेसर्वा होते दीक्षितगुरुजी. ब्रम्हचारी, लग्न झाल्यानंतर ब्रह्मचर्याची शपथ घेतलेले. दुसरे रामदास स्वामीच! कमी बोलणारे पण त्यांनी रोखून पहायलं की, पाठीवर वेताची छडी बसल्याचा भास व्हायचा. पांढरी शुभ्र दाढी, भरघोस मिशा, केसही खांद्याएवढे वाढलेले, अंगात नेहरू शर्ट, त्यावर जाकीट, कमरेला पांढरी हाफपँट, डोक्याला कोशा पटका हा वेष. त्यांचा आहार म्हणजे दूध आणि केळी, रात्री आमच्याबरोबर पंगतीला बसत त्यावेळी थाळीभर उक्कड भाजी चमच्याने खायचे. त्यावेळी मात्र मनसोक्त बोलायचे.

वयाच्या दहा वर्षांपर्यंत कोल्हापूर संस्थानच्या संस्कारात वाढलेला मी. चमचमीत रस्सा, मटण खाण्याची चटक. तो मीठ घातलेला मिळमिळीत भाजीचा पाला नरड्यातून खाली उतरायचाच नाही. त्यावेळी कळंबा जेल जवळच झाला होता. मला जेलमध्ये असल्यासारखेच वाटे. रात्री जाग आली की, वाड्यावरचे दिवस आठवायचे, सकाळी उकडलेली अंडी, कधी आम्लेट ब्रेड, तर कधी टोस्ट, पोलसन बटर आणि भगव्या रंगाच्या कपातून घट्ट दुधाचा चहा! त्या पार्श्वभूमीवर तपोवनातलं अन्न आणि वातावरण याला मी विटलो. कुठल्यातरी गावी पळून जावं आणि हॉटेलात नोकरी करून पोट भरावे, असाही

विचार दोन-चार वेळा येऊन गेला.

पण, मी तपोवनावर रमावं अशी काहीतरी दैवी योजना असावी. तपोवनाच्या मुख्य इमारतीमागे आठ बाय दहाची एक कौलारू खोली होती. तिला पत्र्याच्या चौकटीचे दार होते. तिथं कोणीही राहत नव्हते. रविवार होता. सकाळी नऊच्या सुमारास एक व्यक्ती अचानक उगवली. वय तीस-पस्तीसच्या आसपास. हनुवटीवर काळीकुळीत दाढी, माफक मिशा, डोक्याचे कुरळे केस, खांद्यापर्यंत वाढलेले. गृहस्थाच्या खांद्याला एक खादीची शबनम बॅग, अंगात खादीचा नेहरू सदरा, खादीचीच विजार, पायात साध्या वहाणा.

दीक्षितगुरुजी गावात शाळेकडं जायच्या तयारीत. ते रविवारीसुद्धा शाळेकडे जायचे. सायकल हातात धरून उभे होते. समोर आलेल्या गृहस्थांकडे पाहत ते म्हणाले,"धूमकेतू असा कसा काय उगवला?

गृहस्थ हसत हसत म्हणाले,"खूप भटकंती झाली सर नैनिताल, माऊंट अबू, राजस्थान खूप फिरलो म्हटलं आता मठ्ठीवर जावं थोडं दिवस!"

"या बरं झालं, आम्हालाही या उनाड पोरांना काहीतरी चांगला छंद लावणाऱ्यांची गरजच होती." मी समोर उभा होतो. उनाड हे विशेषण मलाच उद्देशून होतं. इतकं समजण्याइतका मी सुज्ञ होतो. दीक्षित सर मला म्हणाले,"बाबा आजपासून तुमचे "रेक्टर" हे के. वासुदेव! हे सांगतील तसं वागायचं! यांना चित्रकलेचं उत्तम ज्ञान आहे. तुम्हाला ते चित्रकला शिकवतील! सायकलवर टांग टाकून दीक्षितसर निघून गेले. रोज शाळा सुरू झाल्यावर गावातून दीड-दोन मैल पायपीट करून दफ्तर पाठीला अडकवून तपोवनावर आल्यानंतर अंगात त्राणंच उरायचं नाही. त्यात तो दोन्हीवेळचा कैद्याचा आहार! मी वैतागलो होतो. मनातल्या मनात म्हणालो, "कसली चित्रकला शिकवणार आहेत हे दाढीवाले? तपोवनावर वास्तव्य करण्यासाठी दाढी हे

''क्वॉलिफिकेशन'' लागत असावं!''

''चल बटू आपण आपल्या खोलीची साफसफाई करू!'' माझ्या पाठीवर हात ठेवून ते म्हणाले.

''किती दिवसापासून आहेस इथं?''

''वर्ष होत आलं!''

''घरी कोण कोण असतं?''

''कोणी नाही, मी आणि आई. वडील वारलेत.''

डोळ्यात कणव आणून ते मला म्हणाले, ''खूप शिकून नाव कमावशील! ''कशावरून? मला शाळा अजिबात आवडत नाही.''

''लहानपणी शाळेबद्दल अनास्था असणारी बरीच मुलं भविष्यात नाव कमावतात!''

के. वासुदेवांनी प्रथम खोलीतली उंदरांची बीळं बुजवली. खराट्यानं खोली झाडून काढली. मी त्यानां मदत करत होतो का कुणास ठाऊक मला पहिल्या भेटतीच त्याच्याबद्दल आत्मीयता वाटू लागली.

काम करता करता ते माझ्याशी बोलत होते. ''बटू इथं संध्याकाळी गायन मास्टर येतात ना?'' ''हो, सोळांकूरकर येतात!''

''तू शिकतोस की नाही गायला?''

''अं .....हंऽऽऽ मी गाणं म्हणायच प्रयत्न केला की, ते मला ''धोबी'' म्हणतात.''

के. वासुदेव हसले आणि मला म्हणाले, ''तू गाण्यात लक्ष घालत नाहीस म्हणून ते तसं म्हणाले असतील. अरे गायन ही कला माणसाला ईश्वराच्या समीप नेणारी आहे. बरं तुला चित्र काढायला तरी आवडतात का? हो, पण मी माणूस काढायला गेलो की, माकडचं निघत. मग त्यालाच शेपूट लावून झाडाच्या फांदीवर बसवतो.''

''बरं, आता यापुढं मी तुला चित्रं काढायला शिकवीन बरं! अभ्यासातला कुठला विषय तुला आवडतो?'' ''कुठलाच नाही! मी

केव्हातरीच इथून निघून जाणार! माझ्या इच्छेविरूद्ध आईंनी मला इथं डांबलय!''

डोळे किलकिले करून मला जवळ घेत ते म्हणाले, ''अरे तसं काही करू नकोस. ती माऊली किती दु:खी होईल,याची कल्पना कर! मी फारसा हुशार नाही. पण तुला थोडे थोडे विषय शिकवत जाईन.''

वासुदेवांनी गोठ्यातून गाईचं शेण आणून खोली सारवली. सारवताना मला म्हणाले, ''बटू गाईच्या शेणात कीटकनाशक गुण असतात.'' के. वासुदेवांच्या सहवासात हळूहळू मी रमू लागलो. ते डाव्या हातानं सुंदर स्केचेस काढत आणि मला समोर बसवून माझा काढलेला स्केच कितीतरी वर्षे माझ्याजवळ होता. दिवसामागून दिवस चालले होते.

पारतंत्र्याचा तो काळ होता. ''चलेजाव''ची घोषणा महात्मा गांधींनी केली होती. ब्रिटिश साम्राज्याला हादरे बसत होते. सांगली आणि सातारा जिल्ह्यांतील क्रांतिकारक भूमिगत होऊन ब्रिटिश सरकारला सळो की पळो करीत होते. कै. यशवंतराव चव्हाण, भाई किसन वीर, कै. नाना पाटील, नागनाथ अण्णा नायकवडी ही मंडळी रेल्वे अडवून खजिने लुटत हाते. स्टेशने जाळीत होती. त्यांचा बापूजींच्या अहिंसेवर विश्वास नव्हता.

सांगली, सातारा जिल्ह्यातील क्रांतिकारकांच्या कारवाया रोज वृत्तपत्रात येत. अशी वृत्तपत्रे के. वासुदेव तपोवनात आणून बारकाईने वाचत. त्यादिवशी ते मला म्हणाले, ''बटू मी काही महत्त्वाच्या कामासाठी परगावी जाणार आहे. परत कोल्हापुरात येईन. नियमित अभ्यास करीत जा, हुशार आहेस, शहाणा आहेस, माझी खात्री आहे. तुझा भविष्यकाळ चांगला आहे.''

दुसऱ्या दिवशी भल्या पहाटे के. वासुदेव निघून गेले. कळलेही नाही. एक महिन्यांनी वासुदेव कुठे राहत होते? त्यांच्याकडे कोणाचे

येणे-जाणे होते ही माहिती पोलीस खात्याला हवी होती. पोलिसांनी माझ्याकडेही चौकशी केली. पण पोलिसांना कसलाच धागा मिळाला नाही.

के. वासुदेव घातपात करणाऱ्यातले नव्हते. ते फक्त भूमिगत क्रांतिकारकांचा एकमेकांशी संपर्क जोडून द्यायचे, महत्त्वाचे काम करीत.

दरम्यान, मी तपोवन सोडले. १९४७ साल उजाडले. मी इंग्रजी सहावीला गेलो होतो. १५ ऑगस्ट १९४७ रोजी दिल्लीच्या लाल किल्ल्यावरील तिरंगा फडकला. क्रांतिकारकांच्यावरचे खटले काढून घेतले गेले. उलट क्रांतिकारकांना स्वातंत्र्यप्राप्तीनंतर स्वातंत्रसैनिकांचे मानधन सुरू झाले. के. वासुदेवांनी मानधन स्वीकारले नाही. १९४८ च्या सुमारास के. वासुदेव पुन्हा प्रकटले. त्यांना भेटायला मी तपोवनावर गेलो. तेव्हा ते म्हणाले, ''बटू'' ''माझी एक शेवटची इच्छा होती बघ! कोणती?''

''भारतमाता पारतंत्र्यातून मुक्त व्हावी आणि मी हिमालयाची यात्रा करावी. माझ्या दोन्ही इच्छा पूर्ण झाल्या. तू कसा आहेस?'' माझी त्यांनी चौकशी केली.

के. वासुदेवांनी हिमालयातल्या गिरीशिखरांची अप्रतिम अशी लँडस्कॅप्स करून आणली होती. मानस सरोवरात कैलास शिखराचे प्रतिबिंब पडल्याचं चित्र दाखवत, के. वासुदेव मला म्हणाले,

''बटू, हे लँडस्केप अपुऱ्या अवस्थेत असताना इटालियन चित्रकार टुरिस्टबाई मला म्हणाली. हे अपुरं चित्रं मला विकत द्या. मी पाचशे डॉलर देईन! मी नाही दिलं. अरे, मला या जन्मात कधी कोणाच्या धनाचा लोभ झालाय का? पाच हजार डॉलर्सलाही मी तिला दिलं नसतं.''

मी मंत्रमुग्ध होऊन हिमालयाची ती चित्रे पाहत असताना के. वासुदेव उठले. त्यांनी आपल्या खांद्याच्या शबनम बॅगेतून खजुराचा

पुडा काढला. भांड्यातलं गाईंच दूध कपात ओतलं आणि मला देत म्हणाले, “बटू खजूर आणि गाईचं दूध हा सर्वोत्कृष्ट आहार आहे! अधून-मधून खात जा!” हिमालयातल्या साधूंच्या अनेक आठवणी त्यांनी मला सांगितल्या. मी सरकारी वकील म्हणनू निवृत्त झाल्यानंतर के. वासुदेवांना घरी जेवायला बोलावले. ते खूप थकले होते तरी आले. जुन्या आठवणी निघाल्या, ते मला म्हणाले, “दीक्षितसर तुला त्यावेळी वाया गेलेला विद्यार्थी म्हणून हिणवायचे ना? आज ते हवे होते. तुझ्या साठ-सत्तर लोकप्रिय कादंबऱ्या आणि शे-पाचशे लँडस्केप, तुझी बी.ए.एलएल.बी. पदवी पाहून म्हणाले असते माझा अंदाज साफ चुकला!”

काही दिवसांनंतर के. वासुदेवही गेले. एक अत्यंत संवेदनशील, राष्ट्रप्रेमी, चित्रकार माझ्या आयुष्यात काही क्षण येऊन गेला ही परमभाग्याची गोष्ट वाटते.

(-के. वासुदेव, क्रांतिकारक आणि चित्रकार)

◁◁◁

१९. स्वातंत्र्यसैनिक शिंत्रे

परवा दैनिकामध्ये बातमी वाचली. रेल्वेमंत्री लालूप्रसाद स्वातंत्र्यसैनिक ......मुळे हैराण! त्याबाबतीत सविस्तर हकिकत दिली होती. भारताच्या स्वांतत्र्य लढ्यात ज्या देशभक्तांनी त्याग केला, कष्ट सोसले, वेळप्रसंगी तुरुंगही भोगला, अशा स्वातंत्र्यसैनिकांना एक हजार रुपये मानधन आणि देशभर रेल्वे, एस.टी. प्रवासाचे दोन पास दिले जातात. एक पास असतो स्वातंत्र्यसैनिकासाठी आणि दुसरा असतो तो त्याच्या "अटेंडंट साठी, पण जवळ जवळ ९८ टक्के स्वातंत्र्यसैनिक हे पास दुसऱ्यांना विकतात आणि पैसे मिळवतात.

ती बातमी वाचताच माझ्या डोळ्यांपुढे सूर्याजी शिंत्रे हा कागल तालुक्यातल्या पिंपळगावचा स्वातंत्र्यसैनिक उभा राहिला. मी त्याला या जन्मात विसरणार नाही आणि तोही मला विसणार नाही.

कागलच्या मॅजिस्ट्रेट कोर्टात एक नव्हे, दोन नव्हे, तब्बल बारा वर्षे मी सरकारी वकील म्हणून फौजदारी कामे चालवलेली आहेत. या बारा वर्षात असंख्य गुन्हेगार अगदी जवळून पाहायला आणि अभ्यासायला मिळाले.

माझे ऑफिस कोर्टाच्या आवारात कागलकर सरकारांच्या जुन्या वाड्यात होते. तेथेच मी सरकारी साक्षीदारांना खटल्यांच्या कामी कसा जबाब द्यावा याच्या सूचना देत असे. साडेअकरा वाजता कोर्टाच्या पट्टेवाल्याने "सरकारीऽऽऽ वकीऽऽऽल" असा पुकारा केला की, अंगावर काळा कोट चढवून मी मागेच माडीवरच्या कोर्टात जात असे.

त्यादिवशी कोर्टात दोन पार्टीतील खासगी फिर्याद चालणार असल्याने मला थोडे उशिरा कोर्टात जावे लागणार होते. प्रॉसेक्युशन ड्युटीचा कॉन्स्टेबल पाटील कोर्टात माझ्याकडे कामाला येतानाच एक शंभर मिली पोटात टाकून यायचा. तसे न केल्यास त्याचे हातपाय थरथर कापत. दारूबंदीचे खटले चालविण्यासाठी मला कागदपत्रे काढून देणारा, साक्षीदारांना जबाबाची माहिती देणारा, कॉन्स्टेबल सुब्राव

पाटील बरीच वर्षे पित होता, पण "मानवतेच्या" दृष्टिकोनातून कोणी त्याच्याविरुद्ध ॲक्शन घेत नसे.

त्यादिवशी पावणेअकराच्या सुमारास कोर्टाच्या आवारात धांदल, धावपळ उडाली. नेमकं काय घडलं हे कोणाला कळेना. मी कॉन्स्टेबल पाटलाला "बाहेर जाऊन बघून ये काय घडलंय" हे सांगण्याअगोदरच दोन कॉन्स्टेबल, पाच-सहा ग्रामस्थ, पिंपळगावचा तलाठी, पोलीसपाटील आणि कागल तालुक्याचे मामलेदार राजाभाऊ माझ्या ऑफिसात आले.

मामलेदार राजाभाऊ बाबर यांच्या अंगावरचा बुशशर्ट फाटला होता. त्यांच्या छातीवर आणि गालावर ओरखडलेले होते. ते काहीसे संतप्त आणि उद्विग्न अशा अवस्थेत होते. गर्दीतून वाट काढत कागल पोलीस स्टेशनचे फौजदार तळेकर हेही ऑफिसात आले. मी मामलेदार बाबर आणि फौजदार यांना समोरच्या खुर्च्यांवर बसण्याची सूचना केली. ऑफिसची जागा लहान असल्यामुळे पाटील कॉन्स्टेबलने आत घुसू पाहणाऱ्या लोकांना हटवले. मी मामलेदार बाबर यांना काय प्रकार घडला? असे विचारले.

ते थोडेसे सावरून बसत मला सांगू लागलो. "तालुक्याच्या धान्य गोदामासाठी शेतकऱ्यांकडून त्यांच्या धान्य उत्पन्नाचा थोडा भाग दरवर्षी "लेव्ही" म्हणून सरकारतर्फे जमा केला जातो. चालू वर्षाची लेव्ही वसुली सुरू होती. पिंपळगावचा सूर्याजी शिंत्रे दोन खंडी भात पिकवतो. त्याच्याकडून एक पोत भात लेव्ही म्हणून घेण्यासाठी आज सकाळी पिंपळगावचा पोलीसपाटील, तलाठी आणि माझे मदतनीस असे शिंत्रे यांच्या घरी सकाळी ९ वाजता गेलो. घरासमोरच भाताची पोती रचून ठेवली होती. घरमालक हजर नसल्यामुळे आम्ही तेथेच थांबलो आणि घर मालकाला बोलावणं पाठवलं. त्यांची दोन घरे आहेत, ते दुसऱ्या घरी होते. ते आले. आम्ही त्यांना आमच्या येण्याचे प्रयोजन सांगितले. तेव्हा ते अचानक भडकले आणि माझ्या अंगावरच धावून आले. माझ्याशी त्यांनी झोंबाझोबी

केली. माझा बुशशर्ट फाटला, अंगावर जागोजागी ओरखडले. मला म्हणाले, "तुम्हाला ठाऊक नाही काय? मी स्वातंत्र्यसैनिक आहे. हे बघा माझं प्रमाणपत्र आणि शासनाने सन्मानाने दिलेला ताम्रपट! "माझ्या परवानगीशिवाय तुम्ही माझ्या घरात घुसलातच कसे?"

"मी सरकारी कामासाठी आलो आहे. आम्हाला एक पोतं भात लेव्ही म्हणून हवं आहे!"

"लेव्ही बिव्ही कुछ मिळणार नाही! अगोदर इथून चालते व्हा! स्वातंत्र्यसैनिक म्हणजे तुम्हाला कोण आलतू-फालतू वाटला की काय? असाल तालुक्याचे मामेलदार,पण मी कलेक्टरला भेटायला गेलो की तोसुद्धा मला बघून अदबीनं उठून उभा राहतो आणि तुम्ही माझ्या परवानगी शिवाय घरात घुसता काय? उद्या सी.एम. साहेबांना भेटतो. तुमची थेट चंद्रपूरला बदली नाही झाली, तर नावाचा सूर्याजी शिंत्रे नाही. समजलं काय?"

मी शांतपणे राजाभाऊंचे बोलणे ऐकूण घेतलं आणि कागलच्या फौजदारांना तिथेच सांगितले. "सरकारी कामात अडथळा आणला आणि शासकीय अधिकाऱ्यावर धावून जाऊन त्यांचे कपडे फाडले, किरकोळ जखमा केल्या म्हणून इंडियन पिनल कोड कलम १८६ आणि ३३२ प्रमाणे सूर्याजी शिंत्रे यांच्यावर फिर्याद दाखल करून त्यांना तत्काळ अटक करा! हा कसला आलाय स्वातंत्र्यसैनिक? खरा स्वातंत्र्यसैनिक असा आडदांडपणा मुळीच करणार नाही आणि स्वातंत्र्य चळवळीत सूर्याजी शिंत्रे याने काय सहभाग घेतला होता? त्याला तुरूंगाची शिक्षा झाली असेल, तर तो कोणत्या तुरूंगामध्ये किती कालावधीसाठी होता ही सर्व माहिती मला आठ -दहा दिवसांत हवी आहे."

फौजदारांनी मला सॅल्यूट ठोकून म्हटले "जी सर, आपण सांगितल्याप्रमाणे सूर्याजी शिंत्रे याची सविस्तर माहिती आपणास सादर करतो!"

माझ्या सूचनेप्रमाणे राजाभाऊ बाबर यांनी कागल पोलीस ठाण्यात सूर्याजी शिंत्रे विरूद्ध फिर्याद दाखल केली. कागलच्या फौजदारांनी पिंपळगावला जाऊन सूर्याजी शिंत्रेला अटक करून त्याच्यावर खटला भरला.

दरम्यान, माझ्या सूचनेप्रमाणे कागलच्या फौजदारांनी सूर्याजी शिंत्रे हा स्वातंत्र्यसैनिक कसा झालाय याबाबत सखोल अशी चौकशी केली. त्यातून जी माहिती बाहेर आली, ती अत्यंत धक्कादायक होती.

स्वातंत्र्य संग्रामात कळबा जेलला शिक्षा भोगत असलेले दे.भ. रत्नाप्पाण्णा कुंभार हे ज्या तुरुंगामध्ये होते, त्याच तुरुंगामध्ये सूर्याजी शिंत्रे हा शिक्षा भोगत होता. तो रोज रात्री रत्नाप्पाण्णाचें पाय चेपत असे. त्यांना वेळोवेळी मदतहीं करत असे. म्हणून १९४७ च्या पंधरा ऑगस्टनंतर रत्नाप्पाण्णांनी सूर्याजी शिंत्रेंला लेखी सर्टिफिकेट देऊन टाकले की, सूर्याजी शिंत्रे हा स्वातंत्र्यसैनिक म्हणून ताम्रपट व मानधन मिळण्यास लायक आहे. दे.भ. रत्नाप्पाण्णांचे प्रशस्तिपत्र मिळाल्यानंतर महाराष्ट्र शासनाने अधिक चौकशी न करता सूर्याजी शिंत्रेस स्वातंत्र्यसैनिक म्हणून घोषित केले. त्याला समारंभपूर्वक ताम्रपट देण्यात आला. मानधनही सुरू झाले. पण फौजदारांनी एवढ्याच माहितीवर संतुष्ट न राहता सूर्याजी शिंत्रेने स्वातंत्र्य चळवळीत केव्हा, कुठे आणि काय भाग घेतला होता याबाबत कसून चौकशी करायला सुरूवात केली, तेव्हा आणखीन एक धक्कादायक माहिती मिळाली. सूर्याजी शिंत्रे याला गडहिंग्लज पोलीस स्टेशनच्या हद्दीत झालेल्या एका दरोड्याच्या गुन्ह्यात सात वर्षाची सक्तमजुरीची शिक्षा झालेली होती. दे.भ.रत्नाप्पाण्णांनी तो केवळ आपल्यासोबत तुरूंगामध्ये होता, म्हणून त्याला स्वातंत्र्यसैनिक बनवून टाकले. जबरदस्त अशा राजकीय नेत्यांचे प्रशस्ती मिळवायचे आणि स्वातंत्र्यसैनिक म्हणून शासनाचे मानधन, ताम्रपट आणि प्रवासाच्या सुविधा मिळणारेच आज अनेक स्वातंत्र्यसैनिक आहेत. स्वातंत्र्यसंग्रामात

भाग घेणारे १९४७ ला किमान अठारा-वीस वर्षे वयाचे तरी असतील. दोन हजार साली त्यातील किती जिवंत असणार? पण आपल्या लोकशाहीत दिवसेंदिवस स्वातंत्र्यसैनिकांची संख्या वाढतच चालली आहे. ते असो.

मी फौजदारांच्या रिपोर्टसोबत गृहखात्याला सविस्तर असे पत्र पाठवले. सूर्याजी शिंत्रे हा स्वातंत्र्यसैनिक नसून दरोडेखोर आणि गुन्हेगार आहे. तो जेलमध्ये होता म्हणूनच आण्णांनी तसे प्रशस्तिपत्र दिले हे निदर्शनास आणले. त्यानंतर त्याच्यावर शासकीय कारवाई झाली. स्वातंत्र्यसैनिक म्हणून त्याला मिळणारे मानधन मात्र बंद झाले, ताम्रपट काढून घेतला.

सरकारी नोकराला तो ड्युटी बजावत असताना त्याला दुखापत केली, कामात अडथळा आणला म्हणून त्याला इंडियन पिनल कोड ३३४ खाली सहा महिने सक्तमजुरीची शिक्षा झाली.

लालूप्रसादांना स्वातंत्र्यसैनिकांचा वाढता उपद्रव ही बातमी वाचल्यावर शिंत्रेबद्दलच्या माझ्या जुन्या आठवणी जागृत झाल्या.

◁◁◁

२०. इंदू सांगावकर

१९८६ च्या जून महिन्यात मी ३० वर्षांच्या सरकारी नोकरीतून "रिटायर" झालो. पोलीस खात्याला मला जे जे वरिष्ठ भेटले त्यांनी लेखक आणि चित्रकार म्हणून भलतीच कदर केली. श्री.मधुसूदन कसबेकर, आर.डी. त्यागी, उदयसिंह राजवाडे, उल्हास जोशी, राम गावंडे, रामराव घाटगे, या "आयपीएस" अधिकाऱ्यांनी मला "सबॉर्डिनेट" म्हणून कधीही वागवलं नाही. इतकंच कशाला निवृत्त झाल्यानंतरसुद्धा मी श्री. अजित पारसनीस, रामराव पवार, अरविंद इनामदार माजी पोलीस महासंचालक यांनी माझ्याशी मित्रत्वाचे संबंध ठेवले. त्यामुळे पोलीस खात्यातून निवृत्त होऊन १९-२० वर्षे झाली तरी मला त्या खात्याशी जडलेले नाते तोडावे, असे कधीच वाटले नाही. हे झाले सर्व वरिष्ठ अधिकारी; पण त्यांच्या हाताखालचे डीवाय. एसपी. इन्स्पेक्टर्स, सबइन्स्पेक्टर्स यांच्याशी माझा "दोस्ताना" संपलेला नाही. असो, तर हे सर्व सांगण्याचा हेतू इतकाच की, निवृत्त झाल्यानंतर मी पुन्हा वकिली केली असती तरी ती या सर्व अधिकाऱ्यांच्या सद्भावनेमुळे बऱ्यापैकी चालली असती; पण मी जून ३१-१९८६ नंतर एकदाही वकील म्हणून कोर्टात गेलो नाही. वकिली करायची नाही हा माझा ठाम निर्धार आहे. बऱ्याच लोकांना हे ठाऊक असूनही अजून काही परिचित जुने स्नेही मला विचारण्यासाठी येतात, वेळप्रसंगी मी त्यांना सल्लाही देतो; पण "फी" मात्र घेत नसतो. असाच अधूनमधून माझा सल्ला विचारण्यासाठी येणारा कागलकर त्यादिवशी आला.

"काय दिनकरराव, बऱ्याच दिवसांनी येणं केलं!" मी विचारलं.

"कामाशिवाय तुमच्याकडं कशाला यावं?" दिनकररावांना कोणताही प्रश्न विचारला तरी त्या प्रश्नाचं उत्तर ते दुसऱ्या प्रतिप्रश्नानेच करणार!

मी माईंना चहा करायला सांगितला. दिनकरराव हे भलते चहाप्रेमी गृहस्थ! दिवसाच्या कुठल्याही वेळी ते चहा नको म्हणत नाहीत. मग

ऐन मे महिन्यात बाहेर रणरणते ऊन असो, धो-धो पाऊस पडत असो, थंडी असली की दिनकररावांना एका कपात भागत नसे. चांगले दोन ''मग'' भरून द्यावे लागत.

''हंऽऽ बोला दिनकरराव काय काम काढलंत?''

''काम जरा किचकट हाय! सजानसजी सुटणार नाही म्हणून तुम्याकडे आलोय!''

''सांगा तर खंर?''

''आमच्या नात्यातली इंदू तुम्हाला ठावं हाय नव्हं?''

मी हसत हसत म्हणालो,

''दिनकरराव तुमचा गोतावळा दांडगा! त्यातल्या कोणाकोणाची म्हणून मी ओळख ठेवावी?''

''पांडबा सांगावकराची लेक हो? इंदू तिचं नांव.'' दिनकरराव मुद्याचं सांगायला घडाभर तेल जाळणार म्हणून मी म्हणालो,

''हे बघा दिनकरराव महत्त्वाचं तेवढं बोला!'' दिनकरराव सांगू लागला. ''पांडबा सांगावकराची एकुलती एक लेक इंदू. लगीन झाल्यावर तिचं नाव इंदू दत्ताराम वंदूरकर झालं!''

''बंर पुढं?''

''लगीन हून धा वर्स झाली तरी तिला मूलबाळ झालंच नाही? कसं हुईल? धा हुद्यांत न्हायतर ''ईस'' वर्स हुंद्यात, इंदीला प्वॉर म्हणून हुनारच न्हाई!''

''कशावरून म्हणता?''

''थांबा खावा, इंदीला संगट घिऊनच आलोय, तिच्या तोंडानंच खरं काय ते ऐका.''

बाहेर झाडाखाली बसलेल्या इंदूला दिनकरराव माझ्या घरी घेऊन आले. इंदू सव्वीस-सत्तावीस वर्षाची, रंगानं गोरी, नाकेली, किंचित बदामी रंगाचे डोळे, गालावर डाव्या बाजूला तीळ, दीर्घकाळ अपत्यहीन

राहिल्यामुळं की काय चेहऱ्यावर किंचित उदासीन होती, तरीही सुंदर दिसत होती. डोक्यावरच्या पदराचा शेव हातात धरून इंदू माझ्या पाया पडली आणि बाजूला खालीच बसली.

"अगं खाली नको बसू; ह्या बाजूच्या खुर्चीवर बस."

"नगो नगो वकीलसाहेब, तुमच्यासमोर यायलाच भीती वाटत होती." इंदूनं खूर्चीवर बसण्याचं नाकारलं. तिची भाषा शुद्ध होती. दिनकरराव सारखी खेडवळ भाषा नव्हती. "तुझं शिक्षण किती झालंय!"

"दहावीला असतानाच माझं लग्न झालं."

"नवरा दत्ताराम काय करतो?"

"फोटोग्राफर आहे, खेडोपाडी जाऊन लोकांचे फोटो काढतो, महिन्याला चांगले चार पाच हजार कमावतो. त्यो कमावतो याचं मला दुःख नाही वकीलसाहेब; पण यड्रावच्या एका जोगतिणीच्या नादी लागलाय." इंदूच्या हकिगतीवरून प्रकरण काहीसं मनोरंजक वाटल्यानं मी खुर्चीतल्या खुर्चीत थोडं पुढं सरकून ऐकू लागलो.

"इतक्यात" आतून चहा आला. दिनकररावाने तो कप संपवला. शिष्टाचार म्हणून इंदूला थोडा चहा बशीतून देईल असं वाटलं होतं; पण त्यांनी तो पाळला नाही.

मी इंदूसाठी पुन्हा चहा करण्याची सूचना केली. तेव्हा इंदू मला हात जोडून म्हणाली,

"वकीलसाहेब,खरंच मला चहा नको, सकाळी एकदाच मी चहा घेते घरात."

"बरं पुढं बोल,"

"त्या जोगणीला वंदूरकरापासून दिवस गेल्यात असं त्या पोरीची आई म्हणते!" मी काही गंभीर होऊन म्हणालो,

"इंदू तुझ्यापासून नाही तर त्या जोगतिणीपासून त्याला मूल होणार असेल तर होऊ द्या ना, पुढं मागं तू त्याच मुलाला दत्तक घे!"

कपाळावर हात मारून घेत इंदू उपहासानं म्हणाली, "अहो वकीलसाहेब, या दत्त्याला या जन्मात मूल होणार नाही, कुणीतरी दुसऱ्यानंचं तिला गरवार केलीय आणि हा भडवा माझ्यापासूनच ही गरोदर आहे म्हणतो!"

"ते सत्यही असू शकेल इंदू,"

"एक मिनिट थांबा!" असं म्हणून इंदूने प्लस्टिकच्या पिशवीतून आणलेली फाईल माझ्याकडं दिली, आणि पुढे म्हणाली, "मला मूल का होत नाही हे तपासण्यासाठी मी आणि दत्त्या मिरजेला गेलो, तिथं माझी तपासणी केली गॉयनाकॉलॉजिस्टबाईनं. माझ्यात काहीही दोष नाही, असा रिपोर्ट दिला. दत्त्याच्या वीर्याचीही मिरजेत तपासणी झाली. त्यांच्या वीर्यात शुक्रजंतू नाहीत, असं आढळून आलं, मी म्हटलं मुंबईला जाऊन चांगल्या पॅथॉलिजिस्टकडून दत्त्याच्या वीर्याची तपासणी करून घेऊ. माझा मामेभाऊ मंत्रालयात आहे. त्याच्याकडून "व्ही. एन.रॉय" या प्रख्यात पॅथॉलॉजिस्टची अपॉइटमेंट घेतली, आणि गेलो मुंबईला. डॉ. रॉय यांच्या देशातल्या आणि परदेशातल्या पॅथॉलॉजीमधल्या पदव्या वाचायला मला दोन मिनिट लागली. डॉ. रॉयनी कोणत्या-कोणत्या टेस्ट केल्या हे त्या रिपोर्टात सविस्तर नमूद केलं होतं आणि शेवटी त्या रिपोर्टात म्हटलं होतं --"In the semen of Dattaram Vandurkar, no hormons found.There is no possibility of having a child from Mr. Vandurakar."

इंदूच्या धाडसाचं मला कौतुक वाटलं. खेड्यात जन्मलेल्या इंदूनं आपल्याला मुलं का होत नाहीत या प्रकरणाचा संपूर्ण छडा लावला होता.

"हं, आता मला सांगा वकीलसाहेब, त्या जोगतिणीला मूल ह्या दत्त्यापासून होईल का?"

मी फाईल बंद करून इंदूकडं देत म्हणालो, "आता तुझी उपजीविका कशावर चालते?"

"दत्त्या वर्ष होत आलं चंदूरला आलाच नाही! मी चार म्हशी घेतल्यात, आठ-दहा शेळ्या आहेत. वडील म्हणतो, सांगावला ये; पण माझे हातपाय धड आहेत तोपर्यंत वकीलसाहेब मी बापाच्या दारात तुकड्यासाठी पडणार नाही."

मी दिनकररावाला म्हटले,"या इंदूचं कौतुक वाटतं मला! नवऱ्यानं टाकलं तरी बापाच्या दारात जाणार नाही म्हणते, स्वत: कष्ट करून उपजीविका चालवते, धन्य आहे पोरीची!"

दिनकरराव मला म्हणाला,"आमी तर काडीमोड घिऊन दुसरं लगीन कर म्हणतोय हिला, पर ऐकतीया कुठं?"

"हे बघा वकीलसाहेब, एका लग्नानं एवढा मनस्ताप झाला, दुसरा चांगला मिळेल कशावरून?" मी इंदूकडे थोडं बारकाईनं पाह्यलं. खरोखरच तिचं उफाड्याचं, प्रमाणबद्ध शरीर, डोळ्यांतली चमक, चेहऱ्यावरचा गोडवा कोणाही तरूणाला भुरळ पाडण्यासारखाच होता.

इंदू पुन्हा पाया पडून माझा निरोप घेऊन दिनकरबरोबर गेली. मला इंदूच्या भवितव्याची उगीचच रूखरूख लागून राहिली.

परवा अचानक दिनकर पेढे घेऊन आला. मी म्हणालो, "कसले हे पेढे?"

"इंदूला मुलगा झाला, दत्त्याबी तिच्याकडं येऊन राह्यलाय?"

"अहो दिनकरराव पण हे कसं शक्य आहे? दत्ताराम वंदूरकरला या जन्मात अपत्यप्राप्ती होऊ शकणार नाही. असा आंतरराष्ट्रीय ख्यातीच्या पॅथॉलॉजिस्टनं रिपोर्ट दिलेला आहे?"

"बरं ते कायतरी असू दे, अगूदर "च्या" करायला सांगा बरं?

इंदूने कोणीतरी "बॉयफ्रेंड" गाठलेला असणार, दत्त्यानं आपली बेअब्रू टाळण्यासाठी इंदूच्या कुंकवाचा नाममात्र धनी व्हायचं ठरवलेलं होतं!

या जगात काय घडेल त्याचा अंदाजच करता येत नाही.

◁◁◁

२१. बोचरी लक्ष्मी

बोचरी लक्ष्मी केव्हापासून पुरुषी वेष परिधान करत होती ते कुणालाच ठाऊक नव्हतं! जितीच्या ओढ्याकाठी (जयंती नाला) तिचं घर होतं. तिला आई-बाप, बहीण-भाऊ असं जवळचं कोणीच नव्हतं. ती स्वत: जेवण बनवायची. सकाळी सहाच्या भोंग्याला ती भाजी-भाकरी बांधून घेऊन शाहू मिलमध्ये कामाला जायची. पुरुषाचा वेष घालणारी लक्ष्मी पुरुषाच्या खांद्याला खांदा लावून काम करायची. हजेरी पुरुषाइतकीच घ्यायची. तो काळ स्वस्ताईचा होता. तरीही ''लक्ष्मी''ला रोज दहा रुपये मिळायचे. संसाराचा व्याप नसलेल्या लक्ष्मीला महिन्याकाठी दोन-तीनशे रुपयांची प्राप्ती व्हायची. लक्ष्मीच्या तोंडात दात नव्हते, म्हणून तिला ''बोचरी लक्ष्मी'' म्हणत. पांढरा लांब हाताचा शर्ट, धोतर, डोक्याला गुराखी घालतात तसली घट्ट बसणारी टोपी घालायची.

तिला बिडी ओढायचे व्यसन होते. शर्टाच्या वरच्या खिशात पिस्तूल छाप बिडीचे बंडल आणि काड्याची पेटी असे. एक बिडी ती दोन वेळा ओढायची. अर्धी झालेली बिडी ती डाव्या कानावर खोचून ठेवायची. दिवसातून एक-दीड बंडल तिला लागायचे.

अतिधूम्रपानामुळे की काय, या लक्ष्मीचा आवाजही पुरुषांसारखा काहीसा घोगरा आणि खरखरीत असा झाला होता. तिची उठ-बस नेहमी पुरुषांत असायची. नावालाच ती स्त्री होती. सुट्टीच्या दिवशी ती तालमीच्या कट्ट्यावर येऊन पुरुषांशी गप्पा मारत बसायची. बिनधास्तपणे तिथंही बिडीचे झुरके घ्यायची.

पुरुषी वेषामुळे की काय न जाणे,तिच्या ओठावर किंचिंत मिसरूड फुटले होते. हनुवटीवर दहा-बारा केसही आले होते. लक्ष्मीला ते भूषण वाटे. ती कोणाच्या वाटेला जात नसे. उगीच कोणाची चांभारचौकशी करीत नसे. गल्लीत कोणाचं लग्न ठरलं की तिला हमखास निमंत्रण जायचं. गल्लीत कोणी मृत झालं की, लक्ष्मी समजल्या समजल्या तिथं जायची. शोक करणाऱ्या घरच्या बायकांचे सांत्वन करण्याची तिची

पद्धत आगळी वेगळी होती.

मेलेल्या व्यक्तीचे गुणगाण करीत गळा काढून रडणाऱ्या बायकांना ती आपल्या खरखरीत आवाजात म्हणे, ''गप्पा की गं बायांनो, तुमी कितीबी गाणं लावलं तरी ती (किंवा तो) परत येणार हाय का? जित्यापनी तिच्याकडं बगितलं न्हाईसा, आता कशाला गळा काडतायसा गं गतकाळ्यांनो! तुमी बी एक ना एक दिस त्याच वाटंला जाणार हैसा की?'' सहसा लक्ष्मी कोणाची अन्तयात्रा चुकवत नसे.

या लक्ष्मीला मी एकदा सायंकाळी मोहित्यांच्या दारूच्या दुकानात जाताना पाह्यलं. त्यावेळी लोक दारू प्यायची झाली तर चोरून पीत. बायका दारू पिताना मी कधीही ऐकलं किंवा पाह्यलं नव्हतं. त्या दिवशी सायंकाळी दारूच्या दुकानातून बाहेर पडताना लक्ष्मीनं मात्र मला पाह्यलं.

''कशाला रं आलाईस हिकडं! तुज्या आईला सांगू का?''

दारूचं दुकान सायंकाळी उघडायची पद्धत होती. त्या दुकानासमोर आमचा बटनांचा खेळायचा अड्डा होता. त्या दिवशी बटणाने खेळताना माझा एक पितळेचा बटन दुकानाच्या बाजूला हरवला होता. दिवसभरात जिंकलेली बटणे मोजताना मला पितळेच्या बटणाच्या हिशेब लागेना म्हणून तो शोधायला म्हणून मी दुकानाच्या बाजूला गेलो होतो. तेवढ्यात लक्ष्मीने मला बघितले आणि खडसावले.

लक्ष्मी जशी कोणाची अन्तयात्रा चुकवत नव्हती, तशीच ती कोणाचे लग्नही चुकवत नसे. दहा-पाच रुपये पाकिटात घालून ती वधू किंवा वराच्या हाती देई. बाहेरगावच्या लग्नाला जायला मोटार असे. मोटारीत ड्रायव्हरशेजारची ''शीट'' लक्ष्मीची असे. लग्नाला जाताना लक्ष्मी आपली नेहमीची माकडटोपी न घालता फेटा बांधे, भट्टीचा शर्ट आणि भट्टीचं धोतर, पायात गाड्याचं कोल्हापुरी पायताण, अनोळखी लोकांना ती स्त्री असेल, याची शंका येत नसे. एकदा काय झालं, ही

लक्ष्मी गल्लीतल्या गोटेकरांच्या मुलाच्या लग्नासाठी निप्पाणीला गेली होती. तिथं बायकांची व पुरुषांची उतरायची स्वतंत्र व्यवस्था होती. वधूच्या घरच्या बायका कपडे बदलताना लक्ष्मी त्या खोलीत अचानक गेली आणि कपडे बदलणाऱ्या बायकांनी पुरुषी वेषातल्या लक्ष्मीला बघून ओरडायला सुरुवात केली. त्यांना कोणालाच पुरुषी वेष धारण करणारी ही लक्ष्मीबाई आहे याची कल्पना नव्हती. लक्ष्मी आरडाओरडा करणाऱ्या बायकांना उद्देशून म्हणाली, "ए रांडांनो, उगं कशाला बोंबालताय, मी काय बाप्प्या हाय व्हयं?" तोपर्यंत वराकडच्या बायकांनी तो गोंधळ पाहून वधूकडील बाजूच्या बायकांना लक्ष्मीची खरी ओळख सांगितली. तेव्हा कुठं त्यांचा जीव भांड्यात पडला. ही लक्ष्मी एकदा लग्नासाठी कार्यालयात गेली होती. तेव्हा तिथं बायका व पुरुषांसाठी प्रसाधनागृहाची स्वतंत्र व्यवस्था होती. लक्ष्मी तेव्हा बायकांच्या स्वच्छतागृहाकडं गेली, तेव्हाही बायकांची अशीच भीतीनं गाळण उडाली होती. लक्ष्मी नेहमी बायकांच्या स्वच्छतागृहात जायची, पण तिच्या पुरुषी वेषामुळे आणि आवाजामुळे अनोळखी बायकांचा गैरसमज होई.

संसाराचे कसलेही पाश नसणाऱ्या "बोचऱ्या लक्ष्मी"चा सल्ला मात्र अतिशय मोलाचा ठरे. एखाद्याचं लग्न ठरवताना लक्ष्मी असली की ती बाहेर पुरुषांच्या मांडीला मांडी लावून बिडीचे झुरके घेत चर्चेत श्यामील होत असे. ज्या बाजूने तिला बोलावलेलं असेल, त्यांच्या बाजूने बोलण्यात ती भाग घेई. एखादा मुलाचा बाप हुंडा, (त्यावेळी बंदी नव्हती) मानपान, आहेर कोणी कोणाला किती किंमतीचा द्यायचा अशा मुद्द्यावर अडून बसे. तेव्हा लक्ष्मीला सर्वजण आपली बाजू मांडण्यासाठी पुढे करीत. लक्ष्मी बिडीचे झुरके घेत मुलाच्या बापाला म्हणे, "पोराचा बा झालास म्हणून काय आबाळाला हात लावतासा? आमची आक्काताई बघितली नाहीसा? कशी केळीच्या कोंबावानी

हाय! तिला कोन बी झॅगिरदार बिनहुंड्याची करून घिल! उगं तुम्ही आपल्या, पावन्या रावळ्यातलं हाय म्हणून आम्ही तुमच्या दारात आलोय. आवो एखाद्यानं "द्याज" दिऊन आमच्या आक्कातार्ईला करून घेतलं असतं" (द्याज म्हणजे मुलीच्या बापाला देण्यात येणारी रक्कम)

लक्ष्मीच्या शिष्टाईमुळे न होणारी लग्नं जमवून जायची. गल्लीत कोणी आजारी असल्याचं समजलं की, लक्ष्मी त्याला भेटायला यायची. आजारी माणसाला धीर द्यायची.

कधीकाळी लक्ष्मीनं दूध घालण्यासाठी सात-आठ म्हशी पाळल्या होत्या. त्यामुळे जनावरांची जोपासना कशी करावी, दुधाचा उतारा कमी यायला लागला की कोणत्या प्रकाराचं खाद्य द्यावं, जनावरांना खुरकत लाळेचा विकार जडला की, कोणतं औषध द्यावं, याचा लक्ष्मीला खूप अनुभव होता.

लक्ष्मीला जवळचा असा कोणी वारस नव्हता, पण राहतं घर आणि काहीतरी रक्कम तिच्याकडं होती म्हणून काही स्वार्थी व "संधिसाधू" मंडळी तिच्या घरावर आणि पैशावर डोळा ठेवून होती. ही बोचरी लक्ष्मी जेव्हा साठ वर्षांची झाली. तेव्हा मिलमधली तिची नोकरी संपली.

पुढे ती खूप आजारी पडली, तिला सरकारी रुग्णालयात ठेवण्यात आले. महिन्या-दीड महिन्यानंतर तिचे निधन झाले.

गल्लीतले बरेचसे लोक आपणच तिचे जवळचे नातेवाईक आहोत म्हणून आम्हीच तिचे वारस असे म्हणू लागले. गल्लीत माळी वकील राहायचे. त्यांनी सर्वांना सांगून टाकले, "लक्ष्मीने आपले मृत्यूपत्र केले आहे आणि तिने आपले घरदार व तिची कोल्हापूर बँकेतली ठेव कोल्हापुरातल्या महिलाश्रमाला देणगी देऊन टाकली आहे." वारस म्हणून पुढं पुढं करण्याऱ्यांची तोंडं बंद झाली. सव्वालाखाची रक्कम महिलाश्रमाला मिळताच एका दालनाला तिचे नाव देण्यात

आले. पुढे बऱ्याच वर्षांनी मला समजलं की, लहानपणी लक्ष्मी दिसायला अत्यंत देखणी होती. तिचं चौदाव्या वर्षी लग्नही झालं होतं, पण सासरच्या त्राश्यामुळं ती नवरा सोडून आली होती. उर्वरित आयुष्य ''स्त्री'' सारखं जगायचं नाही, असा तिने निर्धार केला होता. तेव्हापासून तिने ''स्त्री'' वेष कायमचा सोडला आणि पुरुषी वेष धारण केला. लोकांची लग्नं जमवणारी, आजारी लोकांना धीर देणारी आणि ज्यांना समाजात कोणाचाही आधार नाही अशा निराधार महिलांना, आपली होती नव्हती तेवढी सर्व संपत्ती दान करणारी लक्ष्मी मला आदर्श वाटते.

◁◁◁

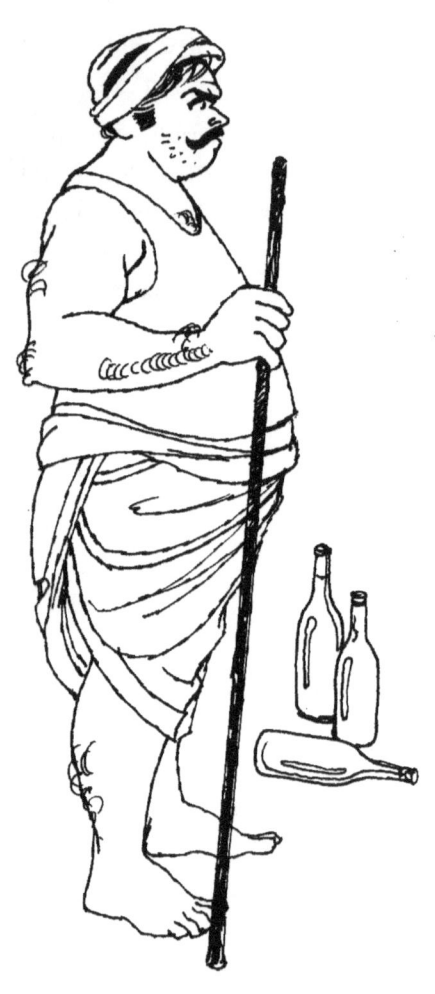

२२. मुराद्या पारधी

बार्शीत १९६७ च्या जानेवारी महिन्यातील संक्रात आदल्या दिवशी झाली. दुसऱ्या दिवशी किंक्रांत! महाराष्ट्रात आदल्या दिवशी एखादा मोठा सण झाला की त्याच्या दुसऱ्या दिवशी काहीतरी ''सनसनाटी'' प्रोग्रॅम असतो. होळीच्या दुसऱ्या दिवशी धुळवड, संक्रातीच्या दुसऱ्या दिवशी किंक्रांत!

दुसरा दिवस साजरा करण्यासाठी मद्य आणि मांसाहार हा हवाच!

पण १९६७ साली महाराष्ट्रात दारूबंदीचा फार्स चालू होता. दारू तयार करणे, वाहतूक करणे, विक्री करणे आणि पिणे या सर्वांवर कायद्याचं बंधन होतं, हे बंधन नावापुरतंच होतं. सर्रास खेडोपाड्यात, ओढ्याकाठी निर्जन भागात दारूच्या भट्ट्या लावल्या जायच्या. तयार झालेली दारू रबरी इनरीमध्ये भरून बोचकी भरून शहरात आणली जायची आणि जागोजागी तिची राजरोस विक्रीही व्हायची.

पोलीस खात्याला हे दारूबंदीचे आयतेच कुरण सापडले होते; पण प्रत्येक कायद्याला एक पळवाट असतेच. तशी ती दारूबंदीलाही होती. समाजातल्या प्रतिष्ठित लोकांना ''हेल्थ'' परमीट दिले जायचे. on medical graound दिलेल्या परवान्यावर, परवानाधारकाला तीन-चार युनिट इंग्रजी दारू (Indian Liquor) विकत घेता येत असे.

मी सरकारी वकील असलो तरी समाजातल्या सर्व क्षेत्रात माझा मित्रपरिवार पसरलेला होता. मामेभाऊ आर्मीत मेजर, लेखक, कवी यांचा माझ्या घरी राबता. तेव्हा बार्शीतल्या एका डॉक्टरांनीच मला चार युनिटचे परमीट भेट म्हणून आणून दिले. तसा मी मद्याचा फार भोक्ता आहे असा भाग नाही, पण क्वचितप्रसंगी भेटणाऱ्या या मित्रांच्या मैफलीत ''सुरा'' असली की सर्वांचे सूर जमतात हा अनुभव.

बार्शीत या प्रतिष्ठितांपैकी फारसे कोणी मित्र नव्हते. होते ते सर्व मोटार मेकॅनिक, वेल्डर, लेथमशीनवर काम करणारे, दिवसभर हात काळे करणारे. दिवसभर हात काळे करून घेणारी ही मंडळी माझ्यावर जिवापाड प्रेम करीत. कारण उपजीविकेसाठी सकाळपासून संध्याकाळपर्यंत घाम गाळणारी माणसं मला बसल्या जागी लाखोंचे व्यवहार करणाऱ्यांपेक्षा अधिक जवळची वाटतात. त्यांच्यासमवेत त्यांच्या मोडक्या-तोडक्या घरात घोंगड्यावर बसून वांग्याचं भरीत आणि भाकरी खाण्यात मला Five Star हॉटेलमधल्या कॉन्टिनेन्टल डिशेश खाण्यापेक्षा अधिक आनंद वाटतो.

किंक्रातीच्या दिवशी थोडीफार शिकार करायची आणि संध्याकाळी परमीटवरची एका बीअरची बाटली उघडवायची, असा माझा प्लॅन होता.

तोच नऊच्या सुमारास गन्नी फोरमन मोटार मेकॅनिक, गन्नी टीनमेकर, स्वामी, कल्लाप्पा ड्रायव्हर ही मंडळी गवळे गल्लीतल्या माझ्या घरी आली.

गन्नी मेकॅनिक त्यांचे पुढारी. ते मला म्हणाले,

''साब आज किंक्रात है!''

''हो, मला माहीत आहे!''

''हम लोग उपळाई जाना चाहते है!''

''कशाला? दारू प्यायला?''

''हां साब, आप मुराद्या पारधी को पहचानते है ना?''

''मुराद्या? त्याच्यावर आजपर्यंत दारू गाळल्याचे एक डझनभर खटले मी चालवलेत. त्याला कोण ओळखत नाही. एक जात पंच होस्टाईल करून सुटतो तो!''

''वो बात अलग है साब! लेकिन आज मुराद्याने हम लोगोंको शराब पिने उसके वस्तीपर बुलाया है!''

"मग जा ना? त्याला माझी परवानगी कशाला हवी?"

"नही साब, हम लोंग उधर तो पिएंगेच, और वापस आते समय एक दो "नग" लाएंगे!"

(नग-दारूची बाटली)

"आणा की मग, त्यासाठी माझ्या परवानगीची काय गरज आहे?"

कल्लाप्पा मला म्हणाला, "पण, आबा आज पोलिसांची नाकेबंदी आहे. आम्हाला कोण बाटल्या बार्शीत घेऊन येऊ देणार नाही. म्हणून आमची विनंती आहे तुम्हाला. तुम्ही आमच्या गाडीत असला की पोलीस आम्हाला अडवून झडती घेणार नाहीत. उलट तुम्हाला बघितलं की "सल्युट" करतील!"

मी मोठ्यानं हसलो आणि म्हणालो, "काय नामी कल्पना काढलीत रे? सरकारी वकिलाला साक्षीला ठेवून दारूच्या बाटल्या आणायच्या? अं? कोणाची ही कल्पना?"

गन्नी फोरमन म्हणाले, "साब, मुराद्याने आज केळी और मुसंबीकी शराब बनवाई है! हमेशा ऐकी शराब नहीं मिलती!"

मी विचार केला की मंडळी मोठ्या आशेनं माझ्याकडं आलेली आहेत. आज सणाच्या दिवशी यांना खास मोसंबी आणि केळीची दारू प्यायला मिळते आहे, तर जावं झालं! हे लोक पित बसतील. मी माझ्या २२ बंदुकीनं चार-दोन होले किंवा सँडग्रोव्हज टिपेन. मलाही या लोकांच्या मैफलीत प्रत्यक्ष सहभागी न होता एक दिवस निराळ्या वातावरणात घालवायला मिळणार आहे.

मी कपडे बदलले. शिकारीचा वेष चढवला. २२ बंदूक खांद्याला अडकवली. पिशवीत बिअरची बाटली आणि ओपनर टाकला आणि गेलो. मुराद्या पारध्याविरुद्ध माझ्या अगोदरच्या सरकारी वकिलांनी आठ-दहा दारूचे खटले चालवले होते. त्याचा मी चार्ज घेतल्याचं

समजल्यापासून माझ्याशी काहींना काही कारणाने जवळीक साधायची इच्छा होती. कल्लाप्पाला तो एकदा-दोनदा म्हणालाही, ''सायबाना आमच्या वस्तीवर घेऊन ये. वड्यात माप चित्तूर हैत. एखाद-दुसरा ससाही उठतो.''

माझ्या शिकारीच्या छंदाबाबत केव्हा तरी कल्लाप्पा त्याला बोलला असावा.

तो कोर्टात तारखेला जेव्हा यायचा, तेव्हा अंगात मळकट शर्ट, डोक्याला मुंडासं बांधलेल्या वेषात यायचा; पण आज त्याचं निराळंच स्वरूप मला दिसत होतं. अंगात लालसर रंगाचा टी शर्ट घातलेला, खाकी हाप पँट, हातात घड्याळ. तो साऱ्या मंडळीचं स्वागत करायला आतुरलेला होता.

मला पाहताच अगदी अदबीनं तो हात जोडून मला म्हणाला, ''सायेब, आपण आला, लय आनंद झाला. आपले पाय माझ्या गरिबाच्या झोपड्याला लागलं.'' ग्रामीण चित्रपटातल्या हिरोसारखा तो बोलला.

''या तुझ्या मित्रमंडळींचे आभार मान त्याबद्दल. खरं तर सरकारी वकिलानं गुन्हेगारांच्या घरी जाणं योग्य नव्हे; पण या लोकांच्यासाठी मला नाईलाजानं यावं लागलं.''

''कसं का असंना, आता हितंच जेवण करून जावा; कोंबड्या कापतो, कशीबी आज किंक्रातच हाय.''

''नको रे बाबा मी एखाद्या होला मिळतो का बघतो. तुमचं निवांत चालू द्या, पण साडेआठला मला घरी पोहोचायचं आहे लक्षात राहू द्या.''

जाता जाता मला मुराद्याच्या घरात डोकावण्याची इच्छा झाली. मी पायात बूट असल्याने दारातूनच पाह्यलं आणि आश्चर्यचकित झालो.

मुराद्याच्या स्वयंपाकघरात सारं चकाचक होतं. स्टेनलेसच्या वाट्या, ताटं, पळ्या, चमचे, कपबशा, बाजूला कॉटवर बॉम्बे डाईंगची चादर! तसाच मागे फिरून मी गन्नी फोरमनला म्हणालो, ''हे पारध्याचं

घर वाटत नाही!''

"कसं वाटणार. मुराद्याची बायको दहावी पास आहे!''

"सांगता काय?''

"अहो साहेब, तुम्हाला एक कादंबरीचा विषय आहे हा!''

कल्लप्पा म्हणाला, "आबा, हा मुराद्या परांड्याला सिद्दापा हुंडेकरी सावकराच्या शेतावर गडी म्हणून दहा वर्षे कामाला होता. त्याची ही बायको हुंडेकरी सावकराची एकुलती एक लेक आहे! ती मुराद्याच्या प्रेमात पडली. दोघांनी पळून जाऊन लग्न केलं. सावकरानं जंगजंग पछाडले. पण हे जोडपं औरंगाबादला राह्यलं. आता याला दोन मुलं आहेत.''

"ती कुठं आहेत?''

"त्यानं त्या दोघांना शिकायला ठेवलंय औरंगाबादला.''

आमचं बोलणं चालू असतानाच मुराद्याची बायको रत्ना शेताकडून भाजी घेऊन येताना दिसली. घरात जाऊन हातपाय धुवून, केसावरून कंगवा फिरवून बाहेर आली नि धिटाईनं मला म्हणाली,

"साहेब, फार बरं वाटलं आपण आलात. बऱ्याच दिवसापासून तुम्हाला भेटायची आणि थोडं बोलायची इच्छा होती.''

"माझ्याशी? काय बोलणार होतीस?''

"तुम्हाला कल्लाप्पा दादानं माझ्याबद्दल सगळं सांगितलंय ना?''

"होऽऽऽ तुमचा प्रेमविवाह, पलायन वगैरे वगैरे''

"तर साहेब हा मुराद्या आमच्या वस्तीवर वडिलांकडे आठ वर्षे नोकरीला होता. तेव्हा फार फार सद्गुणी होता. तंबाखू, सुपारी, बिडी, काडी याचं कसलंही याला व्यसन नव्हतं, पण लग्न झालं, मुलं झाली आणि याचं सगळं चलंतर बिघडलं! हा दारू गाळायला लागला. खूप पैसा मिळतोया धंद्यात, पण माझ्यावर बालपणापासून फार घरंदाज संस्कार झालेले आहेत. लोकांना दारूच्या व्यसनाला लावून पैसा

कमावणं हे मला पापकर्म वाटलं. याला मी कित्येकवेळा हात जोडून सांगितलं. हे वाईट काम बंद कर. पोटापुरतं शेत आहे, मीही तुझ्याबरोबर शेतात राबते. पोरं उद्या शिकून मोठी होतील. तुमचा बाप गुन्हेगार होता, दारूचा धंदा करत होता म्हणून पोरांना लोक कमीपणा देतील का नाही तुम्हीच सांगा? आता यानं हा धंदा बंद नाही केला, तर मी याला घटस्फोट देणार बघा.''

मला त्या वस्तीवर असं काही घडेल याची यत्किंचितंही कल्पना नव्हती. मला रत्नाशी काय बोलावं हेच सुचेना. त्या दिवशी मी शिकार तर केलीच नाही, पण रत्नासमोर माझी बिअरही प्यावीशी वाटली नाही. ती कोरडी ''किंक्रांत'' मला अजूनही आठवते.

◁◁◁

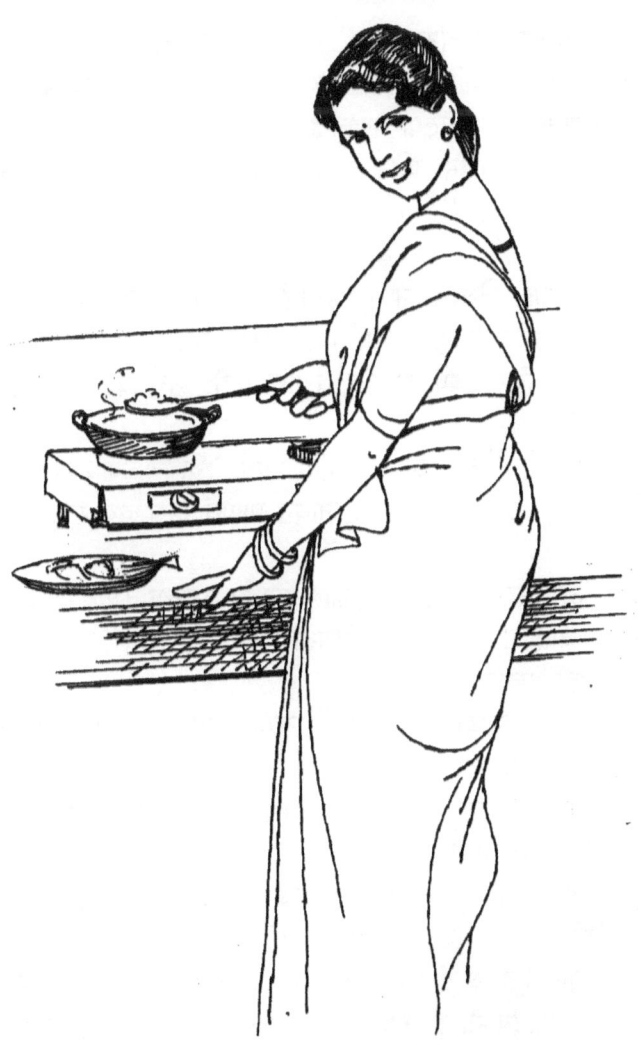

२३. पद्माबाई

"**सौंदर्याचा** अॅटमबॉम्ब" महाराष्ट्रात एकच होऊन गेला पद्मा चव्हाण. आमचा आणि त्यांचा बऱ्याच वर्षापासूनचा जिव्हाळा. नेहमी वास्तव्य मुंबईत असलेल्या पद्माबाई कामानिमित्त कोल्हापूरला येत. न चुकता त्या सौ. माईंना फोन करीत. "आज संध्याकाळी तुमच्याकडे जेवायला येऊ का?" माई म्हणत, "त्यांसाठी तुम्हाला परवानगी कशाला हवी?"

पद्माबाई जेवणाच्या निमित्तानं येत पण त्या आल्या की, हास्यविनोदाला ऊत येई. त्या माझी चेष्टा करीत, "तुम्ही भलतेच चेंगट बाबा. किती वर्षे बघतेय; त्याच पँटी, तेच बुशशर्ट, बदला आता ते!"

मी म्हणे "बेबी" आम्ही त्यांना "बेबी" या त्यांच्या टोपणनावाने संबोधत असू. आता कुणी टक लावून पाहावं असं वय राहिलं नाही माझं!"

"असं नका म्हणू. आज-काल मुंबईत तुमच्या कादंबऱ्या अफाट वाचल्या जातात! तुमची लोकप्रियता कमी आहे असं समजू नका! नवीन काही पिक्चर?"

"मी सिनेमावाल्यांच्या नादी लागत नाही. ज्याला माझी कथा कादंबरी पसंत असेल ते येतात."

"बाबा आपला "जोतिबाचा नवस" गाजला की नाही सांगा?"

"तो तुमच्यामुळं!"

"अॅ, हॅ हॅ हॅ! अहो ती कादंबरी मलाच डोळ्यासमोर ठेवून तुम्ही लिहिली होती खरं की नाही?"

पद्माबाईंना कादंबऱ्या वाचनाचा भलता शोक होता. माझ्या एकूण एक कादंबऱ्या त्यांच्या संग्रही होत्या. वेळोवेळी त्या माझ्याशी कादंबरीची चर्चाही करीत असत.

त्यादिवशी मी म्हणालो, "अगदी खरं आहे. तो "रोल" करायला

तुमच्याशिवाय कोणीच लायक नव्हतं! जो डीवायएसपी सर्जा दरोडेखोराला धरायच्या मोहिमेवर आला होता, त्याची मुलगीच दरोडेखोराच्या प्रेमात पडते हे काम तुमच्याशिवाय दुसरं कोण करू शकणार होतं.''

माझ्या ''पद्मजा'' या कादंबरीवरचा ''जोतिबाचा नवस'' हा मराठी चित्रपट बराच गाजला. घोड्यावरून प्रियकराच्या भेटीला डोंगरकपारीतून जाणाऱ्या ''पद्मजा''चं काम पद्माबाईंनी अफलातून केलं होतं.

केवळ आमचे व्यावसायिक संबंध नव्हते. एकमेकांच्या सुख-दुःखांच्या क्षणी आम्ही धावून जायचो. माझे चि. उमेश यांच्या लग्नासाठी पद्माबाई मुंबईवरून आल्या होत्या. दत्त मंगल कार्यालयात गर्दी अफाट जमलेली. महाराष्ट्राचे मुख्यमंत्री आलेले. त्या सोहळ्यात माझे अनेक क्षेत्रांतील मित्र उपस्थित होते. मुख्यमंत्र्यांच्या पुढे-पुढे करण्यासाठी स्थानिक राजकीय पुढाऱ्यांनीही गर्दी केली होती.

आहेराचं चांदीचं ताट घेऊन मागच्या दारातून, जरीची नऊवारी साडी नेसून डोक्यावर पदर घेतलेल्या पद्माबाई जेव्हा लग्नमंडपात आल्या तेव्हा कुजबुज उठली. साऱ्यांच्या नजरा पद्माबाईंच्या खानदानी सौंदर्यावर केंद्रित झाल्या होत्या.

पद्माबाईंना जेवढी प्रचंड लोकप्रियता लाभली त्याच्या दसपटीनं त्यांना मानसिक त्रासही भोगावा लागला होता. ''ज्या'' एका गृहस्थाला आश्रय दिला त्यानेच त्यांच्यावर सांताक्रुझच्या कोर्टात फसवणुकीची फौजदारी फिर्याद दाखल केली. सत्तावीस हजारांना फसवले म्हणून! वेळो-वेळी पद्माबाईंची फोनची, लाईटची, घरफाळ्यांची बिले भरण्यासाठी तो गृहस्थ पैसे घेऊन जायचा. तो हस्ते म्हणून आपलं नाव बिलावर टाकून घ्यायचा. जेव्हा पद्माबाईंना त्याची लबाडी समजली, तेव्हा त्यांनी त्याला घरातून हाकलून दिले. तो बदमाश कृतघ्न माणूस ॲसिडचा बल्ब घेऊन त्यांच्या फ्लॅटभोवती फिरू लागला. पद्माबाई चित्रपटांतून कामे करीत तशीच त्या मराठी नाटकांतूनही भूमिका

करीत. जयवंत दळवींच्या नाटकात त्यांनी केलेली ''कल्याणी''ची भूमिका अजूनही मराठी प्रेक्षक विसरले नाहीत. तर पद्माबाईंना ''तो'' माणूस विद्रूप करू पाहतोय असं जेव्हा सांताक्रुझ पोलीस स्टेशनच्या पोलीस अधिकाऱ्यांना समजलं, तेव्हा त्यांनी त्याला पकडून गाडीत घालून ठाण्यावर आणलं आणि त्याची चांगलीच धुलाई केली.

चिडून त्याने पद्माबाईंवर ''ती'' खोटी फौजदारी सुरू केली. मला फोन आला. ''बाबा असाल तसे निघा. जेवायला बसला असाल, तर हात धुवायला मुंबईला या.'' मी मुंबईला गेलो. कोर्ट-खटले हा माझा व्यवसाय असल्यानं मुंबईतला एक प्रख्यात बॅरिस्टर मी पद्माबाईंची केस चालवण्यासाठी नेमला आणि निश्चिंत मनाने कोल्हापूरला परतलो.

तीन महिन्यांनंतर पुन्हा फोन. ''बाबा तत्काळ निघा. तो मेला बॅरिस्टर माझी केस तर चालवत नाहीच; पण त्याला माझ्यातच अधिक ''इंटरेस्ट'' निर्माण झालाय! प्रत्यक्ष भेटीत सर्व काही सांगेन. तत्काळ निघा.''

मी गेलो. बेबींनी सांगितलेली हकिकत भयानक होती. तो बॅरिस्टर त्यांना ऑफिसवर ''ऑड'' टाईमला बोलवायचा आणि जळक्या सिगारेटचे चटके द्यायचा! तो ''सॅडिस्ट'' या मानसिक विकृतीनं पछाडलेला होता.

मी ती हकीकत ऐकून म्हणालो, ''बेबी, तुम्ही काही तरी कांगावा करता आहात!''

मी सांगते ते खरं नाही वाटतं? बेबी काहीशा रागाने उठून उभ्या राहिल्या. माझ्याकडे पाठ केली आणि चक्क ब्लाऊज काढून दाखवला. पाठीवर जागो-जागी भाजल्याच्या खुणा होत्या. परत ब्लाऊज घालून बटणे लावत म्हणाल्या, ''मी काही आता जगत नाही!''

''काय करायचं तुम्ही सांगा?''

रात्रभर मला झोप लागली नाही. दुसऱ्या दिवशी सकाळी पद्माबाईंना

घेऊन बॅरिस्टरच्या ऑफिसवर गेलो.

पद्माबाईंना व मला एकत्र पाहताच तो दचकला. गेल्या-गेल्या मी म्हणालो, ''मिस्टर वुई एगेज्ड यू टू डिफेन्ड द केस, बट यू हॅव ट्रिटेड हर विथ क्रुएल्टी! वुई वॉन्ट द केसपेपर्स बॅक.''

तो बदमाश बेफिकीरपणे सिगारेटचा धूर सोडत मला म्हणाला, ''इफ आय डोंट गिव्ह द केसपेपर्स बँक, व्हॉट आर यू गोईंग टू डू?''

''नॉट गिव्हिंग? आय वुईल टेक युवर क्लायंट स्टेट वे टू चिफ जस्टिज अॅण्ड शो हीम द इंज्यूरिज! आय वुईल सी डॅट यूवर लायसेन्स इज कॅन्सल्ड!''

निमूटपणानं त्यानं पद्माबाईंची कागदपत्रे परत केली, तेथून दादरला आलो. भाई प्रधान नावाचे फौजदारी वकील मला ओळखत होते. त्यांना सर्व इतिहास सांगितला. त्यांनी पद्माबाईंची केस चालवायचे कबूल केले.

केस चालली. निकालावर आली. मला पुन्हा पद्माबाईंनी निकालाच्या दिवशी मुंबईत बोलावून घेतलं. रात्री आम्ही डायनिंग टेबलवर जेवायला बसलो! बेबी अतिशय भावनाप्रधान झाल्या. त्या मला म्हणाल्या,''बाबा मला जर उद्या शिक्षा झाली तर मी आठव्या मजल्यावरून उडी घेऊन आत्महत्या करणार!''

''ती वेळ येणार नाही. बेबी मी पंचवीस वर्षे सरकारी वकील म्हणून काम केलंय, या केसमध्ये तुम्हाला शिक्षा होणंच शक्य नाही. भाई प्रधानांनी मला परवा प्रॉसिक्युशनच्या साक्षीदारांच्या फिर्यादींच्या उलट-तपासाच्या कॉपीज् दाखवल्या. आय बेट यू वुईल बी अॅक्विटेड! तुम्ही नक्कीच सुटाल.''

माझा अंदाज खरा ठरला. फिर्यादीने दिलेली फिर्याद निखालस खोटी ठरली. पद्माबाई निर्दोष सुटल्या. निकालाच्या वेळी कोर्टात वृत्तपत्रांचे वार्ताहर, फोटोग्राफर यांनी प्रचंड गर्दी केली होती. कारण

आज ''ॲटमबॉम्ब''चे भवितव्य न्यायालयात ठरणार अशा बातम्या ठळक मथळ्यात छापून आल्या होत्या. निकाल ऐकल्यावर पद्माबाईच्या चेहऱ्यावर काहीच फरक पडला नव्हता. वार्ताहर आणि फोटोग्राफर्सच्या गर्दीतून आम्ही वाट काढत खाली आलो. पद्माबाई निकालाबाबत काहीच बोलत नव्हत्या. मला त्यांचं ते वागणं काहीसं गूढ वाटलं होतं.

त्या स्वत: फियाट ड्रायव्हिंग करीत होत्या. मुंबईत सराईतासारखं ड्रायव्हिंग करणाऱ्या दोन तरुणीच मला भेटल्या आहेत. त्यातल्या एक आहेत पद्माबाई आणि दुसऱ्या प्रिया तेंडुलकर!

त्या संध्याकाळी पद्माबाईंनी पापलेटची कोकणी पद्धतीची कढी बनवली. प्रॉन्स तळले. त्यांचं पाककौशल्य ज्यांनी चाखलंय त्यांनाच ते समजलंय.

माझ्याही डोक्यावरचं ''टेन्शन'' उतरलं होते. बाथरूममध्ये जाऊन मी थंड पाण्याचा शॉवर घेतला. मलमली बनियन आणि पायजमा घालून हॉलमध्ये पेपर चाळत बसलो. किचनमधून फ्राय केलेल्या प्रॉन्सचा खमंग वास येत होता. भूकही सपाटून लागली होती. मी म्हणालो, ''बेबी आता वाढा दम निघवत नाही.''

''असं काय करता; तुमची अंघोळ झाली, मलाही करायचीय!'' त्या मेल्याच्या नावानं! मग शांतपणे मिळून जेवूया!''

बेबी त्यावेळी फ्लॅटवर एकट्याच होत्या. पती-पत्नीत मतभेद झाल्यामुळे ''डायव्होर्स सूट'' सुरू होता.

बेबी आंघोळीला आपल्या बाथरूममध्ये गेल्या. वीस-पंचवीस मिनिटांनी त्या आपल्या आवडीची गुलाबी जॉर्जेटची साडी, मॅचिंग ब्लाऊज घालून बाहेर आल्या. त्यांच्या हातात छोटा ट्रे त्यात ब्लॅक लेबलची जॉनी वॉकरची बाटली. दोन ग्लास, सोडा घेऊन आल्या. माझ्या समोरच्या टीपॉयवर तो सरंजाम ठेवून त्यांनी चक्क माझे पाय धरले आणि धाय-धाय रडल्या. मी ही भावनाप्रधान झालो. माझ्याही

डोळ्यांतून अश्रू आले.

"बाबा केवळ तुम्ही होता म्हणून मी या संकटातून बाहेर आले. तुमचे उपकार जन्मोजन्मी फिटणार नाहीत."

"असं काही समजू नका बेबी. तुम्हाला अशावेळी मदत करणं हे माझं कर्तव्यच होतं!"

माझ्या पायावर पडलेले त्यांचे अश्रू पुसले; नंतर स्कॉचच्या बाटलीची सील उघडून दोन पेग भरले, सोडा घातला आणि माझा ग्लास उंचावून मी बेबींना म्हणालो, "चिअर्स फॉर द क्वीन, बट ॲण्ड ऑनरेबल ऑक्विटल ऑफ पद्मा चव्हाण!"

पद्माबाईंच्या किती एक आठवणी सांगाव्यात? त्या मरायच्या १५ दिवस अगोदर माझे मित्र विलासराव मोहितेंचे ठाण्याच्या कोर्टात काम होते म्हणून मी सोबत गेलो होतो.

पद्माबाईंना सरकारी कोट्यातून मुलुंडला पार्श्वनाथ हौसिंग सोसायटीत फ्लॅट मिळाला होता.

अनपेक्षितरीत्या मला आलेलं पाहून त्यांना खूप आनंद झाला. कोल्हापूरचा विषय निघाल्यावर मला म्हणाल्या, "बाबा आता मी पिक्चर्सना रामराम करायचं ठरवलंय!"

"का होऽऽ?"

"ती मेली मावशीची, काकीची आणि आजीची कामं करण्यासाठी मी जन्मलेली नाही आणि आत इतकी वर्षे कामं केली. चार पैसे कमावले; आता मी रिटायर होणार. या फ्लॅटला पाऊण कोटीचं गिऱ्हाईक आलंय! पाच वर्ष हा फ्लॅट मला विकता येत नव्हता. पंधरा दिवसांनी पाच वर्ष पूर्ण होताहेत! तो विकणार, मी कोल्हापूरात नागाळा पार्कात एक फ्लॅट बुक केलाय! तुम्ही रिटायर. मी ही रिटायर! आता प्रत्येक रविवारी सकाळी खेमा-चपात्या टिफिनमध्ये भरून एखाद्या तलावाकठी थंड बिअरचे घोट घेत, गप्पा मारायच्या, मनसोक्त! बरं

बाबा आता काय घेणार? चहा,   कॉफी ऽऽऽ!"

मी विलासरावांकडं पाहिलं. ते म्हणाले, "काहीही चालेल!"

"थांबा मी तुम्हाला खास श्रीनगरवरून आणलेलं केशराचं सरबत देते."

"त्याची काही गरज नाही." मी म्हणालो;

"नाही-नाही तुम्हाला एक घोट घेतल्यावर समजेल काय चीज आहे ती! आयुष्यात प्रथमच मी केशराचं सरबत चाखले."

पद्माबाईंचा निरोप घेऊन मी व विलास लिफ्टने खाली आलो. गाडीत बसण्यापूर्वी मी पाचव्या मजल्यावरच्या पद्माबाईंच्या फ्लॅटच्या गच्चीकडे वर पाहिले. गच्चीत उभं राहून पद्माबाई मला हाताने निरोप देत होत्या.

तीच आमची शेवटची भेट! एक महिन्यानंतर आकाशवाणीवर दुपारच्या दीडच्या बातमीपत्रातली पहिली बातमी होती. मराठी चित्रपटसृष्टी आणि रंगभूमीवरील प्रख्यात अभिनेत्री श्रीमती पद्मा चव्हाण यांचे अपघाती निधन.

कन्येच्या लग्नाच्या वाढदिवसाला हजर राहून त्या आपल्या घरी परतत होत्या. अंबिके नावाचा ड्रायव्हर गाडी चालवत होता, समोरून एक भरधाव टेम्पो रॉंगसाईडने प्रखर दिव्याचा झोत टाकत आला. प्रत्यक्षात त्यांच्या गाडीशी त्या टेम्पोशी धडक होण्याअगोदरच शॉकमुळे त्यांची हृदयक्रिया बंद पडली. क्षणार्धात प्राण गेला. मुंबईत कविवर्य जगदीश खेबुडकर त्यांच्या अन्तयात्रेला हजर होते. ते भेटल्यावर मला म्हणाले, "बाबा पद्माबाईंच्या प्रेतावर साधा ओरखडासुद्धा पोस्टमार्टममध्ये आढळला नाही."

सौंदर्यसम्राज्ञी अपघाताने विद्रुप न होताच निजधामाला निघून गेली. उर्वरित आयुष्य कसं जगायचं ही तिची स्वप्नं अधुरीच राहिली.

◁◁◁

२४. आप्पा मोहिते

बार्शीत ज्या अनेकांशी माझे मैत्रीचे धागे जमले त्यातली अविस्मरणीय अशी व्यक्ती म्हणजे आप्पा मोहिते. माझ्या स्वभावाचं एक वैशिष्ट्य असं आहे की, ज्या माणसाशी माझी मैत्री जमते, त्याच्याजवळ ''एक्स्ट्रा ऑर्डिनरी'' अश्यामान्य असा काही तरी गुण असतो. हा त्याच्या स्वभावातला गुणच मला आकर्षित करतो.

एकदा कल्लाप्पाच्या किराणा दुकानात सकाळी मी बसलो होतो. विठाबाई, कल्लापाची बायको दुकानच्या गल्ल्यावर बसली होती. चहापत्ती, साखर, हळद, मिरची, मोहरी अशा गृहोपयोगी वस्तू गिऱ्हाईकांना देता देता विठावहिनी माझ्याशी बोलत होती. मी विचारलं,

''वहिनी चार आठ आण्यांचा माल विकून तुम्हाला दिवसाकाठी उरतात किती?''

''काय कराचयं आबा, घर चालतं बघा, या दुकानानं''

घरातली डाळ संपली, आण आपल्या दुकानातलं! साखर चहा संपला, आण दुकानातनं! संसाराला काय एक लागतं आबा?''

''अण्णांच्या गाड्या काहीतरी मिळवत असतीलच की?''

''कसल्या गाड्या आबा, जे काय मिळतं ते त्या गाड्यानांच घालावं लागतं! आणि एखाद्या दिवशी शे-दोनशे मिळाले की सांच्यापरी आप्पा म्होयत्या वास आल्यागत टपाकतो! ह्यातला हेंचा दोस्त हाय तो आप्पा!'' वहिनीनं उजव्या मुठीचा आंगठा तोंडाजवळ नेत मला दाखवलं!

''म्हणजे मिळालेले सगळे पैसे दारूत उडवतात?''

''हा आप्पा मोहिते आहे तरी कोण?'' मी विचारलं.

''आमचा मालक गिरणीत कामाला हूता तवापास्नची त्येची दोस्ती आहे!''

कल्लाप्पा दुकानातच होता. नवऱ्यासमोर त्याची बायको माझ्यापुढे त्याची तक्रार सांगत होती.

तो निमूटपणे ऐकत होता. मला न राहवल्याने मी कल्लाप्पाला

म्हणालो,

"आण्णा, वहिनी काय म्हणते? खरंच का?"

"त्या नालायकाचा नाद सोड म्हणून मी हज्जारदा याच्या विनवण्या केल्या. पण याच्यावर काही परिणाम नाही! मला म्हणतो "या गावात मला आप्पासारखा जवळचा दोस्त नाही!" घरोघर नवरा बायकोंच्या तक्रारी असतात, शहाण्या माणसानं त्यात दोघांपैकी कोणाचीही बाजू घेऊ नये म्हणून मी हसत हसत म्हणालो, "कल्लाप्पाण्णा, एकदा तुमचा तो दोस्त मोहिते दाखवाच मला!"

कल्लाप्पानं विजापुरातून आल्यापासून अनेक व्यवसाय केले होते. मराठे मिलमध्ये कामगार होता. नंतर वायरमन नंतर टॅक्सी ड्रायव्हर, इलेक्ट्रिशियन, किराणा मालाचा दुकानदार, हे सर्व व्याप सांभाळत असताना त्यानं जग अतिशय बारकाईनं पाहिलेलं होतं.

"खरंच आण्णा, मला एकदा तुमचा तो जानीदोस्त आप्पा मोहिते दाखवाच!" पुन्हा मी म्हणालो. आमची अशी चर्चा चालली असताना साधारण ३५, ३६ वर्षांचा गोल चेहऱ्याचा, डोक्याला चॉकलेटी टोपी घातलेला, धोतर शर्टातला एक गृहस्थ दुकानासमोर आला आणि माझ्या अस्तित्वाची दखल न घेताच कल्लाप्पाला म्हणाला, "आरे आटप की लवकर, आज कागद करायचा हाय न्हवं! सोलापूरला जायला पाहिजे!"

त्याच्याकडे पाहून कल्लप्पा मोठ्यानं हसत हसत मला म्हणाला, "आबा तुम्हाला आप्पा मोहित्याला बघायचा होता न्हवं? बघा हा कसा बोलावल्यासारखा आलाय?"

मी म्हणालो, "आपण ज्याची आठवण काढतो तो माणूस अचानक समोर टपकतो. तेव्हा तो दीर्घायुषी आहे असं समजतात. अगदी शंभर वर्षाचं आयुष्य आहे या मोहित्यांना!"

आप्पा मोहिते मला ओळखत नव्हता, पण मी त्याच्याविषयी

केलेलं ते वक्तव्य ऐकून आप्पा मोहिते माझ्याकडं प्रश्नार्थक मुद्रेनं पाहतच राहिला.

कल्लाप्पानं ते ओळखलं आणि तो आप्पाला म्हणाला, "हे कोण आहेत ओळखलंस का?"

आप्पा नकारार्थी मान हलवत म्हणाला, "नाही!"

"अरे हेच बाबा कदम. इथं बदलून आलेले सरकारी वकील!"

आप्पा मोहितेनं स्वत:च्या गालावर चापटा मारून घेत म्हटलं "अरे देवारे! आगुदर तर सांगायचं न्हाईस!" असं म्हणत आप्पा मोहिते दुकानच्या फळीजवळ आला आणि माझे चक्क दोन्ही पाय धरून म्हणाला, "आण्णा, आरे आता काय करू सांग?"

"पेड्याचा पुडा तरी आणू का?"

मी म्हणालो, "पेढ्याचा पुडा कशाला? आप्पा बसा इथं, नंतर बघू पेढ्याचं! मला एक सांगा इतकी वर्षे तुमची आणि कल्लाप्पाची मैत्री कशी काय टिकली?"

"कसली मैत्री आबा, हे नल्याक मी सांगिटल्यालं काय ऐकतंय व्हय! चार पैसं मिळालं की चाललं पारद्याच्या वस्तीकडं! मी न्हाई म्हनलो तरीबी मला वडून न्हिलं!"

"कुक्कुल बाळ का न्हाई तू?" वहिनी किंचित रागाने त्याला म्हणाली.

"काय करायचं वैनी, जगात लई परकारची माणसं हैत, पर त्यात ह्या कल्पाप्पासारखा मैतर मिळणार न्हाई."

आप्पा मोहिते मिलमधल्या मजुरांना उसने पैसे द्यायचा. स्वत: त्याच मिलमधे मजूर होता. नंतर हळूहळू लहानसहान प्रमाणात सावकारी करू लागला. लेखी टाकी काही नाही, सगळा व्यवहार तोंडी! मजुरांच्या पगाराच्या दिवशी गेटवर वसुलीसाठी आप्पा ठाण मांडून बसे. उधार दिलेले पैसे व्याजासह वसूल करण्यात त्याचा हातखंडा! त्याला बुडवावे

असे मात्र कोणाला वाटत नसे! मजुरांच्या घरी काही अडचण निघाली, बायको, मुलांची प्रकृती बरी नसेल तर आप्पा त्याला ५-५० रुपये देऊन यायचा, मदत म्हणून ते पैसे तो परत घेत नसे!

असा हा आप्पा मोहिते, गेल्या १५-२० वर्षांत आठदहा लाखांचा मालक झाला. आता त्यानं कुर्डुवाडी रस्त्यावर सहा एकर जमीन खरेदी करायची, शेतात घर बांधायचं असं ठरवलं होतं.

त्या दिवशी सोलापूरला रजिस्टार ऑफीसमध्ये जाऊन जमिनीचे खरेदीपत्र करायचे होते म्हणून तो कल्लप्पाला बोलवायला आला होता.

या आप्पा मोहित्याच्या स्वभावातला विरोधाभासी स्वभावामुळे मला त्याच्याशी मैत्री करण्याचा मोह झाला.

बार्शीचे सरकारी वकील माझे दोस्त आहेत हे तो सर्वांना अभिमानाने सांगू लागला. त्यानंतर एकदा आप्पा मोहिते मला कोर्टात भेटला. "काय आप्पा, आज कोर्टात? कोणावर पैसे देत नाही म्हणून केस केलीस की काय?"

छ्या ऽऽ छ्या ऽऽऽ! आबा ह्या तुमच्या कोर्टात कुणाला न्याय मिळतो का? उगं पाच पन्नास खेटं घालायची अन् वकिलांची भर करायची! कुन्या देवानं सांगिटलंय हे?"

"बरं मग आज कोर्टात कसा?"

तुमालाच भेटायला आलोय. रानातला शाळू हुरड्याला आलाय!

"अरे हो, तू जमीन खरेदी घेतलीस नाही का?"

"व्हय आबा, तुमच्या पुन्याईनं, जमीन चांगली घावली!"

"अरे माझी कसली पुण्याई आलीय? तुझी नि माझी ओळख होण्यापूर्वीच तू तो व्यवहार ठरवून ठेवला होतास! आठवतं का सोलापूरला जमिनीचा कागद करायला जाण्यासाठी तू कल्लाप्पाला बोलवायला आला होतास तेव्हाच आपली पहिली भेट झाली."

"व्हय! व्हय!"

“मग त्यात माझी कसली आलीय पुण्याई?”

“चल चहा घेऊ!”

मी कोर्टातल्या ऑफिसकडं जाता जाता कॅन्टीनवाल्या दोह्याला चहा पाठवायची सूचना केली.

आम्ही चहा घेत असताना कल्लाप्पाही अचानक तिथं आला आणि मला म्हणाला, “आबा, नवीन जीप घेतली आज, ट्रायल बघायला एडशीच्या घाटात जायचं का? एक दोन नग घावलं की परत येऊ!”

“नग” म्हणजे ससे! एडशीच्या घाटात रात्री जीपच्या उजेडात बरेच ससे दिसत, मी आणि कल्लाप्पाने अनेक वेळा रात्रीच्या शिकारी केल्या होत्या.

“आन्ना मीबी येणार बघ!” मोहिते आप्पा हात वर करून म्हणाला! “मी आजून आबांची शिकार बगाय न्हाई!”

“मग चल की, तुला काय डोक्यावरनं न्ह्याचा हाय? मग जायचं का आबा आज रात्रीच्याला?”

आप्पा मोहिते सोबत येणार म्हटल्यावर मी “हो” म्हणालो.

कोर्ट संपल्यावर घरी आलो. माईंना म्हणालो, “आज घाटात सशाला जायचंय, माझ्यासोबत कल्लाप्पा आणि त्याचा जीवलग दोस्त मोहिते आप्पा येणार आहेत. टिफीनमध्ये काय देता?”

“आता तुम्ही ऐनवेळी सांगितल्यावर मी काय करणार? सुकी अंडी आणि चपात्या देते!”

“चालेल! कल्लाप्पाही सोबत काहीतरी घेईलच म्हणा!”

बार्शी-उस्मानाबाद रस्त्यावर एक ४-५ मैलाचा छोटा घाट आहे. बाजूला फॉरेस्टचे ऑफिस असल्याने तिकडे कोणी भुरटे शिकारी फिरकत नसत. मी मात्र “प्रिव्हीलेज्ड” मान्यताप्राप्त शिकारी होतो. कारण त्या घाटात चंदनाची झाडं होती. काही सराईत गुन्हेगार चंदनाची

झाड तोडून चोरून नेत. असा एखादा चंदनचोर ''वीरप्पन'' फॉरेस्ट बीट गार्डला मुद्देमालासह सापडला की त्याच्यावर फॉरेस्ट खाते खटला दाखल करीत असे. ते फॉरेस्टचे खटले सरकारी वकील म्हणून मी बार्शीच्या कोर्टात चालवत असे. त्यामुळं फॉरेस्ट खात्यातले एकूण एक लोक माझ्या परिचयाचे होते. त्यांना ठाऊक होतं प्रॉसिक्ट्यूटरना शिकारीचा छंद आहे, पण ते फारच माफक शिकार करतात.

त्यादिवशी जेवण सोबत घेऊन मी कल्लाप्पा, मोहिते आप्पासह घाटात फिरलो, पण एकही ससा दिसेना. कल्लप्पा म्हणाला, ''आबा पुढं देवळाच्या माळरानात जाऊ नक्की डोळा लागेल.'' डोळा लागेल म्हणजे सर्च लाईटच्या उजेडात सशाचे डोळे चमकतील.

''आप्पाला शिकार बघायची आहे, जाऊ तिकडे!'' मी म्हणालो.

कल्लाप्पानं रस्त्यावरून डाव्या बाजूच्या माळरानात जीप वळवली आणि काय आश्चर्य, लाईटमध्ये समोरासमोर चर्चा करीत बसल्याप्रमाणे दोन गलेलठ्ठ ससे दिसले. मी माझ्या डब्बल बॅरलमधे घातलेले चार नंबरचे काडतूस त्यांच्यावर उडवले. एका बारात दोन्ही ससे आडवे झाले.

शिकार झाली ते झाले की, त्या प्राण्याचे पोट उघडले जाते. वेळ झाला तरी शिकार ''डीकपोज'' खराब होत नाही. मी कल्लाप्पाला त्या विद्येत ट्रेन केला होता. माझ्या बेल्टचा चाकू काढून मी कल्लाप्पाकडं दिला. गाडीच्या उजेडात कल्लाप्पाने दोन्ही ससे साफ केले. नंतर आम्ही हात धुतले आणि पुढे एक किलोमीटरवर जेवायला बसलो. कल्लाप्पाने अख्खे कांदे जेवणाबरोबर घेतले होते. ते कापायला चाकू हवा होता, पण माझा चाकू कल्लाप्पाने ससे साफ केलेल्या जागीच हरवला होता. रात्र खूप झाल्याने आम्ही परतलो. माझा चाकू हरवल्याने आप्पा मोहिते हळहळू लागला.

''काय न्हाई आबा चाकू शोधायचाचं, मी पेट्रोल भरतो.''

“जाऊ द्या आप्पा, आजपर्यंत असे खूप चाकू गेले!”

“न्हाय न्हाय, मी तुमचा चाकू शोधणारच!”

आप्पाच्या आग्रहास्तव तिसऱ्या दिवशी आम्ही जीप घेऊन संध्याकाळी त्या एडशीच्या माळरानात गेलो, पण नेमका चाकू पडलेली जागा कशी मिळणार? आप्पा माळरानात उतरला आणि म्हणाला, “आबा चाकू न्हाई पण गाडीची चकारी घावली. चकारी म्हणजे गाडीच्या टायरचा मार्ग. मग आम्ही त्या मागावरून पुढे पुढे गेलो. आप्पा ओरडून म्हणाला, “अन्ना थांबीव गाडी.” गाडी थांबवण्याआधीच आप्पा टणकन उडी मारून उतरला आणि टायरमार्कवरून त्यानं हरवलेला चाकू मोठ्या उत्साहानं मला दाखवला. “च्या मायला ही चकारी घावली मग चाकू का नाही घावणार!”

त्यानंतर मी, कल्लाप्पासह आप्पाच्या शेतावर हुरडा खाण्यासाठी गेलो. आप्पानं आठ-दहा प्रकाराच्या चटण्यांच्या पुड्या आणल्या होत्या. तिळाची चटणी, भाजलेल्या खोबऱ्याची चटणी, लसणाची चटणी!

आप्पा स्वत: आगटीत भाजलेली ज्वारीची कणसं मला हातावर चोळून कोवळाशार गरम गरम हुरडा खायला देत होता. काय त्याची चव सांगू? तोंडात तो हुरडा विरघळायचा, अधून-मधून तोंडी लावायला त्या चटण्या!

“हुरडा पार्टी” चालू असताना मी म्हणालो, “आप्पा ही माझी शेवटीच हुरडा पार्टी! मी महिन्याभरात बदलून जाणार!”

आप्पा मोहित्याचे डोळे टचकन भरले. तो म्हणाला, “आबा एवढी माया लावायची हुती तर हिकडं आलासांच का?”

“अरे जायला हवं. सरकारी नोकरी आहे?”

“पण या म्होरं तुम्ही शाळू इकत घ्याचा नाही!” मी शंभर किलो शाळू माझा जीवमान हाय तवर तुमाला देणार!”

मी बार्शीचा निरोप घेतल्यावर आठच दिवसांत मला कल्लाप्पाचे

पत्र आले. मोहिते आप्पा मोटार अपघातात वारला. ''अरेरे! ओळख झाली तेव्हा मी तुला १०० वर्षांचं आयुष्य आहे म्हणालो होतो, हे असं कसं झालं!'' डोळे पुसत मी स्वतःशीच म्हणालो.

◁◁◁

२ ५. सुलीचा रिस्पॉन्स

भारतात ठरवून केलेल्या दहा लग्नांपैकी एक लग्न यशस्वी होते. पती-पत्नी एकमेकांना पूर्णपणे समजून घेतात. सहसा त्यांच्यात मतभेद होत नाहीत आणि झालेच तर ते किरकोळ स्वरूपाचेच असतात. आपोआपच मिटले जातात. ठरवून केलेल्या या दहा लग्नांपैकी दुसरे लग्न यशस्वी झालेले नसते, पण दोघेही पती-पत्नी नाईलाजाने संसाराचा गाडा रेटत राहतात. श्यामाजिक, आर्थिक अडचणीमुळे असो अगर अन्य काही कारणाने असो, बैलगाडीला जुंपलेल्या बैलाप्रमाणे आयुष्याची वाट तुडवत राहतात. या दहा ठरवून केलेल्या लग्नांपैकी आठ लग्ने मात्र अयशस्वी होतात. प्रथम शाब्दिक चकमकी झडतात. कधी कधी प्रकरणे हातघाईवरही येतात. या आठपैकी काही लग्नांचे वाद कोर्टापर्यंतदेखील जातात. शेवटी घटस्फोटात या मतभेदांची समाप्ती होते. तशी नाही झाली तर काही मुली नवऱ्याच्या किंवा सासरच्या जाचाला कंटाळून आयुष्याचाच शेवट करून घेतात.

वर्षानुवर्षे आपल्या समाजात हे घडत आलेले आहे. आजही घडते आहे आणि भविष्यातही घडत राहणार आहे. पण हे असं का व्हावं? यावर उपाय आहे का? याबाबतीत समाजधुरीणांनी आजपर्यंत काही अंतिम तोडगा सुचवलेला नाही किंवा नजीकच्या भविष्यकाळात कोणी सुचवतील असेही वाटत नाही.

मी काही थोर विचारवंत, विद्वान तत्त्ववेत्ता नव्हे एक मध्यमवर्गीय समाजातला नागरिक! माझ्या अल्प बुद्धीनुसार या वैवाहिक समस्यांवर मी बराच अभ्यास केलेला आहे. सरकारी वकील या नात्याने विवाह समस्येतून निर्माण झालेले अनेक खटले चालवल्यावेळी मी हे असं का व्हावं, याचा खूप विचार करून काही निष्कर्ष काढले आहेत. मुलगी वयात आली की, आई-बापांना तिच्या लग्नाचे वेध लागतात. आता मुली वयात येण्याचं प्रमाण पाहिलं तर साधारण अकरा-साडेअकरा ते बारा वर्षापर्यंत या वयात येतात. त्यांच्यात शारीरिक व मानसिक

बदल निसर्गनियमानुसार व्हायला सुरुवात होते. पण हे बदल घडत असताना त्यांच्या बुद्धीची वाढ मात्र झालेली नसते. ती चौदा-पंधरा वर्षापासून व्हायला सुरुवात होते. या वयात मुलींना नटण्या-मुरडण्याची आवड निर्माण होते. तरुण मुलांमध्ये मनमोकळेपणानं वावरताना त्यांना संकोच वाटतो. काही मुली स्वभावानं धाडसी असतात. त्या याच वयात प्रेमप्रकरणात तोंडघशी पडतात. व्यवहारी जगाची झळ कधीही न बसल्यामुळे त्या प्रेमप्रकरणात फसतात.

निसर्गानं "स्त्री"वर अनेक बंधनं घातलेली आहे. पुरुष जसा एकापेक्षा अधिक पोरींची प्रकरणे करून "मोकाट" असतो, तसे मुलींचे नसते. यदाकदाचित प्रियकराच्या प्रियाराधनाला ती बळी पडली, तर गर्भधारणेसारखा प्रकार घडण्याची शक्यता असते. अशावेळी प्रियकराने तिचा स्वीकार न करताच जर कानावर हात ठेवले, तर त्या बिचारीला घरच्यांना आणि समाजालाही तोंड दाखवता येणे अशक्य होते. अशा मुलीदेखील आत्महत्येचा मार्ग स्वीकारतात. मग याला उपाय काय? उपाय आहे! घरात आई आणि वडील, बहिणींनी तारुण्यात पदार्पण करणाऱ्या मुलीला विश्वासात घेऊन जगात कसं वावरावं याची उदाहरणं समजावून सांगावी लागतात. बऱ्याच मुली अशा घरातील ज्येष्ठ महिलांच्या सल्ल्याने वेळीच सावरल्याही जातात.

परवा एके ठिकाणी गाडी पार्क करून मी मित्राची वाट पाहत होतो.

तो दहा मिनिटांत तेथे यायचा होता. इतक्यात बाजूला उभ्या असलेल्या तीन तरुणींकडे माझं लक्ष गेलं. त्यातल्या दोघींची नजर स्थिर होती. एकींची नजर मात्र अत्यंत अस्थिर होती. रस्त्याच्या पलीकडे स्कूटर्स थांबवून गप्पा मारणाऱ्या मुलांकडे ती मैत्रिणींशी बोलता बोलता एकसारखी अधून-मधून पाहत होती. मैत्रिणींशी बोलता बोलता रस्त्यापलीकडे पाहत खुदकन हसत होती. टाळीसाठी हात पुढे

करीत होती. तिच्या चंचल नजरेची चाहूल लागलेलं ते टोळकं मोठ्याने हसत होतं. या ''चंचलेला'' मात्र उगीचंच शेफारल्यासारखं वाटत होतं. माझ्या मित्राला यायला थोडा वेळ झाला, पण फुकटचा तो तरुण-तरुणींचा नेत्रपल्लवीचा खेळ पाहण्यात माझा वेळ कसा गेला तेही समजलं नाही. शेवटी त्या मुली स्कूटरवरून निघून गेल्या. जाण्यापूर्वी त्यांनी भुतासारखी आपली ओढणी तोंडावरून, डोक्यावरून बांधून घेतली. डोळे तेवढे उघडे. दुचाकीवरून जाताना आजकाल तोंड बांधून घेणे ही मुलींमध्ये फॅशनच बनलीय! मला एकानं विचारलं, ''बाबा, अलीकडे या तरुण पोरी तोंड, डोकं का झाकून घेतात?''

मी किंचित हसून म्हणालो, ''प्रदूषणापासून संरक्षण करण्यासाठी म्हणून जरी त्या थोबाड बांधून घेत असल्या तरी त्यांचा हेतू असतो निराळाच!''

''कोणता?'' मित्रानं मला विचारलं.

''आपल्याला दुसऱ्याकडं मनसोक्त पाहता यावं. त्याला मात्र आपण कोण हे ओळखता येऊ नये, असाच त्यांचा हेतू असतो! याशिवाय दुसरा कोणता हेतू असणार? इतकी वर्ष पोरी लूना, लँब्रेटावर बसत होत्या. तेव्हा कुठं त्या थोबाड बांधून घेत होत्या? आत्ताच त्यांना प्रदूषण जाणवायला लागलंय?''

प्रत्येकाला आपण कसं वागावं याचं स्वातंत्र्य आहे. आपण कोण त्यांच्यावर टीका करणार?

मध्यंतरी एकतर्फी प्रेमातून बऱ्याच मुलींचे महाराष्ट्रात खून झाले. त्यावेळी असे खून का होतात, याला ''जबाबदार कोण असतो, वगैरे बाबतीत चौकशी करून त्यावर ''दक्षता'' या पोलीस खात्याच्या मासिकात एक सविस्तर लेख लिहावा अशी सूचना मला झाली. मी प्रथम पुण्यातल्या सात-आठ मुलींच्या मुलाखती घेतल्या. त्यातली पद्मा एक मुलगी! तिचं प्रेमप्रकरण विफल होऊनही ती जिवंत होती.

तिला भेटलो. प्रथम तिने मला काहीही सांगायला नकार दिला. तेव्हा मी म्हणालो,

"पद्मा, मला माहीत आहे, तुला तुझ्या प्रियकरानं फसवलं आहे, पण तू तुझे अनुभव मला सांगितलेस, तर मी त्यावर लेख लिहिन.

तुझ्याप्रमाणेच ज्या मुली भावनाप्रधान असतात, त्या माझ्या लेखाने थोड्या सावरतील तरी! बघ, एक समाजहित म्हणून तू मला तुझे अनुभव सांगावेस असं मला वाटतं. तुझ्याप्रमाणेच त्यांच्यावर पश्चातापाची वेळ येऊ नये, म्हणून मी तुझी मुलाखात घेतोय!"

शेवटी माझ्या विनंतीला मान देऊन पद्मा बोलू लागली. कॉलेजात माझ्या वर्गात तुषार नावाचा एक विद्यार्थी होता. तो आई-बापांचा एकुलता एक होता. बाप मोठा बागायतदार होता. सासवडच्या परिसरात त्याची मोसंबीची बाग होती. बागेत मध्यभागी आलिशान बंगला होता. शिवाय तो दिसायलाही स्मार्ट होता. आमच्या वर्गात सुलोचना नावाची एक अतिशय देखणी मुलगी होती. या मुलीवर तो लाईन मारायचा. सुली माझी मैत्रीण होती. रेव्हेन्यू खात्यात तिचे वडील हेडक्लार्क होते. सुली काही तुषारला दाद देत नव्हती. सुलीनं मला तुषार आपला पिच्छा पुरवत असतो असं अनेक वेळा मला सांगितलं होतं. तेव्हा मी म्हणाले,

"तुषार हँडसम आहे. शिवाय श्रीमंत आहे. तू का त्याला रिस्पॉन्स देत नाहीस?"

त्यावर सुली म्हणाली, "हे बघ पद्मा, माझ्या वडिलांनी मला शिकण्यासाठी कॉलेजात घातलंय. तसं म्हणशील तर आमच्या घराण्यात मुलींना उच्चशिक्षण देण्याची प्रथाच नव्हती. माझ्या वडिलांना मी वाह्यातपणा केल्याचं आवडणार नाही. लागलीच माझं कॉलेज बंद होईल."

"अगं, पण शिकून नंतर काय करणार आहेस? लग्नच ना?"

"हो, पण ते आई-बाबांच्या पसंतीनं माझ्या नव्हे!"

मी म्हणाले, "तुझ्या पसंतीला किंमत नाही?"

"हे बघ पद्मा, मी अजून तो विचार केलेला नाही, पण काही झालं तरी मी तुषारला "रिस्पॉन्स" देऊ शकत नाही."

"मग तू काय केलंस?" मी पद्माला विचारलं. पुढे आठ दिवसांनी मी घरी चालले असताना मागून तुषार मारूती कार घेऊन आला. मी थांबले. तो म्हणाला, "पद्मा, मला तुझ्याशी थोडं बोलायचंय?"

"मग बोल ना" मी म्हणाले.

"इथं रस्त्यावर बोलण्यासारखं नाही. चल आपण हडपसरला जाऊ!"

"तिथं कशाला?"

"तिथं माझी रूम आहे. निवांत बोलता येईल चल. प्लीज चल!" चेहरा केविलवाणा करून तो म्हणाला.

मी त्याच्या शेजारी गाडीत बसले. तो ड्रायव्हिंग करण्यात तरबेज होता. पुण्यातल्या धो-धो धावणाऱ्या असंख्य रिक्षा, मोटारी, बसेसमधून तो मोठ्या कौशल्याने गाडी चालवत होता. त्याचे लालसर भुरे केस कपाळावर येत होते. मलाच त्याची भुरळ पडली.

हडपसरला आल्यानंतर त्याच्या फ्लॅटवर आम्ही दोघे आलो. त्याच्या रूमवर सर्व सुखसोयी होत्या. एसी, गॅस, चहा-कॉफी बनविण्याचे साहित्य, कशाचीही कमतरता नव्हती.

"ए, तू काय घेणार, चहा की कॉफी?"

"काही चालेल!"

त्यानं छोट्या फ्रीजमधून दुधाचं भांडं काढलं. दुधातच कॉफी टाकली. कपात साखर घातली. माझ्याकडे कप देत म्हणाला,

"आज तुला बोलवायचं कारण की..."

"मी सुलीला तुला रिस्पॉन्स द्यायला सांगावे!"

डोळे मोठाले करून तो हसत म्हणाला, ''यू आर एक्स्ट्रीमली ब्रिलियंट! पद्मा, नेमकं माझ्या मनातलं कसं काय ओळखलंस?''

''त्यात काय कठीण आहे! सुली माझी मैत्रीण आहे. मी सांगेल ते ऐकेल असं तुला वाटतं!''

''ए, ते तर आहेच. पण एकदा सुलीला घेऊन तू माझ्या फार्महाऊसवर यावंस ही इच्छा आहे.''

''बघते प्रयत्न करून.''

दुसऱ्या दिवशी मी सुलीला ते सर्व सांगायचं ठरवलं. पण माझ्याच मनात तुषारबद्दल अभिलाषा निर्माण झाली. त्यानंतर तुषार मला अधून मधून भेटायचा. मलाही त्याचा सहवास हवा हवासा वाटू लागला. पण स्पष्टपणे त्याला ते सांगण्याचं धाडसच झालं नाही. म्हणून मी एका ओळीची चिठ्ठी लिहिली.

Tushar, I Love you - Padma

आणि ती त्याच्या हातात दिली. त्याला ती चिठ्ठी वाचून काय वाटलं कुणास ठाऊक, पण दुसऱ्या दिवशी तो माझ्या पाठोपाठ गाडी घेऊन आला आणि म्हणाला, ''चलं, वुई आर गोईंग टू माय फार्म हाऊस!''

काय तिथली बडदास्त म्हणून सांगू? हॉलमध्ये उंची गालिचा, सोफासेट, उत्तम क्रॉकरी, तिथं त्याच्या कुकनं चिकन बनवलेलं!

तो मला म्हणाला, ''पद्मा, मुलींना केवळ रूप असून चालत नाही, त्याबरोबर काही गुणही असावे लागतात. मला तू आवडलीस, तुझ्यापेक्षा तुझं धाडस अधिक आवडलं. मी तुला कसलीही वचनं देणार नाही. पण एक अडचण आहे!''

''कोणती?''

''माझं लग्न लहानपणीच ठरलेलं आहे. मी तुझ्याशी लग्न करू शकणार नाही.''

"सुलीच्या मागे का लागला होतास?"

"जस्ट फॉर द सेक ऑफ फन्."

इतक्या स्पष्टपणे त्यानं मला ते सांगितलं तरीही मला त्याचा मोह आवरता आला नाही.

मी त्याला अलिंगन देत म्हणाले, "इज नॉट मॅटर, आय टू लव्ह यू फॉर द सेक ऑफ फन्."

त्यानंतर तुषार वारंवार भेटत होता. आणि नको ते घडलं. मी प्रेग्नंट झाले. तुषार मला भेटेनासा झाला. तो एकदा भेटला अन् म्हणाला, "मालाडीच्या गोळ्या तुला दिल्या होत्या. त्या का नाही खाल्ल्यास?"

मीच मूर्ख ठरले. अॅबॉर्शन करून घेतलं. चार दिवस कॉलेजला गेले नाही. सुली मला पाहायला आली. तिला मी काहीही न सांगताच ती म्हणाली, "मला सर्व ठाऊक आहे! तुषार बदमाश आहे. त्यानं तुझ्यासारखी चार-पाच प्रकरणं केलीत. आता समजलं का, मी त्याला का रिस्पॉन्स देत नव्हते ते?"

माझ्याजवळ सुलीला देण्यासाठी उत्तर नव्हतं.

◁◁◁

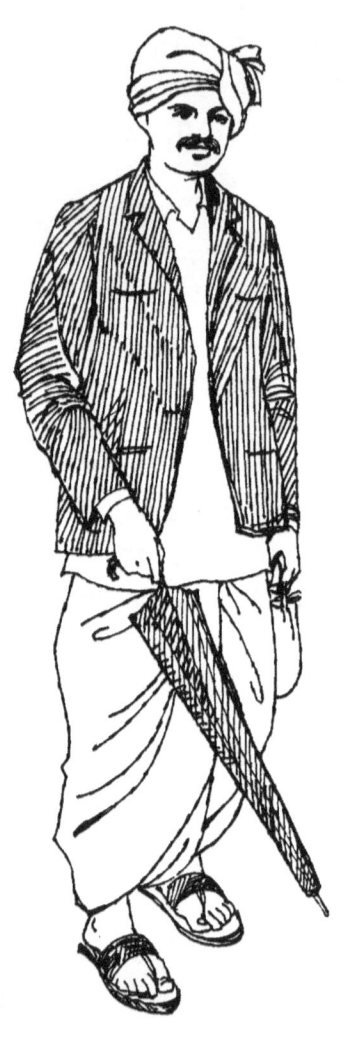

२६. रावसाहेब महाडकर

आमच्या गल्लीत समाजातल्या बहुतेक सर्व स्तरातील लोक राहत. तिथं गिरणी कामगार होते, शेतकरी होते, तेली, तांबोळी होते. शिंपी होते, धोबी होते, डॉक्टर होते. वकील होते आणि नगरपालिकेतले अधिकारीही होते.

नगरपालिका म्हटल्यावर आठवतात ते रावसाहेब महाडकर! ते नगरपालिकेतून निवृत्त झाले होते. साठ-बासष्ट वर्षांचे रावसाहेब महाडकर गल्लीत कोणाशी फारसे बोलत नसत. रावसाहेब समोरून येताना दिसले की प्रौढ बाया डोक्यावरचा पदर सावरून बाजूला होत. पुरुष मंडळी जर बिडी ओढत असतील, तर रावसाहेब येत आहेत म्हटल्यावर हातातली बिडी सिगारेट जी काय असेल ती खाली फेकून देत. रस्त्यावर चिन्नी-दांडू गोट्या खेळणारी पोरं तात्पुरता डाव बंद करीत. रावसाहेबांना मिळणारी ही आदराची वागणूक उगाच नव्हती. ते पूर्वी नगरपालिकेत चीफ ऑफिसर होते.

गोल चेहरा, किंचित मोठाले डोळे, ओठावर करड्या पांढऱ्या मिशा, डोक्यावर संपूर्ण टक्कल पडलेले, रावसाहेब बाहेर निघाले की, अंगात चॉकलेटी रंगाचा वूलनचा स्टँड कॉलरचा कोट, डोक्याला फेटा बांधत. हातात बारमाही छत्री असे, दुसऱ्या हातात छोटी पिशवी असे. असा रावसाहेबांचा वेष. कोणाला उपद्रव नव्हता.

तरुणपणी रावसाहेब महाडकर पहाटे पाचला उठून टेंबलाईच्या देवळापर्यंत फिरायला जात. पांढरा टी शर्ट, पांढरी हाफपँट आणि पायात टेनिसचे बूट घालून रावसाहेब अर्ध्यातासात टेंबलाईची टेकडी चढून जात. सूर्योदय झाला की, मगच ते परत येत.

आल्यानंतर स्नान, ब्रेकफास्ट घेत. दहाच्या सुमाराला ते नगरपालिकेत आपल्या ऑफिसकडे जात. ते येण्याच्या अगोदर त्यांचा सर्व स्टाफ ऑफिसात हजर असे. ते कामात चुकारपणा मुळीच खपवून घेत नसत.

चीफ ऑफिसर म्हणून त्यांचा फारच मोठा दबदबा होता. कधी कधी ते शहरातून आपल्या गाडीतून फेरफटका मारीत. त्यामुळे नगरपालिकेत प्रत्येकजण त्यांना टरकून असे.

रावसाहेब वर्षातून एकदा आपल्या जन्मगावी ''महाड''ला जात. त्यावेळी ते सर्व आप्तेष्टांना भेटत. गावी त्यांच्या मालकीची वडिलार्जित जी थोडीफार भातशेती होती ती त्यांनी आपल्या भाऊबंदाना वाटून टाकली.

आदर्श गृहस्थ कसा असावा याचं रावसाहेब महाडकर हे मूर्तिमंत उदाहरण होते. रावसाहेब नगरपालिकेतून निवृत्त झाल्यानंतरसुद्धा सफाई कामगार रस्ता झाडण्यासाठी येत तेव्हा ते रावसाहेबांच्या घरासमोरचा रस्ता काळजीपूर्वक स्वच्छ करीत.

गल्लीतील एक पस्तीस-चाळीस वर्षांची गोरी आणि घाऱ्या डोळ्यांची विधवा बाई रावसाहेबांची मैत्रीण होती. ती राहायची ओढ्याकाठी, पण दिवसभर तिचा वावर रावसाहेब महाडकरांच्या घरी असे. रावसाहेबाचा वाडा मोठा होता, पण ते नेहमी वाड्याच्या पश्चिम बाजूला असलेल्या आपल्या छोट्या खोलीतच राहायचे. त्यांचं सकाळचं जेवण वाड्यातून यायचं. संध्याकाळचे जेवण मात्र घाऱ्या डोळ्यांची द्वारका शेगडीवर बनवत असे.

संध्याकाळचा रावसाहेबांचा जेवणाचा ''मेनू'' ठरलेला. मटणाचा रस्सा आणि भात. रावसाहेब साडेचार-पाचच्या सुमारास मटणमार्केटला जायचे. सर्व खाटिक रावसाहेबांना ओळखत. आपल्याकडे चांगल्या पद्धतीचे मटण नसले, तर ते रावसाहेबांना आपल्या दुकानात थांबायची विनंती करून स्वत: दुसऱ्या दुकानातले चांगले मटण आणून देत. निवृत्त झाल्यानंतरसुद्धा रावसाहेबांना समाजात इतका मान होता. याचं कारण त्यांची नि:स्पृहता. नोकरीत असताना त्यांना खूप पैसा कमावण्याची संधी होती, पण त्यांनी कधी वाईट मार्गाने पैसा कमवून आपले हात

विटाळले नव्हते.

दहाभार मटण घेतले की, रावसाहेब पापाच्या तिकटीला जात. परदेशीच्या दारूच्या दुकानात! त्यांचा "ब्रँड" ठरलेला होता. कोल्हापुरी रम! रमची एक क्वार्टर त्यांना रोज लागे. येता-येता द्वारकाने सांगितलेली कोथिंबीर ते आणायला कधी विसरत नसत.

बाजार द्वारकेच्या स्वाधीन केल्यावर ते हात-पाय धुवून आरामखुर्चीत स्थिरावत. आराम खुर्चीच्या बाजूला एक छोटं लाकडी स्टूल ठेवलेलं असे. त्यांच्या उचव्या हाताला जे टीपॉय होते त्यावर रम, सोडा घातलेला ग्लास असे. आणलेला बाजार शेगडीवर शिजवायला टाकून द्वारका अधूनमधून रावसाहेबांचे पाय चेपायला येऊन बसे! या सर्व गोष्टी अगदी नेमून दिल्यासारख्या घडत होत्या. ग्लासातली रम संपत आली की, दुसरा "पेग" भरण्यापूर्वी रावसाहेब द्वारकेशी काहीसे मनमोकळेपणानं बोलत. त्यावेळी त्यांच्या घरची कोणी माणसं त्यांच्या खोलीत येत नसत. फक्त द्वारकेचाच तिथं वावर असे.

दिवसभर अबोल वागणारे रावसाहेब रम घेतल्यावर द्वारकाकडून पाय चेपून घेता घेता तिच्याशी बोलत.

"द्वारका, तुझा पांड्या काय म्हणतो?" पांडू हा द्वारकेचा एकुलता एक मुलगा. आईसारखाच गौरवर्णाचा, घाऱ्या डोळ्यांचा पांडू नगरपालिकेत होता. ओव्हरशिअर म्हणून त्याला रावसाहेबांनीच निवृत्त होण्यापूर्वी चिकटवला होता.

पांडू लहान होता तेव्हा आपल्या आईबद्दल लोक काय बोलतात हे त्याला फारसं समजलं नव्हतं, पण जेव्हा पांडूचं लग्नाचं वय झालं, तेव्हा त्याला कोणी मुलगी द्यायला तयार होईना. दोन-तीन वेळा त्याची ठरलेली लग्नसुद्धा मोडली. लग्नाचं वय झालेल्या पांडूला आपल्या लग्नात कुणामुळं विघ्न येतयं हे समजू लागल्यापासून तो आपल्या आईशी काहीसा अबोल वागू लागला.

एकदा जेवता-जेवता तो द्वारकेला म्हणाला, "आई, तू रावसाहेबांकडं जायचं बंद कर. लोक काय वाट्टेल ते बोलतात, माझी टिंगलटवाळी करतात, माझ्याशी कोणी दोस्ती करीत नाही."

द्वारका त्याला म्हणाली.

"पांड्या, आपल्यावरचं उपकार या जन्मात फिटणार नाहीत! तुझा "बा" मेला तवा तू चार वर्साचा हुतास, रानात शेत न्हाई आनं गावात घर न्हाई आसलं जीनं होतं माज. मी चार-दोन घरची धुणी-भांडी करून तुला वाढवत हुते. तवाच पोटाला दोन वक्ताचं जेवान मिळायचं. उगं रावसाहेब मला भेटले म्हणून घरदार झालं, गावाकडं चार एकर रान झालं. तू मोठा झाल्यावर शिकवून नोकरीबी त्यांनीच दिली. डोंगराएवढं उपकार हायेत रावसायबाचं!"

"आये, रावसाब आपल्यावर एवढं उपकार का करतोय?"

"पांड्या, आता तू लई शाना झालाइसं. त्वांड बंद कर! पुनाच्यानं रावसायबांचं नाव काडायचं न्हाई! सांगून ठिवते."

"तोंड का बंद करू? कोण पोरगी द्याला तयार आहे का मला?"

"एवडा गुडग्याला माशिंग बांदून कशाला बसलाईस? रावसाब नसतं तर पोटाला काय बिब्बा घालणार हुती काय मी!"

द्वारका रावसाहेबांचं मोठेपणा सतत गात राहायची आणि पांडू आपली आई रावसाहेबांची रखेली आहे म्हणून तिच्याशी मधूनमधून धुसफूस करायचा. साऱ्या गल्लीभर पांड्याची आईशी चाललेली धुसफूस समजली. त्यामुळे पांडू खाली मान घालून सायकलवरून कामास जायचा.

पांडूला अठ्ठावीस संपून एकोणतिसावं वर्षे लागलं. तेव्हा त्याला आपण घर सोडून कुठेतरी निघून जावं असं एकसारखं वाटू लागलं. आपला बाप वारला तेव्हा आपण फक्त चार वर्षांचा होतो. रावसाहेबांनी आश्रय दिला, शिकवलं, नंतर ओव्हरशिअरच्या कोर्ससाठी पुण्याला

पाठवलं. तेथून आल्यानंतर नगरपालिकेत नोकरीही लावली, हे सर्व रावसाहेबांच्या कृपेनं घडलं हे पांडूला समजत होतं. तरीपण आपल्याला कोणी चांगल्या घरातील मुलगी बायको म्हणून मिळणार नाही म्हणून तो मनातून झुरत होता.

"द्वारके, आता पांड्याच लग्नाचं वय होऊन गेलंय. नोकरीही कायमची झालीय, पण तुझा आणि माझा संबंध आहे म्हणून तुझ्या घरात सून येत नाही. सर्व काही समजतंय मला. आता यातून एकच मार्ग आहे.

"कसला?"

"तू इकडं येणं बंद करायचं!"

"तेनं काय हुनार न्हाय? खरं काय ते साऱ्या जगाला ठावं हाय की?"

"ठाऊक आहे हे खरं, पण त्या बिचाऱ्या पांडूचं लग्न त्यामुळं आडून राहालंय ना?"

"मी तुमाकडं याची बंद झाली तर लगीन हुईल तेचं?"

"का होणार नाही?"

"रावसाब, तुमाला शाफ सांगून टाकते. माझ्या जिवात जीव हाय तवर का मी तुम्हाला सोडून जाणार न्हाई! आणि ह्या भाड्या पांड्याला खरं काय ते कुठ ठावं हाय?"

द्वारकेचं वयात आल्यावर आईबापांनी आप्पाशी लग्न लावून दिलं. आप्पा पोट भरण्यासाठी नेर्ल्यातून कोल्हापूरला आला. तो गल्लीत एक खोलीत भाड्यानं राहत होता. सहा महिन्यांनंतर कोणीतरी आप्पाला सांगितलं. "तुला या शहरगावात कायमच्या नोकरीवर कोण ठेवून घेणार नाही. तू महाडकर साहेबांना भेट!"

रावसाहेब महाडकर त्यावेळी ऐन जवानीत होते. त्यांच्या मालकीची मोटार होती. सत्तेचा रुबाब होता. त्यांना पत्नीपासून एक मुलगा आणि

एक मुलगी झाली. त्यानंतर महाडकरीन बाईंना कसली व्याधी जडली आणि त्यांचं शरीर अवाढव्य मोठं झालं. बसल्या जागेवरून त्यांना उठता येईनासं झालं. उठल्यानंतर त्यांना बसताही येत नव्हतं.

घरात मोठा मुलगा होता. त्याचं लग्न झालं. सून घरी आली.

महाडकरीन बाईच्यात जेवण करायला मोलकरीण होत्या. धुणं भांड्यासाठीही बाई होती. रावसाहेब महाडकरांनी आप्पाला नगरपालिकेत सफाई कामगार म्हणून नोकरी लावली. द्वारका अधूनमधून महाडकरांच्या वाड्यात यायची. तरुणपणी ती अतिशय आकर्षक होती. साहेबांना त्यांच्या खोलीत चहा, कॉफी नेऊन द्यायची. त्यांचं अंथरुण घालायची, कपडे भट्टीला टाकायची, त्यांची सर्व कामं द्वारका अतिशय चोख करीत होती.

रावसाहेबांची पत्नी भोपळ्या रोगानं जर्जर झाली आणि त्याचवेळी अतिशय आकर्षक अशी द्वारका त्यांना भेटली होती. निसर्ग नियमानुसार दोघेही एकमेकांकडं आकर्षले गेले. आप्पाला द्वारका मुळातच शोभत नव्हती. नात्यातला म्हणून द्वारकेच्या आई-वडिलांनी द्वारकेला त्याच्या गळ्यात बांधलेली.

रावसाहेब महाडकरांना रविवारी सुट्टी असे. त्यादिवशी ते आपल्या गाडीतून पन्हाळ्यावर मुक्कामाला जायचे. सोबत द्वारका असे. महाडकरीन बाईंना द्वारकेचं प्रकरण ठाऊक असूनही त्या कसलाही विरोध करीत नव्हत्या! अशातच द्वारकेला दिवस गेले आणि पुढं पांडूचा जन्म झाला. आप्पा केवळ तिच्या मंगळसूत्राचाच धनी होता. तोही व्यसनाधीन होऊन मेला. पांडूला द्वारकेनं लहानाचा मोठा केला, शिक्षण केलं, छोटं घर बांधलं हे सर्व रावसाहेबांच्या कृपेमुळं! म्हणूनच ती रावसाहेबांना आता त्यांच्या उतारवयात सोडून दूर जाऊ इच्छित नव्हती!

"मग म्हणतो तरी काय पांडा?" रावसाहेबांनी विचारलं.

"मला हिकडं येवू नगो म्हणतो!"

"तुला एक सांगू द्वारके, त्याला खरं काय ते एकदा स्पष्ट सांगून टाक!"

"म्हंजे? तुजा बाप रावसाबच हैत म्हणून सांगू? डोक्यात दगड घालील की माज्या!"

"तसं नाही होणार ऐक माझं! आप्पा त्याचा खरा बाप नव्हता. मीच त्याचा बाप आहे हे तू सांगितल्यावर तो काय करतो ते तरी बघ!"

त्या रात्री द्वारकेनं ते धाडस केलं! पांडू जेवला आणि पान खात ओट्यावर बसला.

"पांडा, तुला कसं सांगू? अरे तुजा खरा बा रावसाबच हायत!" तो गांजा खाणारा आप्पा तुझा खरा बाप नव्ह. तो गांजा वडून छातीच डबडं हून मेला! तेच्यात पुरूसपनाच नव्हता!"

धाडसानं द्वारकेनं पांडूला सत्य ते कथन केलं आणि त्या क्षणापासून पांडूचा कायापालट झाला.

रावसाहेबाकडं बघण्याची त्याची दृष्टी बदलली.

पुढं लवकरचं पांडूचं लग्नही ठरलं. रावसाहेबांनी पुढाकार घेऊन आपल्या एका दूरच्या नात्यातील मुलीशी त्याचं लग्न लावून दिलं. आता पांडूला तीन मुलं आहेत, पण नातवंडं पाहायला रावसाहेब किंवा द्वारका मात्र हयात नाही.

◁◁◁

२७. सिद्राम

बार्शीला बदलून गेल्यानंतर अक्षरश: अठरापगड जातींच्या लोकांशी माझा परिचय झाला. ज्यांची अन् माझी रास थोडी अधिक जमली ते मित्रत्वाच्या नात्याने जोडले गेले. आजही त्यांच्यापैकी जे काही हयात आहेत, त्यांची अधूनमधून भेटही होत असते. जे काही हे जग सोडून गेले, त्यांच्या आठवणी मधून-मधून येतात. त्यांच्या सहवासातले ते सुखद क्षण आठवतात.

अशा विविध प्रकारच्या माणसांचा सहवास किंवा मित्रत्व लाभलं ते माझ्या अनेकविध छंदामुळं. लेखन, पेंटिग, शिकार, प्रवास हे माझे आवडीचे छंद. यापैकी पहिल्या दोन छंदांनी सोलापूर जिल्ह्यात फारसं कोणी माझ्याजवळ आलेलं नव्हतं; पण शिकारीच्या छंदामुळं मात्र डझनावारी मित्र तिथं मला भेटले. काहींशी घनिष्ठ मैत्रीही जमली. शिकारीचा छंद हा तसा थोडा महागडा आणि खर्चिकसुद्धा. त्यावेळी माझ्याजवळ स्कूटर किंवा गाडीही नव्हती. त्यामुळे प्रथम मैत्री जमवावी लागली ती वाहनधारकांशी. यात कल्लाप्पा कोर्टगुंडची मला फार मदत झाली. त्याच्या मालकीची एक जीप होती आणि दुसरी होती ती छत्तीस मॉडेल शेवरलेट! ६४, ६५ मध्ये पेट्रोलही तसं फारसं महाग नव्हतं. गाडी जरी कल्लाप्पाची असली तरी इंधन मलाच घालावं लागे. महिन्याकाठी दोनशे रुपये पेट्रोलसाठी खर्च करायला फारसे कठीण वाटत नसे.

बार्शीच्या उत्तरेला कोरगाव, कारेगाव आणि ''चुंब''चे सरपंच नाना मुंडेपासून ते गावाबाहेर राहणाऱ्या सिद्राम वडारपर्यंत माझे मित्र झाले. त्याला कारण एकच, माझा शिकारीचा छंद!

सिद्राम मुंडे हा वडार जातीचा, जाड हाडापेराचा, गुलाबा रंगाचा पटका, अंगात निळसर रंगाचा शर्ट धोतर आणि कमरेला पान-तंबाखूची चंची! सिद्राम भेटला की काही बोलायच्या आतच कमरेची चंची काढून सोलापुरी कातात शिजवलेली सुपारी आडकित्त्याने कातरून

हातावर ठेवणार! मला पान-सुपारी खाण्याची सवय नव्हती. पण सिद्रामनं दिलेली सुपारी मला नको न म्हणता ती मी तोंडात टाकल्याचे नाटक करी.

''काय वकीलसायेब, लई दिसानं आलासा!''

''होय, दोन-अडीच महिने होऊन गेले. तळ्याकडचा हालहवाला काय? पाणी आहे का तळ्यात? बदकं आल्यात का?''

''मायंदळा!''

चुंबच्या परिसरात ब्रिटिश लोकांनी बांधलेल्या त्या पाझर तलावात प्रत्येक थंडीच्या मोसमात हजारानं फिरस्ती बदकं येत. त्यात बहामनी, रेड पोचर्ड, पिनटेल, पेंटेड रेड बिवड अशी तऱ्हेतऱ्हेची बदकं असत. ही बदकं कशाला तरी बुजली की एकदम हवेत झेप घेत. अक्षरश: आकाशात ढग तरळत गेल्यासारखे वाटे. ही फिरस्ती बदकं काश्मीर परिसरातून जशी येत तशी ती देशांतर करून सैबेरिया, कझाकिस्तान, रशिया, ऑस्ट्रिया, फ्रान्स आणि इंग्लंडवरूनही येत. तुम्ही म्हणाल ती देशांतर प्रवास करून येत होती याला काय पुरावा? तर पुरावा आहे तोसुद्धा भक्कम!

जगात जिथं-जिथं पाणस्थळ जागा आहेत, त्या परिसरातील लोक बदकांची शिकार करतात, कदाचित तुम्हाला ठाऊक नसेल म्हणून सांगतो. जगात साधारण चारशे ते पाचशे जातींची बदके आहेत आणि ती ताशी तीनशे मैलाच्या वेगानं उडतात. मग त्यांची शिकार कशी काय करतात? तर कसलेला जातिवंत शिकारी कधीही लपत-छपत जाऊन बसलेली बदकं मारत नसतो. तो एक बार काढून किंवा फटाकड्या लावून तलावातून उठवायची आणि बारा बोअरच्या बंदुकीने हवेतच टिपायची. ताशी तीनशे मैल वेगानं उडणाऱ्या बदकांची शिकार करणे हे येरागबाळ्याचे काम नोहे, जातिवंतच शिकारी ही शिकार करू जाणे. माझा आवडता लेखक ''अर्नेस्ट हेमिंग्वे'' याला अशा प्रकारचा

छंद होता. आपल्या महाराष्ट्रात जे काही नामांकित लेखक होऊन गेले त्यात र. वा. दिघे एक होत. त्यांनाही शिकारीचा नाद होता. दुसरे "व्यंकादादा". मी व्यंकटेश माडगूळकरांना "व्यंकादादा" म्हणायचो. त्यांचे घनिष्ठ मित्र जयवंतराव टिळक यांनाही शिकारीचा नाद होता. आमच्या शिकारीच्या कित्येक मैफलीही जमल्या होत्या.

तर बदकांच्या शिकारीसाठी प्रसिद्ध असलेला हा चुंब गावचा तलाव. मी गमतीनं म्हणायचो, ज्या कोणी या गावाला "चुंब" हे नाव पाडलं होतं; त्याला या गावाच्या नावापुढे फक्त एक "न" लावायला काय हरकत होती?

पाऊसकाळ भरपूर झाला की, तलावाचं पाणी चांगलं दोन-तीन मैल पसरत असे. लहान-लहान ओढे, ओहोळ वाहायचे. आम्हाला एखादा ओढा किंवा ओहोळ ओलांडून पलीकडं जायचं असेल, तर आम्ही चक्क सिद्रामच्या पाठकुळी बसत असू. तो अलगद आम्हाला पलीकडच्या काठावर घेऊन जायचा. साठ-पासष्ठीत एवढा मजबूत गडी तर ऐन जवानीत काय असेल. माझे मामेभाऊ मेजर शेळके हेसुद्धा कित्येकवेळा त्याच्या पाठीवरून ओढे पार करून गेले. ते त्यांना गमतीनं 'खीप रप' (लोखंडी माणूस) म्हणायचे.

गावोगावी विहिरी खोदण्याचे "गुत्ते" (कॉन्ट्रॅक्ट) तो घ्यायचा. विहिरी खोदून खोदून त्याच्या दंडाचे स्नायू इतके मजबूत झाले होते की शे-दीडशे पौंडाच्या आसपास वजन असलेल्यांना तो सहज उचलून न्यायचा.

जुन्याकाळी त्या येडशीच्या डोंगरदऱ्यातून रानडुकरांचा वावर होता. या सिद्रामनं शेकड्यानं रानडुकरं भाल्यानं मारली होती. मी एकदा सिद्रामला म्हणालो, "सिद्राम तू एकावेळी किती मटण खाऊ शकशील?"

"दोन-अडीच किलो सहज फस्त करीन की?"

एकदा मी शिकार संपवून तलावात पोहून काठावरच्या हिरवळीत बसलो होतो.

"सिद्राम तुला काही व्यसनं नव्हती?"

"ऑ ऽऽऽ हे बोलणं झालं वकीलसाहेब? आर्दी-पाऊन बाटली रम सहजासहजी पचिवतो की मी!"

"काय आर्धी-पाऊण बाटली रम?" मी तोबा-तोबा करीत म्हणालो.

"त्यात काय आवगड हाय, वर गांजामातोर वडायला घावला पायचे बघा!"

झालं. भरमसाट दारू, वर गांजा ओढणारा हा खुल्या दिलाचा सिद्राम मला म्हणाला, "वकीलसायेब, आलीकडं गांजा वडून लई दिवस झाले बगा! मायला सरकारनं दारूबंदी बरूबर गांजाचीबी बंदी करावी?"

बघता-बघता सहा वर्षे उलटली. माझ्या बदलीची ऑर्डर कोणत्याही घटकेला येऊ शकणार होती. म्हणून मी माझ्या बार्शी परिसरातील सर्व शिकारी मित्रांना भेटून घ्यायचे ठरवले.

चाऱ्याचा यशवंत जगदाळे, आगळगावचे डमरे गुरुजी, मान्यांचा जगू, येडशीचे शरदराव सस्ते, भोटाप्यांचा जालिंदर, डेमरेवाटडीचे शिंदे गुरुजी, पांगरीचा पापा शेख... किती म्हणून नावं सांगावीत? या सर्वांना भेटलो. शेवटी सिद्रामला भेटायचे ठरवले. ही त्याची भेट तळ्यावर ठरली.

त्यादिवशी मी एक "चिंकारा" मारला. चिंकाऱ्याचे मटण रेस्ट हाऊसच्या मागे दगडाच्या चुलीवर शिजत होते. मी तलावात मनसोक्त पोहलो. सूर्य अस्ताला निघाला. पश्चिमेला क्षितिजावर लाल-सोनेरी रंगाची "रंगपंचमी" झाली. डोंगर-टेकड्यावरून थंड हवा येऊ लागली.

सिद्रामचा निरोप घ्यायचे अगदी जिवावर आले होते. कल्लाप्पाला

बॅगेतली माझी ''कर्नल'' व्हिस्कीची क्वार्टर आणि सोबत सिद्रामसाठी आणलेली रमची बाटली आणायला सांगितलं. अंगावरचे ओले कपडे मी बदलले आणि माझ्या ग्लासात एक पेग ''कर्नल'' ओतली. सिद्रामसाठी मी त्याच्या ग्लासात एक रमचा जाम ''पातियाळा पेग'' भरला. तुम्ही म्हणाल, तो दारूबंदीचा काळ होता. तुम्हालाही कोर्टात दारू जवळ बाळगणाऱ्यांवर खटले चालवावे लागत होते. मग तुमच्याकडं दारूचा एवढा ''सुकाळ'' कसा?

मी सरकारी वकील होतो, दारूबंदीचे खटले चालवत होतो हे सारे खरे; पण त्याचवेळी मी एक साधा नागरिकही होतो. प्रकृतीच्या कारणास्तव सरकारकडून मी ''हेल्थ परमीट'' घेतले होते. त्या आधारे मला एक रम, एक जीन, एक ब्रँडी, एक व्हिस्की अशा चार बाटल्या सरकारमान्य दुकानातून विकत घेता येत होत्या. प्रत्येक कायद्याला एक पळवाटही असतेच.

सिद्रामला दारूत पाणी घातलेलं आवडत नसे. तो ''स्टेट'' घ्यायचा. त्यादिवशी त्यानं आपला रमचा ग्लास उंचावून मला ''रामराम'' म्हटलं. हा त्याचा रामराम म्हणजे ''चिअर्स''!

लागोपाठ दोन पातियाळा पेग घेतल्यावर सिद्रामची जिव्हा खुलली तो अचानक भावनाप्रधान होऊन बोलू लागला.

''वकील सायेब, तुमी चुंबला येत व्हतासा, शिकार खेळत हुतासा, आमाला तरतरचा मासं खाऊ घातलंसा, आता तुमी बदलून जानार मग आयुक्षात कुठल्या आल्यात गाटीभेटी?''

''असं का म्हणतोस सिद्रामं? अरे माझ्या जिवात जीव आहे तोपर्यंत मी येत जाईन ना?''

''न्हाय-न्हाय वकीलसायेब, तसं घडत नसतं! फकिऱ्याचं काय झालं ठावं हाय का?''

''कोण फकिऱ्या? त्याचं काय झालं?''

सिद्राम ओलावलेले डोळे पटक्याच्या शेमल्याने पुसत म्हणाला, "फकिऱ्या माजा दोस्त हुता. घरात एकजात सगळी माळकरी. ह्यो एकटाच मास-मांसकांड खाणारा! दूध घालायला बार्शीला सायकलवरनं जायचा. आमची पार्टी ठरली की येताना एक "हाप" घिऊन याचा. त्यादिवशी आमची पार्टी ठरली. मी कोंबडा कापला. वस्तीवर शिजू घातला. दिवस बुडाल्यावर मी फकिऱ्याची वाट बगायला लागलो; कडूसं पडलं तवा वड्याच्या पलीकडं सायकलला बांधलेल्या मोकळ्या घागरींचा आवाज आला. वस्तीवरनंच मी हाळी दिली. "इत्ता उशीर का रं केलास!" पलीकडनंच फकिऱ्या म्हनला, "आल्यावरं सांगतो!"

वकीलसायेब वड्यात घोट्याएवडं पाणी हुतं. मग सायकलवरनं उतरावं लागतं. फकिऱ्या उतरला आणि त्येचा उजवा पाय आस्सल नागाच्या अंगावर पडला. त्या सरशी फकिऱ्या आरडला, "सिद्राम्या, घात झाला रं, सापानं टाच फोडली रं."

वकीलसाहेब वस्तीवरचा कंदील घिऊन मी वड्याकडं पळत सुटलो. बगतो तर काय? फकिऱ्याच्या तोंडातनं फेस येत होता. त्येनं माझ्या मांडीवर मान टाकली. वकीलसायेब त्येनं आणल्याली दारूची बाटली पिशवीतच फुटली हुती! तिकडं वस्तीवर कोंबडं शिजलं हुतं! तर वकीलसायेब आयुक्षात काय बी आरथ नाही! आपन आता हाय, खातो, पितो एवडंच खरं! उद्याचं कुनी बगितलंया?"

सिद्रामनं सांगितलेली ती हृदयद्रावक हकिकत ऐकून मला त्या दिवशी जेवावसंच वाटलं नाही.

परवा चुंबचा माजी सरपंच नाना मुंडे यांचा मुलगा आला आणि म्हणाला, "वकीलसाहेब सिद्राम गेला. शेवटपतोर तुमची आठवन काडत हुता!"

◁◁◁

२८. कल्लाप्पा कोटगुंड

बार्शीच्या सहा वर्षांच्या वास्तव्यात मला असंख्य व्यक्ती भेटल्या. त्यापैकी मोजक्याच पाच-पंचवीस लोकांशी माझी मैत्री जमली. तशा त्या व्यक्ती माझ्या व्यवसायाशी संबंधित नव्हत्या. माझा व्यवसाय म्हणाल तर मी सरकारी वकील, पोलीस प्रॉसिक्यूटर. मला नेहमी सहवास घडे तो कोर्टात नियमितपणे येणाऱ्या वकिलांचा, पण सरकारी वकील जर एखाद्या वकिलाशी फारच जवळीक करू लागला तर लोकांच्या भुवया संशयानं वर जातात. मी थोडा अधिक मोकळेपणानं वागतो, तो इतर व्यवसायातील लोकांशी यात मोटारमेकॅनिक, लेथ मशीनवर काम करणारे कुशल कारागीर होते. या प्रत्येकावर एक प्रदीर्घ व्यक्तिचित्रण होऊ शकेल.

बार्शीत सर्वप्रथम मला भेटला आणि कालांतरान माझा मित्र झाला तो कल्लाप्पा कोटगुंड. या कल्लाप्पाचं तेलगिरणी चौकात छोटसं किराणा मालाचं दुकान होतं. ते बार्शीतल्या "रेड झोन" एरियाजवळ! बार्शीत वेश्यांची मी कधी मोजदाद केली नाही, पण इतर गावांच्या मानानं ती संख्या भरमसाट होती. वेश्या वस्तीच्या सुरुवातीलाच कल्लाप्पाचं किराणा मालाचं दुकान होतं. त्याच दुकानात तो आपल्या बाजूस विजेच्या बॅटऱ्या चार्जिंग करत असे. त्याच्या दोन जुनाट मोटारी होत्या. त्यापैकी एक होती १९३५ मॉडेल शेवरलेट आणि दुसरी होती जीप. कल्लाप्पा या गाड्या भाड्याने देत असे. त्याला मोटारीच्या मशीनची सखोल अशी माहिती होती.

कल्लाप्पा मला प्रथम भेटला तो कोर्टात आरोपी म्हणून!

त्याचं असं झालं - त्याच्या विधवा बहिणीनं वेश्या वसाहतीत सहा-सात खोल्यांचा एक जुनाट वाडा खरेदी केला. तो ती वेश्यांना भाड्याने देई. मात्र, या वेश्या कधीही नियमित भाडे देत नसत. एकदा कल्लाप्पा आणि त्याचा भाचा भगवान भाडे वसुलीसाठी त्या वाड्यात गेले. त्या वेश्येच्या म्हाताऱ्या मामाने त्या दोघांशी भांडण काढलं.

प्रथम तोंडातोंडी झाली. नंतर प्रकरण हातघाईवर आलं. त्यात भगवान स्वभावानं थोडा तापट. त्यानं त्या म्हाताऱ्याला दगडी उंबऱ्यावर ढकलून दिले. तो म्हातारा हातावर पडला आणि त्याचं मनगट मोडलं. (फ्रॅक्चर झाले)

वेश्या वस्तीत भांडणं हा नेहमीचाच प्रकार. त्यामुळं आजूबाजूला राहणाऱ्यांना त्यात फारसं लक्ष घालावं असं वाटत नसे. पण मामाचा हात मोडल्याचं पाहून त्या वेश्येनं ठोऽऽ ठोऽऽ बोंब ठोकली अन् लोक जमले. जखमी मामाला घेऊन ती वेश्या पोलीस ठाण्यात गेली. तिथं तिनं फिर्याद दिली, "कल्लाप्पा आणि भगवान दोघे हातात काठ्या घेऊन आले होते. त्या दोघांनी माझ्या म्हाताऱ्या मामाला काठीने मारले, त्यात त्याचा हात मोडला."

पोलिसांनी म्हाताऱ्याला सरकारी दवाखान्यात पाठविलं. तेथून रिपोर्ट आला. "फ्रॅक्चर ॲज ए रिझल्ट ऑफ सिव्हीयर ब्लो बाय हार्ड ॲण्ड ब्लेंट सबस्टन्स् लाईक ए स्टीक!"

कल्लाप्पा आणि भगवानवर भारतीय दंड संहिता कलम ३२४ प्रमाणे खटला दाखल झाला. त्या प्रकरणाचा तपास संपूर्ण झाल्यावर केस चौकशींसाठी कोर्टात आली.

मी सरकारी वकील, आरोपीच्या बाजूने गणपुले वकील! गणपुलेंचं फौजदारी कोर्टात नाव होतं.

केस सुरू होण्यापूर्वीच त्या वेश्येनं बार्शी सोडली आणि ती माणकेश्वरला कायमचीच निघून जाण्यापूर्वी ती केस आपसात मिटवावी म्हणून आजूबाजूच्या वेश्यांनी प्रयत्न केले. म्हाताऱ्याला थोडा फार दवाखान्याचा खर्च म्हणून पैसे दिले. ती केस तडजोडयोग्य असल्यामुळे मीही सरकारतर्फे काही अडथळा आणला नाही. ते प्रकरण आपोआप मिटले.

त्यानंतर अधून-मधून मी कल्लाप्पाकडे जाऊ लागलो. त्याची

बायको आणि तो मूळचे विजापूरचे. त्याला बरीच वर्षे अपत्य झाले नाही म्हणून त्याने दुसरे लग्न करायचा निर्णय घेतला. वहिनीनेही त्यास संमती दिली. कल्लाप्पा मुलगी पाहायला म्हणून विजापूरला गेला आणि वहिनीच्या धाकट्या बहिणीशीच लग्न करून आला. वहिनीला मात्र आपली सख्खी बहीण "सवत" व्हावी हे पसंत पडले नाही. बरेच दिवस तिने कल्लाप्पाशी अबोला धरला, पण तो अबोला लवकरच संपला. वर्षाच्या आत नवीन बायकोस मुलगी झाली. त्या मुलीपाठोपाठ तीन मुली आणि एक मुलगा झाला. कल्लाप्पाला मी म्हणालो, "तू सगळा "बॅकलॉग" भरून काढायचा ठरवलास की काय?" त्यावेळी मला शिकारीचा छंद होता. प्रत्येक शनिवार, रविवार माझा मुक्काम एखाद्या तलावाकाठच्या इरिगेशन बंगल्यात असायचा. दिवसभर थोडीफार शिकार खेळायची, तलावात मनसोक्त पोहायचं. रात्री शिकारी मित्रांसमवेत गप्पा रंगायच्या. कसलंही प्रदूषण नाही, तलावाकाठच्या लुसलुसीत हिरवळीवर पडून आकाशात चमकणाऱ्या असंख्य ग्रह-तारका न्याहाळायच्या, अशा निसर्गरम्य ठिकाणी गवतावर पडून आकाशाकडे पाहण्यात काय आनंद असतो ते अनुभवल्याशिवाय कळणार नाही.

तिकडे कल्लाप्पाने तीन दगडांची तात्पुरती चूल बनवलेली असे. त्यावर शिकार शिजल्याचा वास यायचा. जेवण तयार झाल्याची वर्दी घेऊन कल्लाप्पा आला की, त्याला मी म्हणायचो, "बसाऽऽ अण्णा, तुमच्या व्यवसायातले काही अविस्मरणीय प्रसंग सांगा की!" त्या दिवशी कल्लाप्पाने सांगायला सुरुवात केली.

"त्यावेळी मी माझ्या शेवरलेट गाडीतून भाडं करीत होतो. इलेक्शनला धंदापाणी बरं व्हायचं. एरवी पेशंटला सोलापूरला उपचारासाठी घेऊन जायचं भाडं मिळायचं. कधी लग्नाच्या वरातीला गाडी जायची. एकदा दोघे-तिघे आले आणि म्हणाले, "चांदणी गावातलं एक मडं (प्रेत) बार्शीला आणायचं आहे." मी त्यापूर्वी माझी गाडी "शववाहिका"

म्हणून भाड्याने दिलेली नव्हती. पण आलेली माणसं फारच गयावया करू लागली, म्हणून तयार झालो. पण मी संमती देण्यापूर्वी त्यांच्यावर एक अट घातली. प्रेत गाडीत ठेवल्यावर वाटेत चालत्या गाडीत कोणी रडारड करायची नाही. त्यांनी ती अट कबूल केल्यावर मी शेवरलेट गाडी घेऊन चांदणीला गेलो, सोबत चार बायका आणि दोन पुरुष येणार होते. मग प्रश्न पडला प्रेत कुठे ठेवायचे? मी त्यांना म्हणालो, "प्रेत मागे गाडीच्या डिकीत ठेवले तर चालेल का?" ते "हो" म्हणाले. मग त्या लोकांनी प्रेत उचलून आणले ते काहीसे ताठ झाले होते. डिकीत मावेना, मग मोठ्या प्रयासाने प्रेताच्या मांडीची घडी घालून ते मागच्या डिकीत कोंबले. डिकी बंद केली. माझ्या सूचनेप्रमाणे गाडीतून येणाऱ्या बायकांना रडायची बंदी होती. मध्यरात्रीच्या सुमारास गाडी बार्शीत आली. म्युन्सिपाल्टीच्या नाक्यावरच्या दत्तोबा शिपायाने ती थांबवली. तो म्हणाला, "डिकी उघडून दाखवा. जकात चुकवून आणलेला माल मोठ्याप्रमाणावर आयात होतो म्हणून वरून मला हुकूम आलेला आहे, प्रत्येक गाडीची डिकी उघडून बघा म्हणून!" मी म्हणलो, "डिकीत तसा माल आदी काही नाही."

"मग काय आहे?"

"प्रेत! इथला सदानंद पाटील चांदणीला बहिणीकडे गेला होता. तो तिथं अचानक मेला. त्याचं प्रेत आणलंय गाडीतून."

त्यावर दत्तोबाचा विश्वास बसेना. तो म्हणाला, "प्रेत असू दे, पण मी प्रत्यक्ष बघितल्याशिवाय विश्वास ठेवणार नाही."

नाईलाजाने मला डिकी उघडावी लागली. दत्तोबा पुढं येऊन बॅटरी लावून प्रेताकडं पाहू लागला. इतक्यात ताठ झालेल्या प्रेताची मांडी घातलेला एक पाय स्प्रिंगसारखा बाहेर आला आणि दत्तोबाच्या पोटावर प्रेताची लाथ बसली. त्या भयानक प्रकाराने दत्तोबा घाबरून जो पळत सुटला ते थेट भगवंताच्या देवळामागे असलेलं आपलं घर

त्यानं गाठलं.

पुन्हा आम्ही प्रेताचे पाय दुमडून पुन्हा डिकी बंद केली आणि त्याच्या घरी आणले. सोबत आलेल्या बायका घर येताच मोठमोठ्याने टाहो फोडू लागल्या. दारासमोर अगोदरच गर्दी जमलेली होती.

गेलाऽऽऽ गं बाई माजा, राजा गंऽऽ!

त्यावेळी मला भाडं ठरलं होतं शंभर रुपये, पण तो सर्व प्रकार पाहून मी भाडं मागितलं नाही. तेव्हापासून कानाला खडा. प्रेत पोहोचवण्याचं किंवा आणण्याचं भाडं यापुढं कधीच स्वीकारलं नाही.

पुढं एक महिन्यानं तो नाका कारकून मला भेटला. मी त्याला विचारलं, "काय दत्तोबा, पाटलानं मारलेली लाथ विसरला की नाही?"

गालावर मारून घेत तोबा तोबा करीत दत्तोबा म्हणाला, "त्या दिवसापासून मी रात्री कुणाची गाडी आली की, त्याला डिकी उघडून दाखव म्हणायचंच सोडून दिलंय! त्याची फिरकी घेण्याच्या हेतूनं मी म्हणालो, "आपली विटंबना करणाऱ्याला प्रेत क्षणभर जिवंत होऊन लाथच घालतं!"

पुढे माझी बदली कोल्हापूरला झाली. माझ्या बदलीचं वृत्त समजताच बार्शीच्या परिसरातील माझा मित्र परिवार फार नाराज झाला. जेवणाची निमंत्रणं येऊ लागली. पण सर्वांकडे जाणं अशक्य होतं. मी म्हणालो. "पुन्हा महिन्या-दीड महिन्यानंतर रजा घेऊन येतो, मग जेवणाचा कार्यक्रम करू."

माझा बार्शी सोडण्याचा दिवस ठरला. लातूरवरून मिरजेला जाणाऱ्या गाडीचं रिझर्व्हेशन केलं. बार्शी लाईटला फर्स्ट क्लासचा एक मोठा डबा व त्यालगत एक कुपी होती. त्या कुपीवर लातूरवरून स्लीप लावून आली होती.

Reseved for Shri Baba Kadam & family.

निरोपासाठी जमलेल्या शे-दीडशे लोकांनी फुलांचे हार आणले

होते.

कल्लाप्पा दिवसभर नाराज होता. दुपारी तो घरी आला आणि म्हणाला, "आबा, गेली पाच-सहा वर्षे तुम्ही मला जीव लावला आणि अचानक असे आम्हाला सोडून का चाललात?"

"नोकरी आहे, सरकारी नोकरीच्या माणसांना केव्हा ना केव्हा जावंच लागतं!"

त्यावर कल्लाप्पा म्हणाला, "द्या सोडून नोकरी, इथं बार्शीत कोर्टात वकिली करा. तुमच्या पगाराच्या तिप्पट मिळवाल!"

हसून मी म्हणालो, "आता ते धाडस नाही होत. पण अधून-मधून मी बार्शीला येत जाईन ना!" सहाच्या सुमाराला गाडी आली. कल्लाप्पाने रेल्वेच्या डब्याला फुलांचे हार अडकवले. कल्लाप्पानं कुठून तरी बँड आणला होता. गाडी आठ वाजता सुटायच्या वेळेला त्यातून निरोपाचे सूर उमटू लागले. लोकांना आश्चर्य वाटलं, आजपर्यंत बार्शीला इतके पोलीस अधिकारी येऊन गेले, पण एकालाही गावातील सर्व स्तरातील लोकांनी निरोप दिला नव्हता. बार्शी स्टेशनवरून गाडी हलताना कल्लाप्पा धाय धाय रडला.

पुढे बार्शीवरून ओळखीचे लोक आले की, मी त्यांना कल्लाप्पाचा क्षेमकुशल विचारत असे, तेव्हा ते सांगत, "तुमची बदली झाल्यापासून कल्लाप्पा खूपच प्यायला लागलाय. आता त्याचं काही खरं नाही. तुम्ही होता तोवर तो थोडा ताळ्यात होता."

त्यानंतर २००२च्या जानेवारी महिन्यात मी बार्शीला गेलो. सर्वजण येऊन भेटले, पण कल्लाप्पा मात्र भेटला नाही. चौकशी केली तेव्हा समजले, "कल्लाप्पाला अंथरुणावरून उठता येत नाही. अति दारूच्या व्यसनामुळं त्याला "सिरॉसिस" झाला होता."

माझ्याबरोबर पाच-सहा वर्षे शिकारीच्या कॅम्पसोबत येणारा, हसरा, विनोदी स्वभावाचा, माझ्यावर जिवापाड प्रेमं करणाऱ्या कल्लाप्पाला

त्या आसन्न मरण अवस्थेत पाहण्याचे मला धाडसच झाले नाही. पुढे लवकरच कल्लाप्पा गेला.

अजूनही अधून-मधून मी बार्शीला जातो. तेलगिरणी चौकातील त्या छोट्या किराणा दुकानातून मला पाहताच चटकन उठून येणारा, आनंदाने मिठी मारणारा कल्लाप्पा यापुढे मला कधीच भेटणार नाही.

◁◁◁

२९. सगुणा आणि नारबा

पिवळ्या रंगाचा कोशा पटका, लांब हाताचा खाकी शर्ट, घोट्याच्यावर आलेलं धोतर आणि पायात झिजून-झिजून सपाट झालेलं चप्पल, हा नरूमामा ऊर्फ नारबाचा वेष!

नारबा फारसा शिकलेला नव्हता, तरी तो अतिशय व्यवहार आणि मुत्सुद्दी होता. स्वत: कधी न्यायालयाची पायरी चढला नाही; पण लोकांना कायदेशीर सल्ला देण्यात त्याचा हातखंडा. माळी वकिलांच्या सहवासानं त्याला हे कायद्याचं ज्ञान प्राप्त झालेलं होतं. माळी वकील अतिशय गरिबीतून शिक्षण घेत एम. ए. एलएल. बी. झाले होते. कोल्हापूर संस्थानात त्यांनी काही काळ "मुनसफ" म्हणूनही काम केलेलं होतं. त्या माळी वकिलांचा नारबावर भलता विश्वास होता. त्यांच्या घरच्या कारभारात नारबा मनापासून लक्ष घालत असे.

नारबाचे सगळे हावभाव बायकी थाटाचे. एखादी आश्चर्यकारक घटना त्याला समजली की, नारबाच्या तोंडून उद्‌गार बाहेर पडे, "अगो ऽऽ बया, काय व्हईक म्हणायचं की काय?" त्याची उठबस नेहमी बायकातंच असे, त्यालाही बायको होती, चार मुलंही झाली होती; पण एकाही मुलाचा तोंडवळा नारबासारखा नव्हता. आपल्याला मुलांनी "बाप" म्हणावे अशी त्याचीही अपेक्षा नसावी. त्यावेळी माझं वय असेल जेमतेम अकरा-बारा वर्षांचे. स्त्री-पुरुष संबंधातील गुंतागुंत समजण्याइतकी जाणही आलेली नव्हती. तरीपण पुरुषानं पुरुषांसारखं आणि स्त्रीने स्त्रीसारखं वागावं-बोलावं असं मला वाटे.

नारबाचं उठण्या-बसण्याचं नेहमीचं ठिकाण होतं सगुणा मावशीचं घर! ही सगुणाही ६५ वर्षांची; पण भलतीच मुत्सद्दी बाई! कोणाशी जास्त बोलायची नाही; पण समोरच्या माणसाच्या मनात काय आहे, ते ती अचूक हेरायची!

गल्लीतल्या मुला-मुलींचे विवाह ठरविताना नारबासोबत नेहमी सगुणाही हजर असे.

स्थळ बघायला जाण्यापूर्वी मुला-मुलींचे आई-बाप हे सगुणा आणि नारबाचा सल्ला घेत. शिक्षणाचा गंधही नसलेली सगुणा अतिशय धूर्त आणि धोरणी होती. तिला पाच-सहा मुली आणि दोन मुलगे होते. नवरा वारल्यानंतर तिच्यावर संसाराची जबाबदारी पडली. एवढ्या मुलांचं संगोपन, घरचा खर्च भागविण्यासाठी उत्पन्नाचं काहीएक साधन नसलेल्या सगुणानं शेती करायची ठरवलं. सध्या जिथं उद्यमनगर आहे, तिथं तिची थोडी शेती होती. त्या जमिनीशेजारची आठ एकर जमीन मालकाकडून कूळ म्हणून सगुणानं करायला घेतली. रोज पहाटे पाचला उठून ती शेताकडं जाई. बालपणी शेतीतला फारसा अनुभव नसतानाही सगुणाने स्वत:च्या हिमतीवर शेती करायला सुरुवात केली. त्याकाळी कूळ आणि मालक यांच्यात फारसे हेवे-दावे नव्हते. तशी काही शक्यताच निर्माण झाली, तर माळी वकील घरचाच होता. नारबाच्या मध्यस्थीमुळे सगुणाला कायदेशीर सल्ला मोफत मिळे. नारबा हा सगुणा मावशीचा अत्यंत विश्वासू पी. ए. होता.

दोघांच्यात नेहमी शेती आणि घरगुती बाबतीत चर्चा, सल्ला-मसलती चालत. “नारबा तुला सांगते ते ऐक, मी कसतोय त्या जिमीनीचा मालक आता मराय टेकलाय! आज ना उद्या तो मरणारच, तवा त्येच्याकडनं टांपावर लिहून घ्यायचं! ही जिमिन मी तुला आठ हजाराला विकून टाकतो म्हणून! बग आजच्या आज माळी वकिलाला जाऊन इचार, असा कागद हुतोय का?”

मोकळ्या झालेल्या चहाच्या बशीत संपलेली बिडी विझवून जमिनीवर दोन्ही हाताचे तळवे टेकत नारबा उठला. उठताना तो म्हणाला, “अगं बाय-बाय! सगुंदा म्हातारपन लई वंगाळ गंऽऽ बाई! कंबार पाक कामातनं गेली!”

त्यावर नारबाला बऱ्याच वर्षांपासून अंतर्बाह्य ओळखणारी मुत्सद्दी सगुणा चेष्टेनं म्हणे, “कामातनं पार जायाला, तुजी कंबार जाग्यावर कधी

हुती? चुकून तू बाप्या झालास!''

सगुणाच्या वक्तव्यावर तो चिडत नसे. पुरुषत्वहीन नारबाची रेघन् रेघ तिला ठाऊक होती. तिच्याशी नारबा कधीही हातचं राखून बोलत नसे. सगुणा त्याच्या वागण्यावर बेशक टीका करायची.

सगुणानं सांगितल्याप्रमाणे नारबा माळी वकिलाकडं गेला, त्यावेळी माळी वकील दाढी करत बसले होते. दोन्ही गालावर साबणाचा फेस फासलेला, उजव्या हातात रेझर आणि डाव्या हातात आरसा होता.

नारबाचं त्यांच्याकडे नेहमीच जाणं-येणं असल्यामुळे त्याच्या आगमनाची दखल न घेता जीभ ओठाखाली घालून वकील दाढी करू लागले.

''व्हय वकील सायेब असं हुतयं का?'' नारबा.

दाढी करायचे थांबून माळी वकील म्हणाले, ''असं म्हणजे कसं?'' ''म्हणजे सुगंदा (नारबा सगुणाला सुगंदा म्हणे) म्हंती तिनं जी जिमिन कूळ म्हणून करायला ज्या मालकाकडनं घेतलीया, त्यो डेंगलाय (वृद्ध आणि आजारी) तवा त्येंच्याकडनं कागुद करून घ्यावा म्हतीया!'' नारबाचं बोलणं ऐकत दाढी करता-करता वकील म्हणाले, ''अरे पण कसला कागद? ती म्हंती ही जिमिन मी सगुंदाला इकायला तयार म्हणून त्येच्याकडनं कागुद करून घ्याचा टांपावर थोडासा संचकार बी द्याचा त्येला.''

''पण टांपावर तसा करार करायला तो मालक तयार आहे का? त्याच्या घरच्यांची समंती आहे का?''

''त्याला जवळचं कोन बी न्हाई की ओ?''

''जवळचं कोणी नाही? मग कागद तरी कशाला करतेस म्हणावं! नवीन कायदा झालाय, बरीच वर्ष ज्यांच्याकडं कसायला जमिनी आहेत, ते त्या जमिनीचे मालकच होणार आहेत. आज ना उद्या.''

''आसं म्हनतासा व्हय! सांगतो सगुंदाला!''

"यंदा ज्वारी किती झाली रे?" वकिलांनी विचारलं.

"माप तीन-चार खंडी हुईल! अजून कापनी कवा झालीया? कापणी-मळणी झाल्यावर सगुणा "ढवारा" करती की, बकरं कापून! औंदा या की रस्सा-भात खायला!"

माळी वकिलांचं घराणं माळकऱ्यांच. त्यांच्या घरात मांस-मच्छी निषिद्धं होतं; पण माळी वकील शिक्षणासाठी मुंबईला असल्यापासून "सामिष" आहाराचे भोक्ते झाले होते. ते म्हणाले, "सांग सगुणाला "डोहारा" जेवायला येतो; पण आमच्या घरी कोणाला कळता कामा नये!"

"त्येची काय बी काळजी करू नगासा! या कानाचं त्या कानालाही हुनार नाही." दाढी आवरल्यावर वकील आंघोळीला गेले. नारबा सगुणाकडं आला. सगुणानं विचारलं, "काय म्हन्ला तुझा वकील?"

"वकील म्हंतो टांपावर लिवून घ्याला नगो; आता तूच समद्या जिमिनीची मालकीन हुनार!"

त्याच्या वक्तव्याने हुरळून न जाता सगुणा म्हणाली, "नारबा भाईर कुनाला बोलू नगं बरं का! औंदा वकिलाला ढबाऱ्याला घिऊन ये जेवाय. त्यो कवा-कवा पितोय म्हनं, त्येच्यासाठी हे बी आन. अंगठा दाखवत सगुणा म्हणाली.

"तुला गं कसं ठावं ते?"

सगुणा विचित्र हसत-हसत म्हणाली, "वकील" सगळ्यां जगाची मापं काढत असलं, पर मी त्यो रांगत असल्यापास्नं त्येला वळकते!"

सगुणाच्या शेताची कापणी-मळणी झाली. खळ्यांवर पांढऱ्याशुभ्र जोंधळ्याची रास पडली. त्यावर्षी सगुणानं दोन बकरी कापली. जेवणाचं डिपार्टमेंट नारबाकडं होतं. त्याच्या मार्गदर्शनाखाली मटणाचा हंडा शिजत होता.

रात्री साडेनऊ-दहाच्या सुमारास वकील दोन-दोस्तांना घेऊन

आले. त्यांची जेवायची स्वतंत्र व्यवस्था खोपीत केली होती.

नारबानं घोंगडं अंथरलं. वकील आणि त्याचे मित्र बसले. नारबानं कुडात खोचून ठेवलेली कोल्हापुरी रमची बाटली काढली. वकिलांकडं देत म्हणाला,

"सावकास हुंद्या, जेवान हिकडंच वाढून आनतो!"

वकील आश्चर्याने नारबाकडं पाहात म्हणाले, "अरे हे काय? मी घेतो हे तुला कसं समजलं? तुझ्यासमोर तर मी कधीच घेतली नव्हती?"

"मला कुठलं आलंय ठावं? सगुंदाच म्हनाली, बाटली तुमच्या-साटनं आन म्हून, तिनंच इस रुपये दिलं की बटव्यातनं काढून."

वकील कपात रम ओतत म्हणाले, "कमाल आहे बुवा बाईंची! शिकली असती आणि वकील झाली असती तर आमच्या पोटावर पाय आणले असते. हं हे घे नारबा?" रमचा कप नारबाकडं देत वकील म्हणाले, "लाजू नको घे."

डोहाऱ्याचं जेवण असं संगीतातच होत असतं!

पुढच्याच वर्षी संपूर्ण जमीन सगुणाच्या मालकीची झाली. तर जेव्हा तिथं उद्यमनगर झालं, तेव्हा प्लॉट पाडून सगुणाला त्या जमिनीचे लाखो रुपये मिळाले.

सगुणा आणि नारबाची जोडगोळी ज्यांनी जवळून बघितली ते त्या दोघांना कधीही विसरणार नाहीत!

◁◁◁

३०. कॅप्टन संपतराव कलेकर

साडे पाच-पावणेसहा फूट उंच. रंगानं काळे सावळे, भव्य कपाळ, डोक्यावर कुरळे केस, नाक किंचित टोकदार असे कॅप्टन संपतराव कळेकर आमच्या पेठेतलं एक अविस्मरणीय व्यक्तिमत्त्व होतं.

कोल्हापूरपासून पश्चिमेला बारा-पंधरा मैलांवर असलेल्या कळेगावच्या केरबा कळेकरांचा हा मोठा मुलगा. लहानपणी गावच्या तालमीत रोज नियमाने व्यायामाला जायचा. हळूहळू छोट्या-मोठ्या कुस्तीही करू लागला. त्या काळी कोल्हापुरात कुस्तीचे फारच प्रस्थ होते. कुस्तीत नैपुण्य ज्याच्याजवळ आहे, त्याला संस्थानात बऱ्यापैकी नोकरीही मिळत असे. पोलीस खात्यात तर तरुण, कुस्तीगिरांना हमखास नोकरी मिळे. बारा-तेरा वर्षांचा संपत मोतीबाग तालमीत कुस्ती करण्यासाठी कोल्हापुरात आला. त्यावेळी बहुसंख्य मल्ल अशिक्षित असायचे. मोडकंतोडकं वाचायला आणि लिहायला आलं की बस्स, असं त्यांना वाटायचे. कुस्तीतले डावपेच ज्याला जमले तो विनासायास प्रसिद्धीला येत असे. संस्थानाकडून अशा कुशल पहिलवानाला दरमहा ''खुराक'' भत्ताही मिळायचा. छोट्या पितळेच्या उभट बादल्या घेऊन, कमरेला लुंगी, अंगात मलमलीचा शर्ट, गळ्यात काळ्यादोऱ्यात गुंफलेला ताईत. असे तरुण पहिलवान मंडळी हत्तीसारखे डुलत डुलत दूध आणण्यासाठी गंगावेशीत जायचे. त्यावेळी रस्त्यावरचे लोक त्यांची भरदार छाती, पिळदार दंड, मनगटाच्या त्या तरुण मल्लाकडे आदराने पाहत. त्यातल्या अनेकांना लोक नावानिशी ओळखत.

संपत आठ-दहा वर्षे कोल्हापुरात होता. त्याने पाहिले, आपले बहुसंख्य पैलवान मित्र अडाणी आहेत. त्यांना शिक्षणाचा गंधही नाही. आपण शिक्षण घेतले तर ते वाया जाणार नाही. संपत नाईट स्कूलला जाऊ लागला. बघता बघता त्याने मॅट्रिकचा, त्याकाळात काहीसा कठीण असा उंबरठाही ओलांडला. वेळी प्रसंग हलकीसलकी कामंही

त्यानं केली. राजाराम कॉलेजात त्यावेळी खेळाडूंना स्पोर्टस्‌मन म्हणून तत्काळ अॅडमिशन मिळत असे. आपल्या कॉलेजात उत्तम हॉकीपटू, क्रिकेटपटू, कुस्तीगीर, अॅथलेटस् आहेत ही संस्थाचालकांना आणि प्राचार्यांनाही अभिमानास्पद बाब वाटे. संपतची नित्य व्यायामानं कमावलेली शरीरयष्टी, शिक्षणानं त्याच्यात निर्माण झालेला आत्मविश्वास, यामुळं राजाराम कॉलेजात दुसऱ्या वर्षाला असतानाच त्याला लष्करात जाण्याची संधी लाभली. राजाराम रायफल्समध्ये संपतला सेकंड लेफ्टनंट म्हणून प्रमोशन मिळाले. खेड्यात जन्मलेला, कुस्तीची आवड असलेला संपत जेव्हा संपूर्ण सैनिकी वेषात प्रथम गावाकडं गेला, तेव्हा गावकऱ्यांनी त्याची प्रचंड मिरवणूक काढून सत्कार केला. केरबा कळेकरला धन्य झालो असे वाटले. संपतवर आजूबाजूच्या सधन, जमीनदार वधूपित्यांची नजर गेली नसती तरच नवल म्हणावे लागले असते! केरबा कळेकरांच्या छोटेखानी घराकडे आजूबाजूच्या गावांतील जमीनदार वधूपिते फेऱ्या मारू लागले. केरबा त्यांना सांगे, "हे बघा, संपतच्या पसंतीचा प्रश्न हाय. तुम्ही तुमची मुलगी त्याला दाखवा. घेण्यादेण्याचं मी ठरवीन. त्याला मुलगी पसंत पडली की झालं. त्यो आपल्या पायावर हुबा ऱ्हायलाय, त्येचं लग्न त्यानंच ठरवायला पाह्यजे का नको?"

संपतनं विचार केला, एक काळ आपण कोल्हापुरात पोटासाठी हलकीसलकी कामं केली. आता हे दिवस आले. जगात पैशापुढं सारं फिक्कं! मला सबळ पाठबळ देणारा सासरा पाह्यजे!

त्यावेळचे दहा रुपये म्हणजे आताचे हजार. संपतनं ठरवले कमीत कमी पंचवीस हजार हुंडा देणारं स्थळं पाहिजे. साळवणचे तुकाराम शेलार-पाटील गर्भश्रीमंत! त्यांचं गुऱ्हाळ चार महिने चाले. गावात टोलेजंग वाडा, त्यावेळी गावच्या सधन माणसाला "सरकार" म्हटलं जाई. तुकाराम शेलार सरकारांना दोनच मुलं, मोठी आक्काताई आणि धाकटा सीताराम. दोन्ही मुलं. रंगानं उजळ, पण उंचीला

एकदम कमी. सीताराम त्यातल्या त्यात बरा होता. पण आक्काताई जेमतेच साडेचार-पावणेपाच फूट उंच. त्यात तिचे पुढचे दोन दात ओठाबाहेर आलेले. लिहायला वाचायला जेमतेम शिकलेल्या आक्काताईला बऱ्याच मागण्याही आल्या होत्या. पण त्या सर्व खेड्यातील. शेलार सरकारांना आपला जावाई "हफीसर" पाह्यजे होता. त्यातल्या त्यात मिलिटरी ऑफिसरचे स्थळ सोडायचेच नाही, असा त्यांनी निर्धारच केला. त्यांनी संपतला तीस हजार हुंडा देऊन दोन्हीकडचा खर्च करून लग्न करून द्यायचा प्रस्ताव मांडला. मुलगी संपतला बिलकूल शोभत नव्हती. पण शेलार-पाटलानं देऊ केलेल्या हुंड्याकडं पाहून संपतने होकार भरला! राजाराम कॉलेजातल्या अनेक फॅशनेबल मुली बघितलेल्या संपतला आपण केवळ पैशासाठी या "बुटूक बैंगण" पोरीला पसंत करतो आहोत याची जाणीव होतीच. घरात बायको असेना बुटकी, आपल्याला बाहेर मैत्रिणी करायला कोण अडवणार आहे? असं संपतला वाटले.

संपतचं लग्न मोठ्या धुमधुडाक्याने झाले. साळवणला शेलार-पाटलांच्या वाड्यापुढं मांडव उभा राहिला. कोल्हापुरातंन लग्नाला दोन मोटारी भरून मिलिट्रीतले लोक आले. कोल्हापुरातील प्रतिष्ठेला समजला जाणारा पोलीस बँडही आला. बागल चौकातल्या शिकलगारांनी सात-आठ हजारांची शोभेची दारू उडविली. सहा बकरी पडली. लग्नाचं जेवण बनवलं. सारं गाव जेवायला आलं. लग्न झाल्यावर पुढं महिनाभर आजूबाजूच्या गावांत चर्चा होत होती... "आयला काय ते लगीन. एखाद्या जहागीरदाराच्या पोरीचंबी असं लगीन झालं नसेल?"

दरम्यान, संपत ग्रॅज्युएट झाला. तो पूर्वी इंटरकॉलजिएट खेळ स्पर्धासाठी गावोगावी जात असे. मोठमोठी शिल्डस् मिळवून आणली होती. पण सैन्याधिकारी झाल्यानंतर त्याचे राहणीमान बदलले. इंदोर, महू, डेहराडून, दिल्ली अशा ठिकाणी सैनिकी प्रशिक्षणासाठी त्याला

जावं लागले. तीन-चार वर्षातच तो ''कॅप्टन'' झाला. आमच्या पेठेत त्यानं दुमजली घर घेतले. त्याला एक मुलगी आणि एक मुलगा झाला. मिलिट्रीतले त्याचे सहकारी अधून-मधून सहकुटुंब पार्टीसाठी जमत, पण संपतने एकदाही आक्काताईला सोबत नेलं नाही, तिलाही त्यात काही गैर वाटत नव्हते. मिलेट्री हापीसरांची पार्टी !

एका बाजूला रम, ब्रँडी, जीन, व्हिस्कीच्या बाटल्या टेबलावर ठेवलेल्या, पांढरा शुभ्र गुडघ्या इतका लांब, बंद गळ्याचा कोट घातलेला वेटर, कमरेला लाल पट्टा गुंडाळून, डोक्याला ऐटबाज तुरा असलेला तो फेटा बांधून उपस्थितांना ट्रे मधून ड्रिंक्स द्यायचा. अधून-मधून ''स्नॅक्स''च्या प्लेटस् फिरवायचा. एका बाजूला ''जेंटस् हातात ग्लास घेऊन मित्रांसमवेत ''जोक्स'' सांगत मोठमोठ्यानं हसत. दुसऱ्या बाजूला आर्मीच्या अधिकाऱ्यांच्या बायका, सॉफ्ट ड्रिक्समधून जीन किंवा व्होडका घ्यायच्या. एकेकीच्या फॅशन्स बघण्यासारख्या! त्यातल्या काही फॉरवर्ड (आगाऊ) पुरुषांच्या घोळक्यात श्यामील व्हायच्या. बऱ्याच जणी स्लिव्हलेस ब्लाऊज आणि बेंबीखाली साडी नेसून बिनधास्तपणे हार्ड ड्रिंक्सचाही आस्वाद घ्यायच्या!

संपत मद्याला स्पर्श करीत नसे. तो आपला बाजूला बसून सहकाऱ्यांच्या फॅशनेबल बायकांचे निरीक्षण करत राहायचा. त्यातच त्याला आनंद वाटे. घरात आक्काताईसारखी बुटकी, दात बाहेर आलेली खेडवळ बायको, त्यामुळे बाहेर फॅशनेबल बायका न्याहाळण्यात तो रमू लागला. बऱ्याचशा अधिकाऱ्यांच्या बायकाही डोळे बारीक करून त्याला न्याहाळायच्या. तो गालातला गालात हसून त्यांना प्रतिसाद द्यायचा.

त्याचे व्यक्तिमत्त्व नजरेत भरण्यासारखेच होते. राजाराम रायफल्स अचानक बंद झाली. त्यात कार्यरत असणाऱ्या अधिकाऱ्यांना फॉरेस्ट डिपार्टमेंट, पोलीस डिपार्टमेंट असा ज्याच्या त्याच्या आवडीच्या खात्यात

नोकऱ्या देण्यात आल्या. संपतने पोलीस खाते पसंत केले. तो ''डायरेक्ट डी. वाय. एस. पी.'' झाला. कमी बोलणारा, स्वत:चा अंदाज न देणारा भल्यामोठ्या शरीरयष्टीच्या संपतने सहा वर्षे पोलीस खात्यात नोकरी केली आणि तो निवृत्त झाला. पोलीस खात्यात गेल्यावर उघडपणे बाहेरख्यालीपणा करू लागला. संपत निवृत्त झाल्यावर गॅलरीत कठड्याला रेलून कॉलेजला जाणाऱ्या-येणाऱ्या पोरीबाळी न्याहाळू लागला.

घरी बायकोशी तो चकार शब्द बोलत नसे. मुलगी बापासारखीच हाडापेरानं मजबूत होती. रंगाने उजळ, मुलगा किंचित सावळा, शिक्षणात फारशी गती नसलेला होता. मुलींच्यात बापाचे ''जीन्स'' उतरले होते. ती तेरा-चौदा वर्षांची असल्यापासूनच नखरे करीत होती. संपतला तिला लवकरच उजवून टाकायचे होते.

शेलार-पाटलांनी नातीसाठी चांगली स्थळ शोधायला सुरुवात केली. त्यांना साळवणला अचानक निरोप आला. ''संपतची कन्या सुलोचना घरातून पळून गेली.''

बेबीचा भाऊ सूर्याजीही वाईट मुलांच्या संगतीनं लहानसहान चोऱ्या करू लागला. एका चोरीच्या गुन्ह्यात तो मुद्देमालासह सापडला. त्याला दोन वर्षांची शिक्षा झाली. या दोन्ही मन:स्तापकारक घटनांनी संपतवर काहीही फरक पडला नाही. पहिल्यापासूनच तो निगरगट्ट होता. पुढे पुढे तर चंद्री नावाची वेश्या तोंड रंगवून रोज त्याच्या घरी यायची. ती दिवसभर संपतच्या माडीवर असे. संध्याकाळी आक्काताई नोकरांकडून वर चहा-बिस्किटं पाठवत असे. उभ्या पेठेला ठाऊक होतं, पण कोणीही त्याबाबत काही बोलत नसे. तसा लोकांना त्याचा काही उपद्रव नव्हता. केरबा कळेकरचं वय झालं होतं. त्याला मुलीच्या आयुष्याची परवड कळत होती. एकेदिवशी तो अचानक कोल्हापूरला आला. वेळ दुपारची. चंद्री आणि संपत माडीवरच्या खोलीत, दार बंद

करून बसलेले. केरबाने दारावर थाप मारली. आतून संपतचा आवाज आला...''कोण आहे ते? वर कोणाला सोडायचं नाही म्हणून सांगितलं होतं की नाही? कोण आहे?''

''तुझा बाप, भोसडीच्या, घरादाराची अब्रू वेशीवर टांगलीस आणि निर्लज्जासारखा त्या रांडेला राजरोस घरात आणतोस? बाहेर ये, तुम्हा दोघांनाबी नालंच्या पायताणानं ठोकतो?''

एवढ्या मोठ्या पोलीस खात्यांतल्या पदावरचा तो निवृत्त पोलीस अधिकारी, पण त्याला दार उघडायचंही धाडस नाही झालं! केरबाच्या ओरडण्याने सगळे शेजारचे लोक जमले, बायापोरं दारात उभं राहून आता काय घडणार याचा अंदाज घेऊ लागली. एवढ्यात लक्ष्मीपुरीतून पोलीस व्हॅन आली. वरून संपतने कंट्रोलरूमला फोन केला होता. फौजदार येताच दारासमोरची गर्दी विरळ झाली. नंतर तो फौजदार माडीवर आला. तेव्हा त्यांनं पाहिलं....साहेबांचा बाप दारासमोर कापशी चप्पल हातात घेऊन उभा.

फौजदाराला पाहताच केरबा म्हणाला, ''सायबाची सुटका करायला आलाय जनू? गपगुमान आल्या पावली परत जावा...'' फौजदारसमोर केरबा जोराजोराने दारावर थापा मारत राहिला. तोंडाने शिवीगाळ चालूच होती. ''न्हातीधुती लेक लोकाचा हात धरून पळून गेली, प्वार गुन्हेगार निगालं, बायकोला बटीक केलीस आणि वेसवेला रोज घरात आणतोस, थूऽऽ तुझ्या जिनगानीवर आणि सोताला म्हणवून घेतोय कॅप्टन संपतराव कळेकर! आवो फौजदारसाहेब, आस्ल्या नालायकाला तुमी सॅल्यूट करायला आलायसां काय? जावा गपगुमान!'' फौजदारजवळ उत्तर द्यायला शब्दच नव्हते.

ᐊᐊᐊ

३१. रामज्याची आई

पूल गल्लीत केव्हा कुठल्या खेळांचा सीझन सुरू होईल याचा अंदाजच करता येत नसे. कधी अ‍ॅल्युमिनियमच्या बटणाने खेळणे, कधी गोट्याने खेळणे, तर कधी हासूक्याने खेळणे! ''हासूक्या'' म्हणजे अशोकाच्या झाडाच्या बिया! अशोक वृक्षाची फळे जांभळासारखी टप्पोरी होऊन पिकून खाली पडतात. त्यांची टरफले काढली की त्यात किंचित सोनेरी रंगाच्या चकचकीत बिया असतात. त्या बिया गोळा करण्यासाठी पोरांना टाऊन हॉलमध्ये जावं लागे. तिथं अशोकाचे मोठाले वृक्ष होते. आम्ही पिशव्या भरून ''हासूक्या'' घेऊ येत असू! खेळताना दहा पावलावर एक ''गल'' केली जायची. ही ''गल'' म्हणजे उखळीसारख्या जमिनीत खोदलेला छोटा खड्डा. त्या गलपासून फूट-दीड फुटावर एक रेष आखायची. नंतर मोजून दहा पावलांवर दुसरी रेष असायची. तो ''फज्जा'' (फोजा). प्रथम ''गल''च्या दिशेनं एक ''हासूकी'' टाकायची. जो कोण त्या खेळात श्यामील होणार असेल त्या प्रत्येकानं गलच्या जितक्या जवळ टाकता येईल तितक्या जवळ ''हासूकी'' टाकण्याचा प्रयत्न करायचा. गलच्या जास्तीत जास्त जवळ कोणाची हासूकी जाईल तो ''प'' (पहिल्यांदा) खेळणार. याच नियमाने दु (दुसरा), ति (तिसरा), चौ (चौथा) यांनी खेळायचे.

त्यानंतर प्रत्येकाने ठरलेल्या हासूक्या द्यायच्या. त्या कधी दोन, कधी चार असत. प्रथम खेळणाऱ्याने त्या फोजापासून ''गल''च्या दिशेनं सर्व हासूक्या टाकायच्या. ''गल''च्या जवळ फूट-दीड फुटावर मारलेल्या रेषेच्या बाहेर ''हासूकी'' पडली की, तो ''बल्या'' होई. गलमध्ये पडलेल्या हासूक्या डाव टाकणाऱ्याच्या मालकीच्या होत. पण ''बल्या'' झालेली हासूकी ''व्हट्या''ने रेषेच्या आत घालवावी लागे. हे ''व्हट्टे'' कधी चपटे दगडाचे असत, तर कधी लोखंडी ''वॉशर''चे असत. याच पद्धतीने गोट्या, बटणे जिंकण्याचा खेळ चाले. अ‍ॅल्युमिनियमच्या बटणाला ''खोपर परम'' म्हणत. पितळेच्या

एका बटणाची किंमत आठ खोपर परसाच्या बटणाइतकी, तर कधी कोणी चांदीचा बटण घेऊन येई. त्याला पन्नास खोपर परसाच्या बटणाइतकी किंमत येई.

हा एक प्रकारचा जुगारच होता. पण त्या वयात (१२-१३) तो जुगार आहे हे माहीतच नव्हते.

खेळाची सुरुवात दिवसातल्या कोणत्याही वेळी होई. कधी सकाळी आठसाडे आठला, तर कधी दुपारी, तर कधी संध्याकाळी. पण सकाळी सुरू झालेला खेळ १०-११ वाजता इतका रंगात येई की, घरातली माणसं आम्हा शाळेला, जाण्यासाठी शोधत येत. त्यावेळी ''शाळा'' म्हणजे ''तुरुंग'' वाटे.

आमच्या गल्लीतल्या प्रौढांना कुणालाच आमचे ते खेळ पसंत नसत. कोणी ''डाव'' ऐन रंगात आला असताना त्यात भाग घेणाऱ्याचे कान पिळत त्याला घरी नेत, कधी कोणाच्या पाठीत सणसणीत ''रप्पाटा'' बसे.

आमच्या गल्लीत त्या खेळात नेहमी सहभागी होणारा, सगळ्यांच्या हासूक्या, बटणे, गोट्या जिंकणारा भिडू होता ''रामज्या''.

चपट्या नाकाचा, पाच फूट उंचीचा, काळासावळा रामज्या त्या खेळात खरोखरच ''एक्सपर्ट'' होता. डाव किती लांब पसरला असला तरी दाखवलेली हासूकी, बटणं, गोट्या तो अगदी कौशल्याने व्हट्ट्याने टिपत असे. रामज्या ज्या डावात असेल तो सर्वांच्या हासूक्या, बटणे, गोट्या जिंकून जाई. या रामज्याचा बाप छत्रपती शाहू मिलमध्ये जॉबर होता. तो सकाळी उठून डबा घेऊन मिलमध्ये जायचा, तो संध्याकाळीच परत यायचा. रामज्याला एक बहीण आणि एक भाऊ होता. त्यांना जेवायला घालून शाळेत पाठवण्याचे काम रामाज्याच्या आईलाच करावे लागे. गिड्डेली, किंचित उजळ रंगाची; चपट्या नाकाची आणि कपाळावर भले मोठे रुपयाच्या आकाराचे कुंकू लावणारी त्याची आई रामज्याला

शोधायला आली की, आम्ही सारे दिसेल त्या वाटेने पळत सुटत असू. या बाईंची सर्वांनाच धास्ती वाटे. कारण ती अचानक यायची आणि काही न बोलताच खेळणाऱ्या पोरांची जननेंद्रिये हातात धरून पिरंगळायची! म्हणायची, "तुझ्या गोट्याच तुझ्या हातात देते खेळायला! भाड्यानों, शाळंला कोन तुमचा बा जाईल का ?"

खेळताना एखादा एकसारखा "हरू" लागला की, तो डाव मोडावा म्हणून उगीचच ओरडायचा... "अरे रांडेच्यानो. पळारे पळा, रामज्याची आई आली रे आली...!" मग डाव कितीही रंगात आलेला असला तरीही सारेजण त्या विचित्र शिक्षेच्या भ्याने पशार होत.

रामज्याची आई अडाणी होती, पण अतिशय शहाणी व कष्टाळू होती. मुलांनी या वयात शिकलंच पाहिजे, असा तिचा अट्टाहास होता. तिच्या मालकीच्या दोन म्हशी होत्या. गल्लीत ती दुधाचा रतीब घालत असे. दुपारी शेणाच्या "गवरी" (शेणी) थापताना लुगड्याचा "काचा" मारून ती भल्या मोठ्याने रामज्याला हाका मारी. तिची हाक जरी कानावर आली तरी आम्हा खेळणाऱ्या पोरांचे धाबे दणाणत असे. तिच्या केवळ हाकेनेच आमचे रंगलेले डाव बंद पडत. आता त्या गोष्टीला चाळीस-पंचेचाळीस वर्षे झाली. पूल गल्ली तालमीच्या लगत पूर्वेला राहत असलेलं रामज्याचं घरही तिथं नाही. रामज्याची आईही आता या जगात नाही. रामज्याही कधी दिसला नाही, पण अजूनही रविवार पेठेत गेलो की, खेळणाऱ्या उनाड पोरांना अजब शासन घडवणारी ती रामज्याची आई मात्र प्रत्येक वेळी आठवते.

◁◁◁

३२. डी. एस. साहेब

समाज सुशिक्षित झाल्याशिवाय समाजामध्ये स्वास्थ्य, समता, बंधुभाव निर्माण होऊ शकणार नाही, असे शाहू छत्रपती महाराजांचे ठाम मत होते. आपल्या संस्थानाची जनता साक्षर आणि सुशिक्षित करण्यासाठी महाराजांनी कोल्हापूर संस्थानात शिक्षण प्रसाराला प्राधान्य दिले. संस्थानातील सर्व जाती-जमातीच्या मुलांसाठी बोर्डिंगच्या इमारती बांधल्या. जैन बोर्डिंग, सारस्वत बोर्डिंग, मुस्लिम बोर्डिंग, मागास जातीसाठी मिस क्लार्क होस्टेल अशा संस्था निर्माण झाल्या. बहुजन समाजासाठी व्हिक्टोरिया मराठा बोर्डिंग झाले. याशिवाय अतिशय गरीब विद्यार्थ्यांना कपड्यालत्त्यापासून सर्व सुविधा मोफत पुरवल्या जात होत्या.

छत्रपती शाहू महाराजांचे निधन झाल्यावर राजाराम महाराज करवीरच्या गादीवर आले. या राजाराम महाराजांनी आपल्या पित्याच्या शैक्षणिक धोरणाचा पुरस्कार केला. त्यांनी बऱ्याच गरीब हुशार विद्यार्थ्यांना शिक्षणासाठी वाड्यावरच ठेवून घेतले. ही मुले राजवाड्याच्या परिसरात राहत आणि कोल्हापूर शहराल्या विविध शाळांत जात. वाड्याची मुले म्हणून त्यांना शाळा, कॉलेजात वेगळी वागणूक दिली जात नसे. उलट महाराजांच्या विश्वासातली काही मंडळी या मुलांच्या शैक्षणिक प्रगतीचे अहवाल वेळोवेळी महाराजांना देत. या मुलांमधून अनेक मुले नंतर नामवंत झाली. वाड्यावर राहणाऱ्या नावरूपाला आलेल्या अशा मुलांत ज्ञानदेव संतराम खांडेकर ही व्यक्ती होती. बी.ए.एल.एल.बी. ॲडव्होकेट झालेल्या "डी एस" (ज्ञानदेव संतराम) यांनी बरीच वर्षे वकिली केली आणि राजकीय क्षेत्रातही सक्रिय भाग घेतला. सतत १५ वर्षे ते महाराष्ट्राच्या विधानसभेवर प्रचंड बहुमताने निवडून येत होते. कोल्हापूर संस्थानात जेव्हा प्रजापरिषद निर्माण झाली, तेव्हा प्रजापरिषदेला मर्यादित स्वरूपाची स्वायत्तता देण्यात आली आणि त्यात डी. एस. नी मंत्रिपदही भूषवले.

बेताची उंची, गोरा रंग, जाड भुवया आणि विलक्षण तेजस्वी डोळे असलेले डी. एस. यांना वक्तृत्वाची जन्मजात देणगी लाभलेली होती. राजकीय प्रश्नांचा सखोल अभ्यास असणाऱ्या डी. एस. नी अनेक वेळा विधानसभा गाजवली. संस्थाने विलीन झाल्यानंतर डी. एस. नी सत्तारूढ काँग्रेस पक्षाच्या विरोधात शेतकरी कामगार पक्षाचे नेतृत्व केले.

मी कायद्याचा पदवीधर झाल्यानंतर मला कोणातरी नामवंत वकिलाच्या मार्गदर्शनाची गरज होती. योगायोग असा होता की, माझ्या चुलतभावाचे लग्न उषा या मुलीशी ठरले. ही उषा डी. एस. साहेबांची सख्खी धाकटी बहीण होती. अर्थात, विनासायास मला वकील होण्यासाठी त्यांचे मार्गदर्शन मिळणार होते.

नित्यनियमाने मी त्यांच्या घरी मंगळवार पेठेत बकुल बंगल्यावर जाऊ लागलो. त्यावेळी जिल्ह्यात फौजदारी कायद्यात त्यांचा हात धरणारा दुसरा कोणीही वकील नव्हता. त्यांच्याकडे खून, खुनाचा प्रयत्न, खेडोपाडी सत्तासंघर्षांतून निर्माण झालेल्या मारामाऱ्या अशा भारी स्वरूपाचे फौजदारी खटले येत.

एवढे मोठे नामवंत वकील, पण माझ्याशी ते अत्यंत खेळीमेळीने वागत, त्यांचे एक वैशिष्ट्य असे होते की, ते आपल्याकडे चालवण्यासाठी आलेल्या खटल्यातील गुन्ह्याची जागा मला सोबत धरून पाहायला जायचे. सरकारतर्फे तपासले गेलेले (प्रॉसिक्युशन विटनेस) साक्षीदार यांची सखोल माहिती घ्यायचे. पोलिसांनी एखादा शिकवून तयार केलेला साक्षीदार जेव्हा साक्षीदाराच्या पिंजऱ्यात येई, तेव्हा त्याचा सरकारतर्फे सरतपास चालू असताना डी. एस. साहेबांचे पाणेदार भेदक असे डोळे, त्याच्यावर रोखलेले असत. साक्षीदार खोटा बनावट असेल, तर तो त्यांच्याकडे टक लावून पाहणाऱ्या डी. एस. साहेबांच्या डोळ्यांना डोळा भिडवायचे धाडस करीत नसे. त्यांच्या उलट तपासाच्या

भडिमाराला तोंड देण्यापूर्वीच तो गर्भगळीत होई.

खोट्या साक्षीदाराचा सरतपास संपवून सरकारी वकील खाली बसले की, डी. एस. साहेब आपल्या अंगावरील काळा गाऊन सावरत साक्षीदारांच्या उलट तपासाला प्रारंभ करीत.

त्यांच्या भेदक नजरेने अगोदरच अर्धमेला झालेला तो साक्षीदार थरथरू लागे. साक्षीदाराच्या तोंडाला कोरड पडे. वारंवार तो आवंढे गिळे. साक्षीदार स्वभावाने अतिशय भित्रा असला, तरी तो डी. एस. साहेबांच्या प्रश्नाला उत्तर देण्यापूर्वीच साक्षीदाराच्या पिंजऱ्यात कोसळून पडे. मग कोर्ट उठून चेंबरमध्ये जायचे. कोर्टातले पट्टेवाले त्याला पाणी देऊन शुद्धीवर आणायचा प्रयत्न करीत. मी नवखा असल्याने त्या प्रकाराने घाबरून जायचो. डी. एस. साहेब मला हळू आवाजात सांगायचे He is a concockted witness याला गुन्ह्याची कसलीही माहिती नाही. केवळ फिर्यादी आणि पोलीस यांच्या दडपणाखाली खोटी साक्ष द्यायला तो इथंपर्यंत आला होता.

थोड्याशा प्रयत्नानंतर शुद्धीवर आलेल्या त्या साक्षीदाराला पुन्हा डी. एस. साहेब विचारीत.

"हे बघ पांडू पाटील, घाबरू नको हो. जे घडलंय तेच सांग, खोटं काही सांगू नको हो."

तो साक्षीदार हात जोडून म्हणे,

"साहेब आईच्यान मला ह्यातलं काय बी ठावं न्हाय. पोलिसांनी काय शिकवलंय ते बी मला वाचून दाखवलं नव्हतं."

संपलं. एवढ्यानेच सरकार पक्षाची केस ढासळत असे. एखादा अट्टल खोटं बोलणारा साक्षीदार जेव्हा पिंजऱ्यात येई, तेव्हा खटल्याची हकिकत न विचारताच त्याची विश्वासार्हता किती बेगडी आहे हे डी. एस. साहेब रेकॉर्डवर आणीत. वारंवार साक्षीदार बनून कोर्टात येणारी एक व्यावसायिक साक्षीदारांची जात असते. त्याची इत्थंभूत माहिती

डी. एस. साहेबांनी घेऊन ठेवलेली असे. अशा साक्षीदाराला सत्याची बिलकूल चाड नाही, हे डी. एस. साहेब निर्विवादरित्या कोर्टाच्या निदर्शनाला आणत.

डी.एस. साहेबांची निरीक्षणशक्ती विलक्षण होती. एखादा न्यायाधीश आरोपीच्या बाजूने आपला कल आहे असे भासवू लागला की, मी लगेच डी.एस. साहेबांना म्हणे, सर, केस नक्की सुटणार. न्यायाधीशांची आरोपीला सहानुभूती दिसते.

त्यावर साहेब मला म्हणत, कोर्ट सुटल्यावर या विषयावर बोलू.

साहेबांची हिरव्या रंगाची बेबी फोर्ड गाडी होती. ते स्वत: ड्रायव्हिंग करीत नसत. पाटील नावाचा उंचेला सावळा, मोठ्या नाकाचा अबोल असा त्यांचा ड्रायव्हर होता. त्या दिवशी गाडीत मी साहेबांच्या जवळ मागच्या सीटवर बसलो. गाडी सुरू झाल्यावर साहेब मला म्हणाले, ''बाबा अजून तुम्ही लहान आहात. तुम्हाला मनुष्य स्वभावाची ओळख पटायला खूप वर्ष जावी लागतील. आज तो जज्ज आरोपीला सहानुभूती असल्याचे भासवत होता. म्हणून तुम्ही मला म्हणाला, केस नक्की सुटणार. पण तुम्हाला ठाऊक नाही. तो जज्ज फार चावट आहे. दाखवतो एक आणि करतो दुसरंच!''

साहेबांचा अंदाज खरा ठरला. त्या न्यायाधीशाने सरकारतर्फेचा गुन्हा सिद्ध झालेला आहे असं ठरवून आरोपीला जन्मठेपेची सजा ठोठावली, पण डी. एस. साहेबांनी वर हायकोर्टाला अपील केले आणि आश्चर्य, ती केस निर्दोष सुटली.

डी. एस. साहेब २५-३० वर्षे कोल्हापुरात प्रॅक्टिस करीत होते. त्यांना तुल्यबळ असा प्रतिस्पर्धी नव्हता, पण अशा एखाद्या अफाट लोकप्रिय आणि यशस्वी माणसाचा असंख्य समव्यवसायी मत्सर करीत असतात. डी.एस. नेहमी सरकारचे साक्षीदार होस्टाईल (फितूर) करतात असा अप-प्रचार करीत, पण मी सतत चार-पाच वर्षे

साहेबांना जवळून पाहिलेलं आहे. त्यांनी एकाही सरकारतर्फेच्या साक्षीदाराला कधीच फितूर करण्याचा प्रयत्न केला नाही.

त्यापूर्वी त्यांनी मला एक मोलाचा सल्ला दिला. माझ्या स्वभावातले बारकावे, माझे हळवे, भावनाप्रधान मन ओळखले आणि मला म्हणाले, ''तुम्ही कल्पक आहात. तुम्हाला साहित्याची आवड आणि जाण आहे. त्या क्षेत्रात तुम्ही नाव कमवाल, तुम्ही कधी वकिलीच्या फंदात मात्र पडू नका!'' मी तो त्यांचा सल्ला मानला. साहेब गेले, पण त्यांच्या आठवणी, त्यांनी खोट्या साक्षीदारांची कोर्टात उडवलेली भंबेरी अजूनही आठवते. त्यांच्या सल्ल्यानुसार मी थोडेफार लेखनही केले. कधीही वकिली केली नाही. सिंहकचा सूट, लाल पट्ट्यापट्ट्यांचा घोळका घेऊन फिरणारे डी. एस. साहेब यापुढे कधीही दिसणार नाहीत, पण जेव्हा जेव्हा मी कोर्टात जातो, तेव्हा डोळ्यांसमोर डी. एस. साहेब उभे राहतात. त्यांच्या आठवणीने कंठ दाटून येतो.

◁◁◁

३३. तो मी नव्हेच

साडेअकराचा सुमार. जेवण आटोपून मी बाहेर जायच्या तयारीत होतो, तोच दारावरची बेल वाजली. गाडीची किल्ली एका हातात, दुसऱ्या हाताने दार उघडले. समोर एक बत्तीस-तेहत्तीस वर्षांचा तरुण उभा होता. त्याने मला डोक्याला टोपी नसताना वरिष्ठ पोलीस अधिकाऱ्याला करतात तसे अभिवादन केले. त्याच्या डाव्या हातात कापडाची भली मोठी पिशवी होती. मी तत्काळ ओळखले, हा कोणीतरी पोलीस कॉन्स्टेबल असावा आणि माझ्या नावाशी साम्य असलेल्या पोलीस हेडकॉन्स्टेबल बाबा कदमांच्याकडे जाण्याऐवजी तो माझ्याकडे चुकून आला आहे.

"कोण हवंय तुम्हाला?"

"बाबा कदम"

"काय काम होतं?"

"माझ्यावर डिपार्टमेंटल प्रोसेसिंग भरलेलं आहे. मला तुम्हाला "नेक्स्ट फ्रेंड" म्हणून काम चालवयाला द्यायचं आहे."

"हे पहा, नेक्स्ट फ्रेंड म्हणून पोलीस कर्मचाऱ्यांची कामे चालवतात ते बाबा कदम वेगळे, मी आहे पोलीस प्रॉसिक्युटर. मी डिपार्टमेंटल कामे चालवत नसतो. तुम्ही त्या हवालदार बाबा कदमांच्याकडे जा!"

"कुठे राहतात ते?"

"शिवाजी पेठेत बलभीम बँकेच्या जवळ राहतात!"

"पण साहेब तुम्ही माझी केस तरी वाचून बघा, मी तुमची काय असेल ती फी देईन!"

कपाळाला हात लावून मी म्हणालो, "भल्या गृहस्था, ज्याच्या हातून काही अपराध घडलेला आहे, मग तो पोलीस खात्यातला असो वा साधा नागरिक असो, त्याला कोर्टात शिक्षा व्हावी म्हणून मी कामं पाहतो. तुम्हाला जे बाबा कदम हवे आहेत, तो मी नव्हे!"

चिकाटी न सोडता तो मला म्हणाला, "पण पोलीस खात्यात

तुमचं नाव बरंच आहे. तुम्हीसुद्धा अडचणीत सापडलेल्या पोलिसांना चांगले मार्गदर्शन करता, असं खूप लोकांनी मला सांगितलंय.'' हातातल्या घड्याळाकडं पाहत मी म्हणालो,

''तुम्ही आता निघायला हरकत नाही. मी तुम्हाला हव्या त्या कदमांचा पत्ता सांगितलेलाच आहे.''

तो गृहस्थ अतिशय नाराज झाला आणि जाता-जाता म्हणाला, ''माझे काम तुमच्याच हातून होईल अशी माझी मनोदेवता मला सांगते.''

''सांगू दे, तुमच्या मनोदेवतेला म्हणावे, मी नावाच्या सारखेपणानं दुसऱ्याच बाबा कदमाकडे जाऊन, थडकून आलो.''

गाडीत बसलो, स्टार्टर दाबला आणि निघून गेलो. त्यानंतर दीड-दोन वर्षांचा कालावधी लोटला. दरम्यान मला सिनीअर पोलीस प्रॉसिक्युटर अशी बढती मिळाली. जिल्ह्यातल्या सरकारी वकिलांच्या कामांवर देखरेख करणे, खून, दरोडे, घरफोडी अशा कामांतल्या चौकशीचे कागदपत्र अभ्यासून पाहणे, त्यात काही त्रुटी आढळल्यास तपासी अम्मलदाराला लेखी सूचना देणे, गुंतागुंतीच्या कामांत डी.एस.पी. सल्लामसलतीसाठी जेव्हा बोलावतील तेव्हा जाणे वगैरे कामं मला पाहावी लागत होती. कोल्हापूरचे रेंज डी.आय.जी. म्हणून श्री. श्यामरा बदलून आले. ते होते शीख, मोडकंतोडकं मराठी बोलायचे, पण लिख्खापढीत त्यांची फारशी गती नव्हती.

एके दिवशी पोलिसांची निळी जीप माझ्याकडे आली. एक फौजदार घरी आले आणि सॅल्युट ठोकून म्हणाले, ''डी.आय.जी. साहेबांनी ताबडतोब बोलावले आहे.'' वरिष्ठ पोलीस अधिकाऱ्यांच्या आज्ञा नेहमीच अशा ताबडतोब स्वरूपाच्या असतात. काळा कोट अडकवून मी डीआयजींच्या ऑफिसात पोहोचलो. त्यांना आदबीनं नमस्कार केला.

"प्लीज, सीट डाऊन मिस्टर कदम" मी अंग चोरून त्यांच्यासमोरच्या खुर्चीवर बसलो. दाढी कुरवाळीत श्यामरासाहेब म्हणाले, "लूक हीअर मि. कदम, माझ्याकडे डिपार्टमेंटल कामात "डिसमिस" केलेल्या एका हवालदाराने अपील केले आहे. ही केस संपूर्ण वाचून अभ्यास करून याचा निकाल लिहून आणा."

"यस सर!" खरं म्हणजे डिपार्टमेंटल कामात अपील केल्यानंतर त्यांचा निकाल स्वत: डीआयजींनीच द्यायचा असतो, पण श्यामरासाहेबांनी आज्ञा केल्यावर हे माझे काम नव्हे सर, असं म्हणायची मला हिम्मतच नव्हती.

ती भली मोठी कागदपत्रांची फाईल घेऊन घरी आलो. संपूर्ण दिवसभरात त्यातले एकूण एक कागद वाचून पाहिले. ती केस अशी होती - नीळकंठ दत्तात्रय भोसले या हेडकॉस्टेबलची लोणंद पोलीस स्टेशनला बदली झाली होती. तो पोलीस लाईनमध्ये आपली बायको आणि दोन लहान मुलांसह राहत होता. त्याची पहिली बायको तो साताऱ्यात असताना अतिशय आजारी पडली. शेजारी राहणारी कुसुम नावाची वीस-एकवीस वर्षांची मुलगी भोसले कुटुंबाला मदत करायची. असे होता होता नीळकंठने कुसुमशी खेडेगावी जाऊन लग्न केले, पण कायद्याने ते लग्न कायदेशीर ठरणार नव्हते. पहिल्या बायकोच्या हयातीत ते दुसरे लग्न झाले होते. पुढे काही मूलबाळ नव्हते.

त्यानंतर नीळकंठची बदली लोणंद पोलीस स्टेशनला झाली. तो कुसुमसह लोणंदला पोलीसलाईनमध्ये राहायला आला. कुसुम दिसायला अतिशय देखणी होती. थोडीफार शिकलेली होती. लाईनमधल्या बायका तिचा नेहमी मत्सर करीत. तिला नळावर पाणी भरताना त्रास देत. त्या तिला नीळकंठची "रखेली" म्हणून नेहमी हिणवत. तिला नीळकंठपासून दोन मुलंही झाली होती. पहिली मुलगी सात वर्षांची, दुसरा मुलगा पाच वर्षांचा. कुसुम नेहमी नीळकंठला म्हणे, आपण

गावात भाड्याने खोली घेऊन राहू, इथल्या बायका नेहमी काही ना काही कारणावरून माझ्याशी भांडण उकरून काढतात. नीळकंठ तिची कशीबशी समजूत घालत असे.

एके दिवशी नीळकंठ ड्युटीवर असताना फौजदारांनी त्याला ऑफिसमध्ये बोलावले आणि त्याच्या हातात त्याला सस्पेंड केल्याची ऑर्डर ठेवली. नीळकंठ म्हणाला, "साहेब खरंच कुसुमशी मी लग्न केलंय. मला दोन मुलंही आहेत तिच्यापासून. लाईनमधल्या बायका तिला रखेली म्हणतात, हे खोटं आहे! ती माझी लग्नाची बायको आहे."

फौजदार म्हणाले, "जे काय सांगायचं असेल ते डी.पी.मध्ये सांगा, मला सांगून काही उपयोग नाही."

पोलीसलाईनमध्ये "रखेल" आणून ठेवल्याबद्दल त्याच्याच खात्यातल्या काही पोलिसांनी वरिष्ठाकडेही लेखी तक्रार केली होती. नीळकंठविरुद्ध डिपार्टमेंटल प्रोसेडिंग सुरू झाले. ते चालवणाऱ्या डीवायएसपीनी त्याला "डिसमिस" करावे, अशी शिफारस केली. डीएसपींनी डीवायएसपींच्या शिफारशीवर शिक्कामोर्तब केले.

त्या निकालाविरुद्ध नीळकंठने डी.आय.जी.कडे अपील केले होते. मी ते सर्व कागदपत्र बारकाईने वाचले आणि निकाल लिहिला. पोलीस हेड कॉन्स्टेबल नीळकंठ भोसले याची पहिली पत्नी हयात असतानाच त्याने कुसुमशी लग्न केले. हे लग्न जरी तांत्रिकदृष्ट्या बेकायदेशीर ठरत असले, तरी गेली आठ-दहा वर्षे कुसुम नीळकंठशी एकनिष्ठ राहून संसार करत आहे. तिच्यापासून झालेल्या मुलांचे शाळेत बाप म्हणून नीळकंठचेच नाव आहे. यात नीळकंठने अनैतिक असे कोणतेही कृत्य केलेले नसून, बायका-बायकांच्या भांडणात त्यांच्या नवऱ्यांनी नको इतके लक्ष घालून नीळकंठला त्रास देण्याच्या हेतूने हे कुभांड रचले आहे. मला त्या कामात हायकोर्टाचा एक निकाल मिळाला.

अ घर्शी चळींीर्शी, ुहे डींरूी ुळींह र ारप, षेी र श्रेपस ींळाश, ीींळीशी र ीींरींी ेष र श्ररुर्षीश्रश्रू ारीीळशव ुळषश.

श्यामरासाहेब मी दिलेल्या निकालावर सही करता करता म्हणाले, ‘‘मानवतावादी दिसता तुम्ही!’’

‘‘तसं काही नाही सर, पण भोसले निर्दोष आहे असे माझे प्रामाणिक मत आहे.’’

’जज्ञ, ींहरपज्ञ षेी ींहश वशलळीळेप.’

त्यानंतर नीलकंठ भोसले माझ्या घरी आला. त्याला पाहताच मला त्याचा चेहरा ओळखीचा वाटला. हातात पेढे देत म्हणाला, ‘‘साहेब, याच कामासाठी मी आपल्याकडं आलो होतो. आता तुमचे उपकार या जन्मात मी कसे विसरू?’’

त्यावेळी मात्र मी त्याला ‘‘तो मी नव्हेच’’ म्हणालो नाही. त्याच्या डोळ्यांतून अश्रू ओघळत होते.

◁◁◁

३४. डाकीण

नंदूरबार जिल्ह्यातील ''पोहारा'' या आदिवासी वस्तीवर तेथील मुखियाच्या (पोलीसपाटील) घरासमोर पन्नास-साठ आदिवासी जमले होते.

त्या जमलेल्या लोकांतील भल्या मोठ्या मिशांचा मध्यम वयाचा गृहस्थ मुखियाला म्हणाला, ''मग काय करणार आहात त्या रतुबाईचं? आमच्या वस्तीवरच्या चार दुभत्या म्हशी तिनं मारल्या. पाच-पंचवीस शेळ्याही तिनंच मारल्या. मणीबाईच्या पोरीचं लग्न झालं दोन सालापूर्वी, पोर सुखानं नांदत होती, तिचं नांदणं या रतुबाईनं तोडलं. नवऱ्यानं तिला सोडल्यातच जमा आहे! रामा तडवीचं आणि पंचम तडवीचं शेताला शेत लागून आहे. आजपर्यंत दोघं भाऊ-भाऊ गुण्यागोविंदाने राहत होते. या रतुबाईनं त्या भावाभावांत भांडणं लावली, सगळा गाव नासवला या डाकिणीनं!''

मुखिया थोडा शहाणा होता. तो जमलेल्या लोकांना उद्देशून म्हणाला, ''तुम्ही लेखी अर्ज द्या, मी पोलीस ठाण्याकडे पाठवून देतो. फौजदार येऊन चौकशी करून, रतुबाईवर योग्य ती कारवाई करतील!''

''झक् मारतो तो फौजदार, हितं आम्हाला ह्या बाईनं जगू द्यायचं नाही असं ठरवलंय, आम्ही त्या चेटकिणीला आमच्या वस्तीवरून मारून हाकलून लावणार!''

जमलेल्या लोकांनी लेखी अर्ज द्यायचं नाकारलं आणि सर्वजण काहीसे संतप्त होऊन निघून गेले.

त्याच दिवशी मध्यरात्रीच्या सुमारास रितुबाईच्या दारावर भला मोठा दगड टाकून तिचं दार फोडलं. रतुबाई पन्नास-बावन्न वर्षांची, कुणाच्या ना अध्या ना मध्यात, ती होती विधवा. तिला एकच मुलगा, तो सुरतेला गिरणीत कामाला होता. प्रत्येक महिन्याला शे-दोनशे रुपये आईला खर्चासाठी पाठवत होता. शिवाय रतुबाई वस्तीवरच्या लोकांच्या शेतांत मजुरीनं काम करायची. ती चेटूक करते, लग्न झालेल्या

मुलींच्या नांदण्यात विघ्नं आणते, वस्तीवरच्या लोकांची जनावरं चेटूक करून ठार मारते, भावाभावांत भांडणं लावते, अशी त्या तडवी वस्तीवरच्या लोकांची समजूत होती. अशा एकसारख्या आपत्त्या येऊ लागल्या की, वस्तीवरचे लोक देवऋषाकडे जायचे! देवऋषी त्या लोकांचं गाऱ्हाणं ऐकून घेतल्यावर हातात जपमाळ घेऊन काहीतरी मंत्र पुटपुटायचा आणि साक्षात्कार झाल्याप्रमाणे डोळे मोठाले करून म्हणायचा, ''समजले, समजले, कोण आहे डाकीण ते पक्कं मला समजलेच!''

''आम्हाला तिचं नाव सांगा!'' तिचं नाव सांगा!'' जमलेल्यांपैकी बरेच जण ओरडले.

देवऋषी, कोणाही बाईचं नाव स्पष्ट सांगत नसे, तो म्हणे, ''ही बाई रांडमुंड आहे. (विधवा) तिला एकच मुलगा आहे, तो मोठ्या शहरात नोकरी करतो, आईला दर महिन्याला पैसे पाठवतो, तिच्या घरासमोर भल्लंमोठं कडुलिंबाचं झाड आहे.'' प्रत्यक्ष नाव न घेता, तो देवऋषी ती चेटकीण कोण असावी, याचं वर्णन करीत असे. इतक्या अचूक वर्णनाची तडवी वस्तीवर रतुबाईशिवाय दुसरी कोणीही बाई नव्हती.

लोक म्हणाले, ''मग चला तिचा पुरता बंदोबस्त करू.'' असं म्हणून सात-आठ जणांनी त्या रात्री रतुबाईचं घर फोडलं. रतुबाई भयभीत होऊन लटलट कापू लागली. जमलेल्या लोकांनी तिच्या दुष्कृत्याचा पाढा वाचला आणि त्यांचा म्होरक्या म्हणाला, ''आता आम्ही तुला जिवंत ठेवणार नाही.''

त्या लोकांनी निरपराध अशा रतुबाईला मारझोड केली. मुलाने खर्चासाठी पाठवलेल्या पैशात तिने थोडी बचत केली होती. तीही रक्कम त्यांनी जबरदस्तीनं घेतली. रतुबाई त्या लोकांना हात जोडून रडत रडत म्हणाली, ''मी कुणाचंही नुकसान केलेलं नाही, मला चेटूक करायचं काय कारण आहे?''

वयोमानाप्रमाणं थोडं फार राबते, माझा मुलगा खर्चासाठी मला पैसे पाठवतो, कशासाठी मी चेटूक करू! हात जोडून सांगते मी निरपराध आहे.''

''तू बदनाम आहेस, देवऋषी आम्हाला खोटं कशाला सांगेल? जा रे कुऱ्हाड आणा. आताच्या आता हिची खांडोळी करू, नाही तर ही पोलिसांत तक्रार गुदरेल!''

त्यातला रामा तडवी कुऱ्हाड आणायला गेला. रतुबाईनं ओळखलं, आपला जीव घेतल्याशिवाय हे लोक राहणार नाहीत. तिने त्या लोकांना ढकलून दिले आणि अंधारात ती सुसाट पळत सुटली, ती थेट मुखियाच्या घराकडे धावली. तिच्या ओरडण्याने मुखियानं घराचा दरवाजा उघडला, दार उघडताच ती मुखियाच्या पायावर लोळण घेत म्हणाली,

''दादा वाचवा मला, डाकीण म्हणून वस्तीवरच्या लोकांनी मारहाण केली. राम्या तडवी कुऱ्हाड आणायला गेलाय.''

मुखिया सात इयत्ता शिकलेला होता, तोही तडवी जातीचाच होता; पण शिक्षणामुळे त्याला आपली जमात कमालीची अंधश्रद्धाळू आहे, याची जाणीव झालेली होती. त्यानं रतुबाईला अभय दिले. दुसऱ्या दिवशी सकाळी तो रतुबाईला घेऊन पोलीस ठाण्यावर गेला. रतुबाईला तीन-चार लोकांची नावं आठवली. त्या गर्दीत खूप लोक होते, पण भयामुळे तिला त्यांची नावे सांगता आली नाहीत.

ज्या चार लोकांची नावे रतुबाईनं सांगितली होती, ती तेवढी पोलिसांनी उतरून घेतली. रतुबाईची फिर्याद रजिस्टर झाली. दुसऱ्या दिवशी पोहाऱ्यात पोलिसांची निळी जीप येऊन दाखल झाली. ज्या चार लोकांची नावं रतुबाईनं सांगितली होती, त्यांना अटक करण्यात आली. भारतीय दंड संहिता, खपवळरप झळपरश्र उेवश प्रमाणे गुन्हा दाखल झाला होता.

या प्रकारची माहिती अंधश्रद्धा निर्मूलन समितीच्या कार्यकर्त्यांना समजताच त्यांनी पोहारा वस्तीस भेट दिली. रतुबाईला थोडीफार मदतही केली.

महाराष्ट्रातल्या नंदुरबार जिल्ह्यात कमालीची अंधश्रद्धा अस्तित्वात आहे. कुणीही उठावं आणि कुणाही बाईला चेटकीण किंवा डाकीण ठरवून तिला मारझोड करावी, तिच्या मुला-बाळांना वाळीत टाकावे, तिच्या मालकीची थोडीफार जमीन असली, तर जमिनीतील पिकांची नासधूस करावी, घर पेटवून द्यावे, असे प्रकार गेल्या कित्येक वर्षांपासून चालत आलेले होते.

ही प्रथा, प्रथा म्हणण्यापेक्षा अंधश्रद्धा शतकानुशतकं या आदिवासी भागात चालत आलेली आहे. ही अंधश्रद्धा समाजपरिवर्तनाने मुळीच नष्ट होणार नाही.

या प्रथेच्या संपूर्ण निर्मूलनासाठी कडक कायदे करणे गरजेचं आहे. जोपर्यंत असे कायदे होत नाहीत आणि झाले तर त्याची कडक अंमलबजावणी होत नाही, तोपर्यंत रतुबाईसारख्या निष्पाप, निरूपद्रवी विधवेला जगणंही मुश्कील होईल. सरदार सरोवराला विरोध करणाऱ्या श्रीमती मेधा पाटकर यांनीही अशा प्रकरणात आता लक्ष घातले आहे. झझड नावाची संघटनाही कार्यरत आहे. (पुनर्वसन संघर्ष समिती) त्या समितीनं ही जीवघेणी प्रथा बंद करायची असेल, तर या भागांत सक्तीचं शिक्षणच हवं, असे सुचविले आहे. बघायचं आता, खुर्चीच्या स्पर्धेत ह्या राजकारण्यांना कधी या आदिवासी जातींना कलंकित करणाऱ्या प्रथेविरुद्ध कायदे करण्याची ''बुद्धी'' (?) सुचते ते!!

◁◁◁

३५. मालपोहे विकणारा
शंभूमामा!

शंभूमामा हा सगुणामावशीचा सख्खा भाऊ. त्याचं लग्न झालं होतं की नाही किंवा त्याला मुलंबाळं झाली होती की नाही, याची त्यावेळी आम्हा कुणालाच माहिती नव्हती. सगुणामावशीचा नवरा देवक होता. त्याला भजन, कीर्तनाचा छंद होता. भजनासाठी त्यानं भलामोठा मंडप बांधला होता. त्या मंडपात ज्ञानेश्वर, तुकाराम यांच्यापासून एकूण एक संतांची रंगीत छायाचित्रं फ्रेम करून लावलेली होती. मंडपात हंड्या झुंबरंही होती. दर गुरुवारी तिथं रात्री नऊ वाजता जे भजन सुरू व्हायचं, ते मध्यरात्र उलटून गेली तरी चालायचं.

एका कोपऱ्यात वीणा, तंबोरा, पेटी, तबला अशी सर्व भजनासाठी लागणारी संगीताची सामग्री व्यवस्थित ठेवलेली होती. मंडपाच्या एका बाजूला ज्ञानेश्वरांची अत्यंत रेखीव आणि देखणी मूर्ती होती. एखाद्या अश्रद्ध माणसाचेदेखील ती देखणी मूर्ती पाहताच हात जुळत. मंडप रोज झाडून पुसून व्यवस्थित ठेवला जाई. ज्ञानेश्वरांच्या मूर्तीला रोज टवटवीत अशा मोगरीच्या फुलांचा हार शंभूमामा घाली. तो मंडपालगत असलेल्या आठ बाय दहाच्या खोलीत एकटाच राहायचा.

शंभूमामा पहाटे उठून थंड पाण्याने अंघोळ करून मंडपाची स्वच्छता करी. त्याचा तसा कोणालाही उपद्रव नसे.

पाच फूट दीड इंच उंचीचा शंभूमामा आकाराने गोल गरगरीत आणि रंगाने लालभडक गोरा होता. नेहमी तो अंगावर खाकी हापपँट घालायचा.

शंभूमामा स्वावलंबी होता. तो बहिणीच्या घरी जेवत नसे. स्वत: हातानेच सकाळी भात पिठलं स्टोव्हवर बनवायचा! त्याला एक वाईट खोड होती. आजूबाजूस पोरं खेळू लागली की, तो अत्यंत गलिच्छ अशा शिव्या त्यांना द्यायचा. पाठशिवणीच्या खेळात पोरं कधी कधी लपण्यासाठी मंडपात येत. त्यांना पाहिलं की, त्याचं मस्तक बिघडे. तो म्हणायचा, "रांडाच्यांनो, तुमाला कायतरी कामं

धामं हैत का? दिवसभर खेळ आणि खेळ! कवा बटणानं तर कधी हासुक्यांन तरी कधी गोट्यानं! भडव्यांनो, खबरदार मंडपाकडं फिरकलांसा तर!''

शंभूमामा दुपारी तीनच्या सुमाराला मंडपाच्या बाहेर मोकळ्या जागेत भली मोठी कढई शेगडीवर ठेवून त्यामध्ये मालपोहे बनवायचा. गोल पुऱ्याच त्या, पण त्या खरपूस तळल्यानंतर साखरेच्या पाकात घालायचा. त्यांना पदर सुटलेला असायचा, त्यामुळं त्यात साखरेचा पाक मुरला जायचा. ते लाटण्याच काम तो स्वत:च करी. चांगले शे-दीडशे मालपोहे बनवून तो ते विक्रीसाठी मटणमार्केटकडे जायचा. तिथं काही लोक बुंदीचे लाडू, चकल्या, पेढे असे पदार्थ विक्रीस घेऊन येत. शंभूमामा मोठ्या परातीत ते मालपोहे व्यवस्थित मांडून ती परात पांढऱ्या शुभ्र कापडात बांधून डोक्यावरून विक्रीस घेऊन जायचा. त्याच्या मालपोह्याला भलतीच ''डिमांड'' होती. दिवस मावळायला एकही मालपोहा शिल्लक राहायचा नाही. मग परात बांधून आणलेलं कापड झटकावून मामा उठे. पहाटेपासून कामात असलेला शंभूमामा बराच वेळ एका जागी बसून उठताना ''रामकृष्ण-हरी'' हे शब्द दहा-वीसवेळा उच्चारायचा. मग त्याची पावलं मटणमार्केटकडं वळत. नेहमीच तो मालपोहे तिथं विकायला येत असल्यानं हिंदू आणि मुस्लीम खाटीक त्याला चांगले ओळखत होते.

रोज एक-पावशेर मटण तो मार्केटमधील टांगलेली बकरी न्याहाळत त्यातलं ''मांड्याचं'' चरबीचं मटण पसंत करी. छोट्या रुमालात मटणाचं गटळं बांधून तो सरळ घराची वाट धरी.

एव्हाना भामा आलेली असे. भामा ही मामाची मैत्रीण, वयानं त्याच्यापेक्षा चार पाच वर्षानं लहान असेल, ती विधवा होती. तिलाही मूलबाळांचा पाश नव्हता. मामाची आणि तिची ओळख केव्हा झाली, त्या दोघांचं ''सूत'' कसं जमलं, याची त्यावेळी कोणालाच कल्पना

नव्हती. आम्ही पोरं तिला शंभूमामी म्हणायचो. ही शंभूमामीही मामा-सारखीच बुटकी आणि ठुमणी होती. तिचाही रंग लाल, गोरा. उन्हात आली की तिचे गोलगोबरे गाल पिकलेल्या टोमॅटोसारखे दिसत. ती कोणाशीही बोलत नसे.

मामा मार्केटातून परतला की, ती आलेली असे. मग मामा आणलेलं मटण शिजवीत असे. मामी त्याला लसूण आलं यांचं पाट्यावर वाटण बनवून देई. मामासाठी मामी बन्सी गव्हाच्या खुसखुशीत चपात्या बनवायची. मार्केटातून परतल्यावर जेवण बनवायचा प्रोग्रॅम आवरला की, मामा मंडपापासून दहा पावलावर असलेल्या दारूच्या दुकानात जाऊन दीड-दोन ''ड्राम'' त्यावेळी मिलिलिटरचे माप आले नव्हते, तेवढी दारू स्टार्ट टू फिनीश करून परत मंडपासमोरच्या दगडावर येऊन बसे. जेवण बनवून मामीही तिथं खाली येऊन बसे. ते काय बोलत ते कोणालाही समजत नसे. एखाद्या दिवशी मामीचा ''खाडा'' व्हायचा. ती आलेली नसे. त्या दिवशी मामाचा मूड खराब व्हायचा. तो दारू पिऊन त्या दगडावर बसला की, पूर्वेकडं तोंड करून कोणाला तरी अव्याहत शिव्या द्यायला सुरुवात करायचा. कोणाला तरी तो माई-बहिणीवरून गलिच्छ अशा शिव्या द्यायचा. समोर कोणीच नसे, पण समोर कोणीतरी आहे असे समजून त्याच्या तोंडाचा तोफखाना सुरू व्हायचा.

मामी असली तरीही तो पूर्वेकडं तोंड करून शिव्यांची लाखोली वाहायचा, पण दहा पंधरा मिनिटं झाली की, मामी त्याच्या हाताला धरून उठवे व त्याला जेवायला खोलीत घेऊन जायची. खोलीत गेल्यानंतरदेखील चार-दोन शिव्या तो हासडायचाच, पण शेजारी राहणाऱ्या बहिणीची, सगुणाची त्याला ताकीद होती. सगुणाच्या मुली-मुलं सुशिक्षित होती. त्यांच्या कानावर आशा गलिच्छ शिव्या पडता कामा नयेत, अशी तिची सूचना होती. एक-दोन वेळा मामाला जास्त

झाली आणि त्याच्या शिव्या काही थांबेनात. तेव्हा सगुणाच्या मुलांनी त्याला जबरदस्तीने टांग्यात बसवून टेमलाईच्या माळावर नेऊन सोडले होते.

पण दुसरे दिवशी पहाटे अंघोळ करून मामाला मंडप झाडून, पुसून मूर्तीला हार घालून काल रात्री काहीच घडलं नाही, अशा अविर्भावात वावरत होता.

शंभूमामाचा इतिहास, त्यानं पूर्वेकडं पाहून रोज शिव्या देण्याचं कारण मला बऱ्याच वर्षांनी समजलं, तेव्हा आश्चर्याचा धक्का बसला.

शंभू लहान असल्यापासून हॉटेलात काम करीत होता. शाहूपुरीतल्या त्या हॉटेलमालकाचा शंभूवर फार विश्वास होता. मालक कोठेही दोन-चार दिवस गावाला गेला की शंभूच त्यांचं हॉटेल सांभाळत असे. त्या हॉटेलातला ''गुलाबजाम'' ही त्यावेळी कोल्हापुरातली खास ''खासीयत'' होती. गुलाबजामबरोबर चिवडाप्लेट घेतल्याशिवाय गंमत येत नसे. गुलाबजाम, मालपोहे, खाजा, बर्फी असे गोड पदार्थ बनवायला मामा तिथेच शिकला. मालकाचा विश्वास संपादन केल्यामुळे मामाचं मालकाच्या घरी येणं-जाणं वाढलं. त्यावेळी मामाचं वय असेल अठरा-वीसच्या आसपास. मालकाला एकच मुलगी होती. गोरी गोमटी, गिड्डेली. मामाची तिच्याशी लग्न करायची खूप इच्छा होती, पण मालकाला मला तुझा जावई बनवून घे म्हणायचं धाडस होत नव्हतं. एके दिवशी मामाला मालकानं ढुंगणावर लाथ मारून हाकलून दिलं. तो म्हणाला, ''भडव्या, तुझी लायकी काय? तू माझ्या पोरीला नादाला लावतोस काय?''

तर त्याचं काय झालं होतं, शंभू एका संध्याकाळी मालकाच्या घरी आला असताना ती आणि त्याला नको त्या अवस्थेत मालकाच्या बायकोनं बघितलं. रात्री नवरा घरी आल्यावर सारा प्रकार त्याला सांगितला. हॉटेल मालकाला आपल्या घराण्याचा भलताच अभिमान

होता. नेहमी तो अमुक जहागीरदार, तमुक जहागीदार, आपली मुलगी जहागीरदार घराण्यात देण्याचा त्याचा मानस होता. तेव्हा बायकोनं सांगितलेली हकीकत ऐकून त्याचे मस्तक खवळले. त्याने तडकाफडकी शंभूची हाकालपट्टी केली. जहागीरदाराशी दुरून नातेसंबंध असणाऱ्या विठ्ठलराव सरकार याच्याशी मुलीचं लग्न लावून दिलं. जेमतेम वर्ष, दीडवर्ष मुलीनं संसार केला. विठ्ठलराव बाहेरख्याली होता. तो मरून गेला. सासरच्या लोकांनी पांढऱ्या पायाची म्हणून सुनेलाच त्रास द्यायला सुरुवात केली. मग ती माहेरी आली. मुलीला अकाली वैधव्य प्राप्त झालेलं पाहून बापही वारला.

मालकाच्या बायकोला मुलीशिवाय कोणाचाच आधार उरला नाही. हॉटेलही बंद पडलं. आईला पश्चात्ताप वाटला. तेव्हाच आपण शंभूला आपला जावई करून घेतला असता, तर बरं झालं असतं, असं तिला वाटू लागलं. तिने शंभूला परत ये, हॉटेल ताब्यात घे आणि मुलीचाही स्वीकार कर, असे सांगितले. पण शंभूच्या घरच्यांनी तो प्रस्ताव फेटाळला. शंभूने कोणाशीही लग्न केलं नाही. तो एकटाच पोटापुरतं कमवून जगत होता.

त्याच्याकडे अधूनमधून येणाऱ्या बाईचं नाव होतं भामिनी! रात्री पूर्वेकडं तोंड करून तो अव्याहत शिव्या द्यायचा. तो त्या हॉटेल मालकाला आणि तिच्याशी लग्न करणाऱ्या विठ्ठलराव जहागीरदाराला.

पण गंमत अशी की, ज्यांना मामा रोज नित्यनियमाने शिव्या द्यायचा, ते दोघेही तेव्हा जगात नव्हते.

असा हा मालपोहे विकणारा शंभूमामा!

◁◁◁

३६. "चहा"

सकाळी उठल्या-उठल्या चहा न घेणाऱ्यांची अन् माझी मैत्री कधीच जमत नाही. एकदा काय झालं, सकाळचा चहा घेऊन मी फिरायला बाहेर पडलो होतो. मी निघालेल्या दिशेलाच एक गृहस्थ चालले होते. वय असेल पन्नास-पंचावन्न. अंगात स्वेटर, पँट, गळ्याभोवती चॉकलेटी मफलर, डोक्यावर माकडटोपी. मी त्यांना ओलांडून पुढे चाललो असतानाच त्यांनी मला हटकलं.

"काय बाबासाहेब, रोज इकडंच येता का फिरायला?"

"नाही मला रोज एकाच दिशेला फिरायला आवडत नाही!"

"का बरं?"

"रोज रोज तोच रस्ता, तीच वळण, झाडंझुडपं, त्या रस्त्यावरून जाणारी-येणारी तीच ती माणसं बघायला नाही आवडत मला!"

"हं ऽऽ हं ऽऽऽ हं ऽऽऽ" असा उच्चार त्यांच्या मुखातून बाहेर पडला. मला त्या हंऽऽ हऽऽ हंऽऽ चा अर्थ समजला नव्हता. त्यांना माझी विचारसरणी आवडली की नाही याचा त्यातूनच काहीच बोध न झाल्याने मी त्यांना पुन्हा विचारलं...

"माझे वागणे पसंद नाही तुम्हाला?"

"माझ्या पसंतीचा आणि नापसंतीचा प्रश्न येतोच कुठे? ज्याला जे आवडेल ते त्याने खुश्शाल करावे. आता मी गेली पन्नास-साठ वर्षे चहाला स्पर्शही केलेला नाही. पण प्रकृती बघा अजून कशी ठणठणीत आहे. पण बहुसंख्य लोक चहाचे व्यसनाधीन झाले आहेतच ना?"

"मीही त्यातलाच एक आहे. उठल्या उठल्या चहा नाही घेतला तर माझा अख्खा दिवस वाईट जातो."

"हंऽऽ याचंच नाव व्यसन, माणसानं व्यसनापासून चार हात दूर राहावं. चहा काय, सिगारेट काय, मद्य काय कोणतंही झालंच तरी ते व्यसनच!"

मला त्या गृहस्थांचं चहाविरोधी प्रवचन ऐकायची इच्छा नव्हती.

म्हणून मी उगीचच हातातल्या घड्याळाकडे पाहत म्हणालो, "मला परतायला हवं. माझ्या घरी एक गृहस्थ यायचे आहेत."

दुसऱ्या रस्त्याने फिरून घरी आलो. राहून राहून चहाच्या विरोधात बोलणाऱ्या त्या गृहस्थांचे आश्चर्य वाटत होते. त्यांना मी सकाळी चहा घेतो. तो कसला असतो, तो तयार करताना मी किती आत्मीयतेनं बनवतो, तो घेतल्यानंतर कशी झकास तरतरी येते ह्याची त्या गृहस्थांना कल्पनाच येणार नाही.

मित्र हो, मला भाकरी आणि चपाती सोडून सर्व जेवण बनवता येते. एकवीस वर्षे घरापासून दूर अशा ठिकाणी नोकरी केल्यामुळे मला पाककला शिकावीच लागली. पण त्यातल्या त्यात चहा बनवताना मी फारच खूष असतो. एकतर सकाळचा चहा सौ. ना मीच करून द्यायचा असा लग्नापासूनच अलिखित करार झालेला आहे. तो मी आजतागायत पंचेचाळीस वर्षे विनातक्रार पालन करतो आहे.

चहाचे कप, कप नव्हेच मग. चांगले दीड-पावणे दोन कप चहा मावेल एवढे ते स्वच्छ धुवून घ्यायचे. रात्रभर झुरळांचा संचार असतो. ते बेटे कपावरून फिरतात ते फिरतात, पण त्याचवेळी एक धुण्याची सवय. मग घट्ट दूध तापवून घ्यायचं. बायका दूध तापवताना दुधाची पिशवी धुण्याची निमित्त करून पाणी का घालतात समजत नाही. कदाचित पूर्वी गवळ्यांचे जलमिश्रित दूध खायची सवय झाली असेल, पण मला पिशवीतलं "पाश्चराईज्ड" दूध तापवताना त्यात पाणी घालणं बिलकूल आवडत नाही. चहात आकडी दूध घातल्यानं जी रंगत येते ती जलमिश्रित दुधानं येत नाही. चहाची पावडरसुद्धा अगदी "सिलेक्टेड." पूर्वी ग्रीन लेबल लिप्टनचा चहा मिळायचा. तो आजही बाजारात मिळतो, पण पूर्वीचा स्वाद त्याला नाही. आता मी ताज वापरतो. पाणी उकळंल की, चहापत्ती टाकून दोन मिनिटं झाकून ठेवायचे. मग गाळणीने कपात ओतायचा. वर हवे तेवढे दूध आणि साखर!

मला चहा बशीत ओतून प्याल्याशिवाय त्याची लज्जत कळत नाही. असा चहा मी चक्क हॉलीवूडला कॅफेमध्ये जेव्हा प्यायला लागलो तेव्हा सौ. म्हणाल्या, ''काय खेड्यातल्या माणसासारखा चहा बशीत ओतून पिता? लोक काय म्हणतील?''

मी म्हणालो, ''माई, चहा तयार होतो भारतात. तो कसा प्यावा हे बेटे अमेरिकन आम्हाला शिकवणार कोण?'' मी चक्क भुरकून भुरकून माझा चहा संपवला.

पण चहा कसा बनवावा हे बहुसंख्य लोकांना ठाऊक नाही. उकळून उकळून त्याचा अक्षरश: कडू, काढा करणारी माणसं मला ठाऊक आहेत. तसेच चहा नामक पुळपुळीत पाणी पिणारेही मी बघितलेत. लोकांच्या घरी मी सहसा चहा घेत नाही. एकदा त्या गृहिणीनी कपाटात शोसाठी ठेवलेल्या कपातून चहा दिला. पहिला घोट घेताच कपावर झुरळांचे अतिक्रमण झाल्याचा वास आला. मग ''तुमचे घर काय सुरेख ठिकाणी आहे हो,'' असे म्हणत हातात कप घेऊन गॅलरीत जाऊन त्यांच्या तुळशीच्या कुंडीत कप रिकामा केला. सरबत देतानासुद्धा काही गृहिणी काचेचे पेले न धुता देतात. परवा असेच मंगेश पाडगावकरांच्या सौ. यशोदा वहिनी आणि मी त्यांच्या परिचितांना भेटायला म्हणून गेलो. त्या गृहिणीने सरबत आणले. एक घोट घेतल्यावर मी वहिनींच्याकडे पाह्यलं. त्याही माझ्यासारख्याच चिकित्सक, त्यांनी नजरेनंच मला सांगितलं. माझ्याही सरबताला ओझर वास आहे. मी थोडी साखर हवी म्हणून ग्लास घेऊन हॉलमधून उठलो आणि चक्क बेसीनमध्ये ग्लास ओतला. चहा काय आणि सरबत काय स्वच्छ कपातून किंवा ग्लासातून घेतल्याशिवाय बरेच वाटत नाही. वहिनींनी मात्र नाईलाजाने अर्धा ग्लास घेतला. माझ्या ओळखीचे एक वकील होते. ताम्हणकर नावाचे. ते पंचवीस वर्षे केवळ चहावर जगले होते. त्यांना म्हणे अन्न खाल्लं की त्रास व्हायचा. चहा त्यांना अमृतासारखा वाटे.

दिवसातून दहा-वीस कप चहा ते घेत. चांगले पाऊणशे वर्षे ते जगले.

फिरायला जाताना चहाची नफरत असणाऱ्यांना मी हे चहाचे माझे अनुभव कधीच सांगणार नाही. कारण काही लोक इतके हेकेखोर असतात की, मी म्हणेन तेच खरं म्हणणारे.

पण मित्रहो, काही झालं तरी दिवसातून एक-दोन वेळा चहा पिण्याचं सुख या कर्मदरिद्री लोकांना सांगून काय फायदा? एक-दोन वेळा चहा घेतल्याने जर माणसाचे आयुष्य कमी होणार असते, आमचे ताम्हणकर पाऊणशे वर्षे कसे जगले असते?

परवा रिडर्स डायजेस्ट चाळताना चहावर बहुमोल अशी माहिती माझ्या वाचनात आली. जगातील बहुतेक सर्व प्रगत राष्ट्रांतल्या शास्त्रज्ञांनी चहावर संशोधन केलेले आहे. त्यात इंग्लंड, फ्रान्स, जर्मनी, स्वित्झर्लंड, युनायटेड स्टेटस्, चीन, जपान, इथल्या शास्त्रज्ञांनी चहा पिणाऱ्यांचे आकडे दिले आहेत. त्यात त्यांनी पुराव्याने ज्या गोष्टी शाबीत केलेल्या आहेत, त्या वाचून माझे चहावरचे प्रेम दुप्पट वाढले. हॉलंडमध्ये एका पाहणीत असे आढळून आले की, सन २००२ मध्ये अठ्ठेचाळीस हजार चहाप्रेमींच्या मुलाखती घेण्यात आल्या. त्यात रोज न चुकता रोज दोन कप चहा पिणाऱ्यांना हृदयविकार होण्याची शक्यता नसल्याचे आढळून आले. अमेरिकेतील बोस्टन शहरात चहाप्रेमींना ४४ टक्के हृदयविकार होऊच शकणार नाही, असेही आढळून आले. एवढंच काय पण चहामध्ये असलेल्या "अन्टी ऑक्सीडंट" गुणामुळे कॅन्सरच्या जंतूचा प्रवेश दिवसातून चार कप चहा पिणाऱ्यांच्या बाबतीत रोखला गेल्याचे आढळले. दुसऱ्या एका पाहणीत चहा पिणाऱ्यांची हाडे बळकट व मजबूत होतात हे सिद्ध झाले.

तुम्हाला चहाबद्दल आजपर्यंत नफरत असेल, तर या क्षणीच ती सोडून द्या. तुम्हाला तुमची आयुष्यमर्यादा थोडीफार वाढवायची असेल, तर चहाप्रेमी व्हा!

◁◁◁

३७. लालासाहेब

रंग लाल गोरा, भव्य कपाळ, सदैव हसरी मुद्रा असलेल्या लालासाहेबांच्या स्वभावाला अनेक पैलू होते. त्यांना उत्तमपैकी शास्त्रोक्त रागदारीची जाण होती. कधी बोलता बोलता रंगात आले की, डावा हात कानावर ठेवून अशी तान घ्यायचे की, ऐकणारा मंत्रमुग्ध व्हावा. अभिनयाची त्यांना आवड होती. दुसरे त्यांचे एक वैशिष्ट्य असे की, ते अत्यंत हजरजबाबी होते. मुळात विनोदी स्वभाव, नि:स्वार्थी वृत्ती. यामुळे ते भल्या भल्या राजकीय नेत्यांना परिचित झाले होते. स्व. यशवंतराव चव्हाण, नामदार शरद पवार, विलासराव देशमुख, सुशीलकुमार शिंदे या सर्वांना त्यांनी केव्हा ना केव्हा मनमुराद हसायला लावले होते. डर्रीसहींशी ळी ींहश लर्शीीं ।शवळललपश असे एक सदर ''रिडर्स डायजेस्ट''मध्ये असते. आमचे लालासाहेब भल्या भल्या गंभीर चेहऱ्यांच्या राजकारण्यांना ''लाफ्टर मेडिसिन''चा नेहमीच एखादा डोस द्यायचे. कपाळावर सतत आठ्यांचे जाळे घेऊन वावरणारे राजकीय नेतेसुद्धा त्यांच्या विनोदावर खळाळून हसत.

लालासाहेबांची विद्यार्थीदशा मी जवळून बघितलेली आहे. लालासाहेब आणि मी ''भक्तिसेवा विद्यापीठ'' हायस्कूलमध्ये मराठी चौथीपासून ते थेट इंग्रजी पाचवी, सहावीपर्यंत एका बाकावर बसणारे विद्यार्थी. दोघेही वार्षिक परीक्षेत कसेबसे वरच्या वर्गात जाणारे. मला एखाद्या विषयात दहा-पंधरा मार्क कमी पडणार असं वाटलं की, पेपर तपासणाऱ्या सरांना घरी गाठून मी विनंती करायचो, ''सर, या खेपेला तुमच्या विषयात मी नापास होणार.''

''कुठल्या विषयांत तू आजपर्यंत कधी पास झाला आहेस.''

''बघा सर पुढच्या वर्षी मी कसा अभ्यास करतो ते!''

मग दयार्द्र बुद्धीनं सर मला ३५ मार्क द्यायचे!

वरच्या वर्गात जायचा लालासाहेबांचा मार्ग भिन्न होता. लालासाहेब आमच्या हायस्कूलमध्ये स्पोर्टस्‌मन म्हणून ''ख्यातनाम'' होते. ते

हॉकी, क्रिकेट, फुटबॉल या विदेशी खेळांबरोबरच कुस्ती, मल्लखांब यात तरबेज होते.

पंचगंगेला दरवर्षी पावसाळ्यात महापूर यायचा. ऐन महापुरात शहरातले पहिले पोहणारे धाडसी तरुण पुलावरून उड्या मारायचे. लालासाहेब दरवर्षी त्या स्पर्धेत भाग घ्यायचे. त्यांच्या धाडसी स्वभावामुळे त्यांना हेडमास्तरांपासून ते ''पीटी''च्या बकरे मास्तरांपर्यंत सर्वजण ओळखत. या त्यांच्या क्रीडाकौशल्यामुळे दरवर्षी त्यांना वरच्या वर्गात प्रवेश मिळायचा, एखाद्या वर्षी हेडमास्तरांनी त्यांना पास करायला नकार दिला, तर ते हेडमास्तरांना बेधडक सांगत, ''मला तुम्ही यंदा पास केलं नाही, तर मी शाळा बदलणार. न्यू हायस्कूलचे हेडमास्तर मला आपल्या शाळेत ये म्हणतात! जावू मी?''

हेडमास्तरांचा नाईलाज व्हायचा. लालासाहेबांचे नाव ''पास'' लिस्टात यायचे. अभिनयही उत्तम करायचे. भालजींच्या ''मीठभाकर'' या सिनेमात त्यांनी ''हिरो''ची भूमिका उत्तम वठवली होती.

लालासाहेबांचे अनेक क्षेत्रांमधले नैपुण्य त्यांना मॅट्रिकच्या उंबरठ्यापर्यंत कसेबसे घेऊन गेले. त्यावेळी मॅट्रिकची परीक्षा मुंबई विद्यापीठाची होती. लालासाहेब मॅट्रिक होऊ शकले नाहीत.

इंग्रजी तिसरी-चौथीत असताना माझी शैक्षणिक ''अधोगती'' पाहून मातोश्रींनी मला तपोवनावर ठेवले. विद्यापीठ हायस्कूलचे तपोवन हे त्यावेळी बोर्डिंग होते. माझ्यापाठोपाठ लालासाहेबही काही दिवस तपोवनवर आले. तेथे पुन्हा आमची खास गट्टी जमली.

तपोवनवरचे नियम काहीसे कठोर होते. पहाटे पाच वाजता उठायचे. प्रातर्विधी आटोपल्यावर खाली नळावर आम्हास नेत. उन्हाळा-पावसाळा, हिवाळा, कुठलाही सीझन असो, आम्हास थंड पाण्याने अंघोळ करावी लागे. अंघोळीनंतर प्रार्थना! परन्धामची खोली पश्चिमेकडे होती. बरोबर साडेपाचला प्रार्थना संपायची. मग लंगोट लावून श्यामुदायिक

व्यायाम, जोर, बैठका! लालासाहेबांचे शरीर नित्य व्यायामाने अतिशय डौलदार आणि मजबूत दिसायचे, पण हे दैनंदिन कार्यक्रम पार पाडत असताना लालासाहेबांचे तोंड मात्र सदैव चालू असायचे. एक दुर्गुळे नावाचा मुलगा अतिशय हडकुळा होता. तो व्यायाम करायला लागला की लालासाहेब त्याला म्हणत, "रंग्या, लवकर आटप व्यायाम. अंगात कपडे घाल! हे बघ, वर आभाळात गिधाडं घिरट्या घालायला लागल्यात!" जणूकाही गिधाडं त्यांचे कृश शरीर पाहून त्यांच्यावर झडपच घालणार होती.

मी कसाबसा पन्नास जोर आणि शंभर बैठका मारायचो. मला म्हणायचे, "बाब्या, बैठका जरा बेतानं मार, उद्या द द द बसायला येणार नाही आणि बसलास तर उठायला येणार नाही.

प्रत्येकाची "फिरकी" घेण्याची त्यांना सवयच होती. तपोवनातल्या जेवणात तिखट वापरलं जात नव्हतं. फक्त मीठ. जेवणाचा मेनू ठरलेला. पडवळाची नाहीतर दोडक्याची भाजी आणि भाकरी! भात कधीतरी सायंकाळी! मला त्या बेचव अन्नाची शिसारीच बसलेली होती. बैलाच्या एक्क्यातून शाळेला गावात यायचो. मधल्या सुट्टीत लालासाहेब मला गुरव गल्लीतल्या आपल्या वाड्यात घेऊन जायचे. त्यांच्या आईसाहेब अतिशय प्रेमळ होत्या. त्याच्या घरी नेहमीच कसलं ना कसलं मटण असे. लालासाहेबांचे वडील सरदार बाळासाहेब यादव यांना मांसाहाराशिवाय काहीच चालत नसे. कधी हरणाचं तर कधी सशाचं, तर कधी रानडुकराचं मटण असे. त्यातल्या त्यात शिबिराच्या मटणाचं लोणचं त्या फारच छान बनवीत. त्या माऊलीच्या हाताला एक वेगळीच चव होती. साधी डाळ, बटाट्याची आमटीदेखील चविष्ट लागे.

लालासाहेबांचं घर म्हणजे साक्षात गोकूळच होते. नानासाहेब, लालासाहेब, बाबासाहेब, मानसिंग, सत्यसिंग, धाकटा बाळ असे सहा मुलगे व एक कन्या. गुरव गल्लीतला यादवांचा वाडा सदैव गजबजलेला असे.

मी मोठेपणी एकदा त्यांना म्हणालो, ''लालासाहेब एवढे मोठे कुटुंब तुमचे इतरत्र क्वचितच पाहायला मिळते. यादव घराण्याला गोकूळ म्हणतात ते रास्तच आहे!''

लागलीच लालासाहेब मला म्हणाले, ''अगदी बरोबर बोललास रे, खरंच आम्ही श्रीकृष्णाच्या वंशातलेच आहोत. नानासाहेबांनी आमच्या घराण्याची वंशावळ तयार केलीच बघ, त्यात आमच्या घराण्याचा मूळ पुरुष श्रीकृष्णच दाखवलेला आहे!''

हजरजबाबीपणा हे लालासाहेबांच्या स्वभावाचे खास वैशिष्ट्य!

लालासाहेब कालांतराने राजकारणात पडतील, याची आम्ही बालपणी कल्पनाही करू शकलो नसतो. पण लालासाहेब काँग्रेसचे सभासद झाले. नंतर आमदार म्हणून प्रचंड बहुमताने निवडून आले. तेव्हा मी बार्शीला सरकारी वकील होतो. पेपरमधली बातमी वाचून त्यांना अभिनंदनाची तार केली.

कोल्हापूरच्या वातावरणात ''आयला, मायला, रांडेच्या'' हे शब्द वारंवार उच्चारले जातात. लालासाहेब आमदार झाल्यानंतर मी बार्शीहून त्यांना एकदा भेटायला आलो. त्यावेळी त्यांना भेटायला येणाऱ्यांची संख्या अफाट! कोणाला पिठाच्या चक्कीचं लायसेन्स हवे असे, कोणाला प्राथमिक शिक्षकाची चंदगडला झालेली बदली रहित करून पाहिजे असे, तर कोणी आपल्या घरगुती बाबतीत रडगाणे घेऊन आलला असे. आपले काम करून घ्यायला आलेल्या माणसाला कामाच्या अगोदर लालासाहेबांच्या एक डझनभर शिव्या खाव्या लागत. ''रांडेच्या, किती धंदे करशील. मागं वखार काढलीस तिचं दिवाळं वाजलं. मग ट्रक घेतलास. त्याचा धारवाडजवळ ॲक्सिडेंट केलास. ते पन्नास-साठ हजार म्हाताऱ्याचे (प्रत्येकाच्या वडिलांना ते म्हातारा म्हणत) खड्ड्यात गेले. आता तुला पिठाची चक्की चालवायची हुक्की आलीय होय. बरं असू दे. हा तरी धंदा मन लावून कर बेट्या. घरात

बायका-पोरं गिरणीत उरलेल्या, पिठाच्या भाकऱ्या तरी पोटभर खातील.''

चंदगडला झालेली बदली रहित करून घेण्यासाठी आलेल्या प्राथमिक शिक्षकाला फैलावर घेताना म्हणत,

''रांडेच्या, तुझी बदली करीनांत तर काय करतील? शाळेत कधी रेग्युलर गेलास का? बेट्याला तमाशाचा नाद! झोपायचे रात्री दोन-तीन वाजता, मग दिवसभर जबडा फाटेपर्यंत शाळेत जांभया द्यायच्या खरं. म्हणजे तुझी बदली अंदमानलाच व्हायला हवी होती.''

लालासाहेब शिव्या घालायचे, पण आलेल्या त्या लोकांची कामं मात्र न विसरता करायचे.

त्या दिवशी माझ्यादेखत ते तिघे येऊन गेल्यानंतर मी लालासाहेबांना म्हणालो, ''लालासाहेब, आता तुम्ही लोकनियुक्त राजकीय नेते झालात. प्रत्येकाला ''रांडेच्या'' म्हणणे तुमच्या तोंडी शोभत नाही. थोडी सुसंस्कृत भाषा वापरायला शिका.''

''अरे बाब्या बेट्या, मी ज्या या शिव्या देतो, त्यात वावगं काय असतं? कोल्हापुरात दोन मित्र बऱ्याच दिवसांनी एकमेकांना भेटले की पहिला त्याला म्हणतो, ''काय रे रांडेच्या, कुठं गचकला होतास?''

दुसरा त्याला म्हणतो, ''रांडेच्या, तू कुठं बोंबलत गेला होतास इतके दिवस?'' तर त्याचं काय आहे बाबा, इंग्लिश लोकं जिवाभावाचा मित्र भेटल्यावर जसे ''हाऊ डू यू डू'' म्हणतात, तसेच आपल्या कोल्हापुरात ''रांडेच्या'' हा शब्द वापरला जातो. त्यात मित्राचा किंवा त्याच्या आईचा अपमान करण्याचा हेतू मुळीच नसतो. समजलं का?''

मी कपाळाला हात लावला आणि म्हणालो, ''धन्य आहे तुमची!''

लालासाहेब कोल्हापूर शहर काँग्रेसचे काहीकाळ अध्यक्ष होते. त्यावेळीही काँग्रेसमधल्या सभासदांत काहीतरी मतभेद आणि कुरबुरी चालल्याची चाहूल लालासाहेबांना लागली होती. त्या दिवशी काँग्रेस कमिटीची मिटिंग अकरा वाजता होणार होती. सगळे सभासद, पदाधिकारी

वेळेवर जमले; पण अध्यक्ष लालासाहेबांना यायला थोडा वेळ झाला. या वेळेला त्यांनी येताना सोबत आपला अॅल्सेशियन कुत्रा आणला. सभेला कुत्रा आणलेला पाहून सभासदांत हशा पिकला. लालासाहेब त्यावेळी काही बोलले नाहीत. सभा सुरू झाली. लालासाहेब बोलायला उभे राह्यले. हातात माईक धरून म्हणाले, ''मित्र हो, आज मिटिंगला यायला थोडावेळ झाला. माफ करा. एरव्ही मी कुठेही बाहेर निघालो की हा टायगर मागे लागत नसतो, पण आज सकाळपासून तो जोरजोराने भुंकत राह्यला. आज त्याला माझ्यासोबतच यायची इच्छा होती. मग नाईलाजाने त्याला सोबत घेऊन आलो. मित्र हो, काही आपत्ती यायची असली की त्याची प्रथम चाहूल कुत्र्याला लागते म्हणतात. भूकंप व्हायचा असला की त्याची जाणीव माणसांन कधीच होत नसते, पण कुत्री मात्र जोरजोराने भुंकायला सुरूवात करतात. आजच्या मिटिंगमध्ये काहीतरी अनिष्ट घडणार आहे, याची चाहूल माझ्या टायगरला लागली असावी.''

बोलता बोलता लालासाहेबांनी खुर्चीजवळ बसलेल्या टायगरकडे पाहून म्हटलं, ''काय रे, खरं की नाही?'' कुत्र्याला लालासाहेबांची भाषा समजत असावी. तो दोनवेळा ''भोंऽऽ भोंऽऽऽ'' करीत वर तोंड करून भुंकला. सभेत हशा पिकला.

''मित्र हो, हसू नका. हा तुमच्यासारखा कृतघ्न नाही! माझ्याशी अतिशय एकनिष्ठ आहे. तुमच्यापैकी बरेचजण असंतुष्ट आहेत याची मला कल्पना आहे, पण या टायगरचं वागणं थोडं विचारात घ्या, हा अतिशय नि:स्वार्थी आहे. ''खोबरं तिकडं चांगभलं करायची'' याला सवय नाही. याच्यापासून तुम्ही सर्वांनी काहीतरी शिकावं म्हणून मुद्दामच आज याला सोबत घेऊन आलो! काय रे?''

लालासाहेब कुत्र्याकडं पाहून म्हणाले. कुत्र्याने पुन्हा त्यांच्या वक्तव्याला भुंकून प्रतिसाद दिला. त्या सभेत लालासाहेबांच्या विरुद्ध

बोलायचं धाडसच कुणा सभासदाला झालं नाही.

लालासाहेबांचं नाव घेताच त्यांच्या शिकारीतील नैपुण्याचीही दखल घ्यावीच लागते! कोल्हापुरात अनेक हौसे, नवसे, गवसे असे शिकारी आहेत, पण लालासाहेब पट्टीचे शिकारी होते. "स्मॉल गेम"मध्ये उडती जंगली बदके, विवरा, अचानक झुडपातून उठून "टाणटाण" उड्या मारत पळणारा ससा अचूक टिपणारे शिकारी फारच थोडे. लालासाहेबांनी आपल्या "पर्डी" या जगप्रसिद्ध कंपनीच्या बारा बोअर बंदुकीने अविस्मरणीय अशा अनेक शिकारी केलेल्या मी स्वत: पाहिलेल्या आहेत. रायफल शूटिंगच्या स्पर्धेत त्यांनी कधी भाग घेतलेला नव्हता, पण गोळी मारण्याच्या बाबतीत त्यांचा हात कोणी धरू शकत नव्हतं. लालासाहेब शिकारीत असले तरी त्यावेळीही त्यांचे विनोद चालायचे. एखादा शिकारी सतत "बार" चुकू लागला की, लालासाहेब म्हणत, "भीमराव, दिवाळी अजून लांब आहे! दिवाळीत उडवायला थोडी काडतुसं शिल्लक ठेवा!"

वर्ष होत आलं. त्यादिवशी सकाळी पेपरमध्ये बातमी वाचली. माजी आमदार श्री. लालासाहेब यादव यांचे अकाली निधन!

त्यांचं अन्त्यदर्शन घेण्यासाठी म्हणून आलो तर गुरव गल्लीकडे जाणारे सगळे रस्ते बंद! त्यांच्या अन्त्ययात्रेला अक्षरश: हजारोंनी नागरिक जमले होते. माणसांची लोकप्रियता आणि माणुसकी ठरवण्याचा एक निकष आहे. ज्याच्या अन्त्ययात्रेला असंख्य लोक जमतात, त्याचं जीवन कृतार्थ असतं!

बालपणापासून ज्यांच्या सहवासात रमलो, तो निर्मळ मनाचा, तोंडाने काहीसा फटकळ, पण सर्वांना हवाहवासा वाटणारा माझा मित्र लालासाहेब यादव यापुढे कधीही दिसणार नाही, या जाणिवेनं मन विषण्ण होते.

◁◁◁

३ ९. ज्युडिशिअल मॅजिस्ट्रेट -
"सारंग"

नुकतीच मी मुंबईच्या बार कौन्सिलची परीक्षा दिली होती. निकाल अद्याप लागायचा होता. सनद मिळाल्यानंतर कोल्हापुरात वकिली करायचे ठरवलं होतं. सनद मिळाली, काळाकोट अंगावर चढविला. हातात ब्रीफकेस घेतली की, वकील होता येत नाही. त्यासाठी कोणातरी तज्ज्ञ वकिलांच्या मार्गदर्शनाची गरज असते; पण सहजा-सहजी एखाद्या ‘‘लॉ ग्रॅज्युएटला’’ कोणी मार्गदर्शक भेटत नसतो. हां, आता घरात वडील वकील असले किंवा सासरा वकील असला की दुसऱ्या कोणाच्या मार्गदर्शनाची गरज उरत नाही. हे मात्र खरे! बाप आपला मुलगा नामांकित वकील व्हावा म्हणून प्रयत्न करणारचं, तसेच श्वशूर महाशयांना आपल्या जामाताने लवकरात लवकर आपल्या पायावर उभे राहावे असे वाटणारच!

माझे वडील किंवा सासरे या दोघांपैकी कोणीही वकील नव्हते. इतक्यात एक सुखद घटना घडली. माझ्या चुलतभावाचं उषाशी लग्न झालं. ही उषा म्हणजे त्याकाळचे कोल्हापुरातले प्रख्यात फौजदारी वकील डी. एस. खांडेकर यांची सख्खी धाकटी बहीण. उषाच्या लग्नातच त्यांनी मला सांगून टाकलं, ‘‘बाबा, सनद यायची वाट बघू नका, उद्यापासून तुम्ही माझ्यासोबत कोर्टात यायचं!

मी आश्चर्यचकितच झालो. त्यावेळी महाराष्ट्रात जे काही नावाजलेले फौजदारी वकील होते, त्यापैकी डी.एस. खांडेकर हे होते. मर्डर, अटेम्पट टू कमिट मर्डर, डकॉएटी असले भारी-भारी खटले त्यांच्याकडे होते. त्यांची काम करण्याची पद्धत अत्यंत शिस्तबद्ध होती. प्रथम ते केसपेपर्स बारकाईने वाचत, कोणत्या साक्षीदाराला उलटतपासात काय प्रश्न विचारायचे याची टिप्पणे काढून ठेवत. सरकारतर्फे तपासल्या जाणाऱ्या साक्षीदारांची सखोल अशी चौकशी करीत. त्यानंतर त्या ठिकाणी प्रत्यक्ष गुन्हा घडला होता त्या जागेचं निरीक्षण करून येत.

(डॉॅ खपीशिलींळेप)

मला त्यांनी अगदी विश्वासात घेऊन फौजदारी वकिलीचं शिक्षण द्यायला सुरुवात केली.

कोर्टात मी केस सुरू असताना त्यांच्या उजव्या हाताला बसत असे. एवढ्या मोठ्या क्रिमिनल कोर्टातल्या ॲडव्होकेटचा ''असिस्टंट'' म्हणवून घेण्यात मला भूषण वाटे. खांडेकरसाहेबांची नजर भेदक होती. एखाद्या लबाड आणि खोट्या साक्षीदारांची ते ''भबरे'' उडवून देतं. समोरच्या टिप्पणातले सर्व प्रश्न विचारून झाल्यानंतर ते मला हळूच विचारत, ''बाबा, काही विचारायचं शिल्लक राहिलं नाही ना?''

''त्या साक्षीदाराचं गावातल्या एका विवाहित बाईशी लफडं होतं, हा प्रश्न विचारायचा राहिला!''

''अरे हो, बरी आठवण केलीत.''

मग ते विचारत ''हे बघ भरमू, तुमच्या गावच्या विष्णू सुताराची बायको रुक्मिणी हिला तू ओळखतोस का?''

त्याच्या नाजूक आणि खासगी बाबतीतला हा प्रश्न विचारतील याची कल्पना नसणारा भरमू ''तत्, पप्'' करु लागे!

न्यायाधीशाला तो साक्षीदार विश्वास ठेवण्यास अपात्र वाटे. परिणामी, केस निर्दोष व्हायची.

एकदा सकाळी मी साहेबांच्या बेलबागेतील ''बकुल'' बंगल्यात बसलो असताना एक सुशिक्षित गृहस्थ खांडेकर साहेबांकडं आला आणि म्हणाला, ''साहेब, सारंग जज्जसाहेबांना ॲन्टीकरप्शन खात्याच्या शुक्ल आणि के. जी. पाटील साहेबांनी चंदगडला अटक केलीय!''

''प्रोहिबिशन, (दारूबंदी) कलमाखाली!''

मला वाटले जज्जाला पकडले म्हटल्यावर खांडेकर साहेब आश्चर्यचकित होतील, पण तसे काहीच घडले नाही. खांडेकरसाहेब चष्म्याची काच पुसता-पुसता म्हणाले, ''मला त्यात काही आश्चर्य वाटलं नाही! केव्हा ना केव्हा सारंगसाहेब पकडले जाणारच होते.

नशीब इथल्या एकनंबरच्या कोर्टात पकडले गेले नाहीत!''

जज्ज आणि आरोपी? मला हे सर्वच काही चमत्कारिक वाटू लागलं. आलेला गृहस्थ सारंग जज्जांचा नातेवाईक असावा. तो खांडेकर साहेबांनी ती केस चालवावी म्हणून विनंती करायला आला होता. साहेबांची वकील फीही जबरदस्त होती. ते म्हणाले, ''हे अॅन्टीकरप्शनची केस आहे. ते लोक सहजासहजी आपली केस सुटू देत नाहीत. या कामात तुम्ही दुसरा कोणीतरी वकील द्या, शिवाय तुम्हाला माझी फी झेपणार नाही!''

''तुम्ही आकडा तरी सांगा? मग झेपेल का नाही ते पाहू?''

''पंचवीस हजार!''

मीसुद्धा साहेबांनी तो आकडा सांगताच उडालो. दारूच्या खटल्यात जास्तीत जास्त इतर नावाजलेले वकील हजार पाचशेच्या आत-बाहेर फी घेत. साहेबांनी या दारूच्या खटल्याला पंचवीस हजार रुपये फी सांगितली होती. आलेल्या गृहस्थांनी ती मान्य केली. वकीलपत्रावर सारंगसाहेबांची सही आणून दिली. दरम्यान, सारंगसाहेब जामिनावर सुटले होते, तो खटला आणि त्यात सापडलले साहेब दोन्हीही अफलातूनच होते.

ज्युडिशियल मॅजिस्ट्रेट ए. आर. सारंग अतिशय ''पॉश'' व्यक्तिमत्त्व होते. गोरे, किंचित घारे डोळे, डोळ्यांवर सोनेरी फ्रेमचा चष्मा. नेहमी सिल्कचा सूट वापरत, टाय लावत. काहीसे मितभाषी असल्यामुळे न्यायाधीश म्हणून त्यांच्याबद्दल भीतीयुक्त आदर वाटे. त्यामुळे त्यांच्यावर कधीकाळी गुन्हा दाखल होईल असे कोणाच्या स्वप्नातदेखील आले नसते.

पण त्यांच्यावर खटला भरला गेला आणि तोही कलम ६६ (ब) प्रोहिबिशन अॅक्टखाली! दारूबंदीची तो काळ होता. कोल्हापूर शहर आणि करवीर तालुक्यात जे काही दारूबंदी कायद्याखाली खटले

होतील ते चालवण्याचे अधिकार ज्युडिशियल मॅजिस्ट्रेट कोर्ट नं.१ कडे होते आणि याच कोर्टावर सारंगसाहेबांची नेमणूक होती.

एखाद्याकडे हातभट्टीची दारू सापडली की, ती ''दारू''च आहे हे शाबित करण्याची जबाबदारी प्रॅक्सिक्युशनवर म्हणजे सरकार पक्षावर असे. पोलिसांनी पकडलेली ''दारू'' आहे हे शाबित करण्यासाठी कोर्टासमोर ''हायड्रॉलिक टेस्ट'' करावी लागे. पोलिसांनी आरोपीकडे पकडलेली दारू पंचासमक्ष बाटली बंद करून त्यावर पंचांच्या सहीचे सील केले जाई. अशी ''सील'' उघडून मग टेस्टट्यूबमध्ये ओतली जाई. त्यावर मर्क्युरी (पारा) भरलेली ''डिग्री'' सोडली जाई. ती डिग्री त्या द्रवातीत अल्कोहोलचे प्रमाण दर्शवित असे. ही दारू तपासणारा कॉन्स्टेबल प्रशिक्षत असे. तो द्रव दारू आहे, असा त्याचा नंतर जबाब नोंदवला जाई. आरोपीतर्फे त्याचा उलटतपास घेतला जाई. बरेच वकील तो उलटतपास घेतही नसत. त्यांचे म्हणणे असे की, ती दारू असेल; पण आपल्या ''क्लायंट''च्या कब्जात मिळालेली नाही.

मग सील उघडून तपासलेली दारू परत त्या बाटलीत ओतून ती बंद केली जायची. तेव्हा मात्र बाटलीला सील केले जात नसे. अशा कोर्टासमोर दारू तपासलेल्या बाटल्या नंतर कोर्ट कस्टडीत म्हणजे कोर्टाच्या ताब्यात दिल्या जात. न्यायाधीशांच्या चेंबरमध्ये एका बाजूला त्या बाटल्या ओळीने लावल्या जात. केसच्या निकालानंतर कोर्टासमोर त्या नाश केल्या जात. कोर्टाच्या चेंबरमध्ये स्वत: न्यायाधीश आणि त्यांचा पट्टेवाला या दोघांचाच वावर असे. तिसऱ्या माणसाला तेथे प्रवेश नसे. एखादा वकील कोर्टाची काही जामिनासारखी ऑर्डर घ्यायची असेल, तर मात्र ''मे आय कम इन् युवर ऑनर'' अशी न्यायाधीशांची पूर्वपरवानगी घेऊनच आत प्रवेश करीत असे.

न्यायमूर्ती सारंग कोर्टाला येताना कॉफीचा थर्मास सोबत आणत. मधल्या सुटीत चेंबरचे दार बंद करून कॉफीपान करीत. जाताना तो

मोकळा थर्मास सोबत घेऊन जात.

सारंगसाहेबांच्या कोर्टात दौलू पाडळकर नावाचा पट्टेवाला होता. भल्या मोठ्या मिशांचा, किंचित लालसर डोळ्यांचा दौलू पाडळकर वकिलांना आणि साक्षीदारांना खिडकीतून आपल्या पहाडी आवाजात पुकारत असे. त्याचा पुकारा जुन्या राजवाड्याच्या त्या चौकात वेशीपर्यंत ऐकू यायचा. त्यावेळी सिटी बसस्टॅण्ड नसल्याने जुन्या राजवाड्यात गर्दीही होत नसे. संस्थाने विलीन झाल्यानंतर वेशीच्या अलीकडे एखादा हत्ती सोंड हलवीत झुलत असे. तो बघायला बाहेरून येणारे प्रवासी मात्र दिसत.

या दौलू पाडळकरला होता पिण्याचा नाद! कोर्टाच्या चेंबरमध्ये तपासून ठेवलेल्या दारूच्या बाटलीतून तो अधून-मधून अर्धी पाऊण बाटली आपल्या बाटलीत ओतून घरी नेत असे. कोर्टात तपासलेल्या कोणत्या बाटलीत किती अल्कोहोलचे प्रमाण आहे त्याला ठाऊक असे. तीन-चार वेळा त्याला कोर्टात तपासलेली ती भरपूर मद्यार्क (अल्कोहोल) असलेली दारू पांचट लागली आणि इथंच सारंगसाहेबांचं बिंग फुटलं.

सारंगसाहेब घरातून आणलेल्या कॉफीच्या मोकळ्या थर्मासमधून ती दारू घरी घेऊन जात. बाटलीतली जेवढी दारू थर्मासमध्ये ओतून घेतली जाई तितके पाणी ते त्या बाटलीत ओतून ठेवीत. त्यामुळे दौलू पाडळकरला दारू पांचट लागत होती. न्यायाधीश ''व्हर्सेस'' पट्टेवाला असा इतरांना कधीही न समजणारा संघर्ष आतल्या आत सुरू झाला.

सारंगसाहेबांविरुद्ध डिस्ट्रिक्ट कोर्टाकडे निनावी अर्ज गेले. त्यात साहेब ''दारू'' चोरतात असा उघड उघड आरोप नव्हता. कारण तसा उघड आरोप केला गेला असता, तर दौलू पाडळकरचेच नाव उजेडात आले असते. डिस्ट्रिक्ट जज्जांनी असे डझनभर अर्ज आल्यानंतर उगाच काही लफडं नको म्हणून सारंगसाहेबांची चंदगडच्या कोर्टाकडे

बदली केली. सारंग साहेबांनी ती बदली आनंदाने स्वीकारली. कारण चंदगडच्या आसपास जी दारू पकडली जायची ती शुद्ध काजूंची दारू! फेणी!

चंदगडात सारंगसाहेबांनी घर भाड्याने घेतले. एका दुमजली घरात त्यांनी दोन खोल्या घेतल्या. मुलांच्या शिक्षणाची आबाळ नको म्हणून ''फॅमिली'' कोल्हापुरातच ठेवली.

त्यावेळी अँन्टीकरप्शन ब्युरोकडे शुक्ल आणि के. जी. पाटील हे अतिशय चाणाक्ष दोन पोलीस अधिकारी होते. अचानक सारंगांची बदली का व्हावी, याचा सुगावा त्यांना लागला होता. साध्या वेषातील त्यांचे खबरे सारंगसाहेबांवर वॉच ठेवू लागले. तेथेही मुद्देमालातली तपासलेली ''फेणी'' गायब होऊ लागली होती. अचानक एका सायंकाळी सारंगसाहेबांच्या घरावर छापा पडला. ''कोण आहे ते?'' आतून आवाज आला.

''दार उघडा म्हणजे कोण आहे ते समजेल!''

शुक्लसाहेब बाहेरून बोलले. आत सारंग साहेबांचे निवांतपणे मद्यपान सुरू होते. ते तत्काळ जागरूक (अश्रर्शीं) झाले. ग्लास आणि बाटलीतली दारू त्यांनी तत्काळ मोरीत नेऊन ओतली. साहेब मुद्देमाल नाश करणार याचा अंदाज केलेल्या शुक्लसाहेबांनी मोरीच्या तोंडाला बाहेर मडके लावले होते. तेही पंचासमक्ष! साहेबांना नाईलाजाने दार उघडावे लागले. फेणीचा दरवळ खोलीत, मोरीत आणि साहेबांच्या तोंडाला येत होता. बाहेर लावलेल्या मडक्यात दीड बाटली फेणी पकडली होती. ती नंतर पंचांसमक्ष बाटलीत भरण्यात आली. खोलीतला फेणीला वास येणारा थर्मास, मोकळा ग्लास सर्व जप्त करण्यात आले.

साहेबांना ''फॉर्मल'' अटक दाखवण्यात आली आणि तालुक्याच्या मेडिकल ऑफिसरने त्यांना तपासले. त्यांचे रक्तही तपासण्यासाठी

घेतले.

दुसऱ्या दिवशी ''पुढारीत'' पहिल्या पानावर बातमी झळकली. ''चंदगडचे न्यायाधीश सारंग दारूबंदी कायद्याखाली अटक!''

हा खटला त्यावेळी फारच गाजणार, अशी चिन्हे दिसू लागली. आरोपी सारंगसाहेबातर्फे बचावाचे काम प्रख्यात कायदेपंडित डी.एस. खांडेकर करणार होते. दरम्यान, सारंगसाहेब जामिनावर सुटले. सस्पेंड झाले. तरी त्यांच्या रुबाबात तसूभरही कमतरता नव्हती. मुंबईला तपासण्यासाठी पाठवलेल्या त्यांच्या रक्ताच्या नमुन्यात 'छे अश्रलेहेश्री वशींशलींशव ळप ींहश ींराश्रिश लश्रेव' असा रिपोर्ट आला. शुक्ल आणि पाटील इनस्पेक्टरनी भरवशाचे म्हणून घेतलेले दोन्ही पंच ''फितूर'' (कींळश्रश) झाले आणि सारंगसाहेब त्या दारूबंदीच्या खटल्यातून निर्दोष सुटले. डी. एस. खांडेकर वकिलांची ख्याती आणखीन वाढली. निकाल ऐकल्यावर मी खांडेकरसाहेबांना म्हणालो 'डळी, चीश खर्ोींरपीं ऋशरींहशी खप र्धेीी उरि' साहेब माझ्याकडं पाहून मिश्कील हसले.

◁◁◁

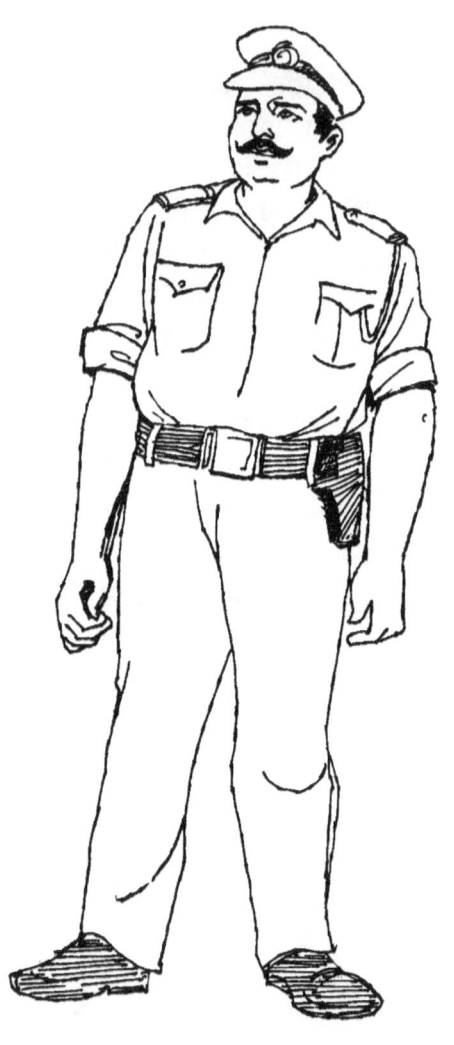

४०. आर. एच. पाटील फौजदार

त्यावेळी नुकतीच मला वकिलीची सनद मिळाली होती. मोठ्या हौसेने मी स्टँडकॉलरचा वूलनचा काळा कोट शिवून घेतला. त्यावेळी ८० रुपये देऊन एक "लेदर ब्रीफकेस" ही विकत घेतली. फौजदारी कायद्याची आवड असल्याने मी ज्युडिशियल मॅजिस्ट्रेट कोर्टात नियमाने जात होतो; पण जस-जसे दिवस जातील तस-तसा माझ्या वकिलीतला उत्साह मावळू लागला. कारण माझ्याकडे कोणी पक्षकारच येत नव्हते. एखादं दुसरी, दारूची किंवा जुगाराची केस यायची पण कोर्टातले हेडे "टाऊटस्" माझ्या पक्षकाराला भीती घालत. नवीन वकिलाला कायदा समजत नाही. तू फुकट तुरुंगात जाशील! मग आलेला पक्षकारही माझ्याकडून कागदपत्रे परत घेऊन जायचा. त्याने फी दिलेलीच नसे!

वकील होऊन गाढवपणा केला असं वाटत असताना रविवार पेठेतल्या माझ्या घराकडे एक साठ-पासष्ट वर्षांचा जाडं भरडं कुडतं, डोक्याला पांढरा मळकट पटका गुंडाळलेला, कमरेला फक्त लंगोटी अशा वेषातला एक ग्रामीण भागातला गृहस्थ आला. मी त्याला माडीवर बोलावले. तिथंच माझं ऑफिस थाटलं होतं. "हं बोला, काय नाव तुमचं?" मी विचारलं.

"भाऊ दौलू पाटील"

"राहणार कुठले?"

"हळदी-कांडगाव! राधानगरीच्या रस्त्यावर माझं गाव हाय!"

"बरं बोला, कसली केस आहे तुमची?"

"केस बिस काय न्हाई वकिलसाब, एक दुसरंच महत्त्वाचं काम हाय!"

"काम कसलं आहे?"

घसा साफ करून भाऊ पाटील सांगू लागला. "आमच्या गावात दादू गवळी नावाचा लई "बारबोडा" गवळी हाय!"

त्याच्या त्या अस्सल ग्रामीण शिवीनं मी काहीसा दचकलोच!

"बरं, इतकं तुम्ही त्याचं वाईट वर्णन करण्यासारखं तो करतो तरी काय?"

"त्याच्या मायला त्येच्या रांडच्याला आई-भनीतला फरकच कळंत न्हाय!"

मला काही बोध होईना. म्हणून मी भाऊ पाटलाला म्हणालो, "त्या गृहस्थाला शिव्या न देता तो नेमकं काय करतो हे तुम्हाला सांगता येईल की नाही?"

"इल की पर वकीलसाहेब त्यो रांडचा इप्रित --- हाय!"

भाऊ पाटील त्याच्यासंबंधी माहिती सांगताना शब्दांगणिक त्याला शिवी हासडत होता. भाऊ पाटलाची शिव्यामिश्रित माहिती एकून मीही अवाक्च झालो. शिव्या वगळून ती हकीगत अशी होती. "दादू गवळी, उंचापुरा, सरळ नाकाचा, गोरा, वयानं तीस-बत्तीस वर्षांचा लैंगिक विकृत मनोवृत्तीचा होता. नदीवर पाण्याला आलेल्या बायकांच्या समोर तो कमरेला लावलेला टॉवेल काढून चक्क "नागडा" व्हायचा. बिचाऱ्या बायकाच खाली मान घालून दुसऱ्या रस्त्याने धुणं घेऊन निघून जायच्या. कधी-कधी डोक्यावर एक आणि कमरेला एक पाण्याने भरलेली घागर घेऊन एखादी बाई समोरून येताना दिसली की दादू तिच्या चोळीला हात घालायचा! डोक्यावर आणि कमरेवर पाण्याने भरलेली घागर असल्यामुळे त्या बाईला कसलाही प्रतिकार करता येत नसे. बाई तरुण आहे की वृद्ध, मुलगी प्रौढ आहे किंवा अजून परकर पोलक्यात; त्याचा तो कधी विचारच करायचा नाही. गावातल्या बायका त्याच्या या वागण्याला अक्षरशः भेदरून गेल्या होत्या. गावच्या लोकांनी शे-दोनशे सह्या करून, अंगठे उठवून करवीर तालुका पोलीस ठाण्याकडे त्याच्या या विकृत वर्तणुकीबद्दल तक्रार अर्ज दिला.

तो तक्रार अर्ज घेऊन करवीर तालुक्याचा एक पोलीस हवालदार चौकशीला हळदीला आला. त्यानं पाच-पंचवीस लोकांचे जबाब घेतले

पण कोणीही बाई माणूस दादूबद्दल तक्रार करायला पुढे आली नाही. हवालदारानं रिपोर्ट केला. "दादू गवळी याचे बेकायदेशीर वर्तनाबाबत गावातल्या एकाही बाईने आमच्यासमोर जबाब दिला नाही. केवळ पुरुष माणसांच्या जबाबावर विसंबून दादूविरुद्ध काही कारवाई करता येणार नाही."

दादूला आपल्याविरुद्ध गावकऱ्यांनी करवीर पोलीस ठाण्यात अर्ज दिल्याची हकिकत समजली. तेव्हापासून तो अधिकच चेकाळल्या सारखा करू लागला. गावच्या पोलीस पाटलाला, सरपंचाला आणि त्याच्याविरुद्ध तक्रार करणाऱ्यांना आई-बहिणीवरून शिव्या देऊ लागला. शिवाय एकटी-दुकटी बाई माणूस दिसली की तिची छेड काढू लागला. अपमानास्पद शब्द वापरायचा.

गावातल्या बायकांनी दादूची भलतीच धास्ती घेतली. तो समोरून येताना दिसला की, बायका धावत जाऊन कोणाच्याही घरात घुसून आश्रय घेत.

"त्याचं लग्न झालेलं नाही?" मी भाऊ पाटलाला विचारलं.

"याक का चांगली तीन लग्नं झालती की रांडच्याची!"

"मग त्या बायका कुठं आहेत?"

"गेल्या पळून!"

"का बरं!"

"ह्यो भडवा बायकूला म्हणायचा घरात अंगावर चोळी लुगडं नेसायचं न्हाई! आता परवाच्याला तिसऱ्या बायकूची आई काय बी कर, बाबा आज माज्या लेकीला नांदीव म्हणून सांगायला आली व्हती; तर ह्यो भडवा सासूबरोबरच जबरीनं झोपला, आता या उलट्या काळजाच्याला काय करायचं सांगा?"

मी लैंगिक विकृतीनं पछाडलेल्या अनेक माणसांचे प्रकार, कथा, कादंबऱ्यातून वाचलेले होते; पण दादू गवळी हा प्रकारच काही

भयानक होता. मी म्हणालो, "भाऊ पाटील या दादूबद्दल मी काय करावं अशी तुमची अपेक्षा आहे?"

बसल्या जागी थोडा पुढं सरकून भाऊ पाटील हळू आवाजात मला म्हणाला, "करवीर तालुक्याचं फौजदार आर. एच. पाटीलसाहेब तुमच्या वळकीचं हैत म्हणून मला ठावं झालंय्!"

"अरेच्या! हे तुम्हाला कोणी सांगितलं?"

"ते फौजदारसाहेब हातकनंगल्याला जात-येत व्हुता म्हणून मला समाजलंय?"

आर. एच. म्हणजे रामचंद्र हरी पाटील हे संस्थांनी जमान्यापासून पोलीस खात्यात होते. कॉन्स्टेबल म्हणून भरती होऊन बढती मिळत फौजदार झालेल्या आर. एच. पाटलांचा पोलीस खात्यात भलताच दबदबा होता. गुन्ह्याचा तपास करताना आरोपीला बोलते करण्याची त्याची क्लृप्ती और होती. पलीकडल्या खोलीत एका शिपायास गादीवर धपधप काठी मारण्यास सांगत त्याचवेळी एका कॉन्स्टेबलने ठो ठो बोंब मारायची. त्यामुळे आर. एच. साहेबांपुढील गुन्हेगार माराच्या भीतीने कबुली देऊन टाकत असे. त्याचवेळी सेशन कोर्टात त्यांनी तपास केलेली खुनाची केस चौकशीला लागली की ते फाटकाजवळच्या गुलमोहोराच्या झाडाखाली घोंगड्यावर बसून साक्षीदारांना खोटी साक्ष दिलीस, तर गोट्या काढून हातात देईन, अशी भीती घालायचे! रंगानं लालगोरे, ओठावर पिळ दिलेल्या मिशा, भव्य कपाळ असे त्यांचे भारदस्त व्यक्तिमत्त्व!"

मी भाऊ पाटलाला आर. एच. पाटील फौजदार याच्याकडे घेऊन गेलो. भाऊ पाटलाला बघताच फौजदारसाहेब मला म्हणाले, "हा भडवा भाव्या तुमच्याकडं येऊन पोहोचला होय!" मी दादू गवळ्याबद्दल काहीही न सांगता, फौजदारसाहेब मला म्हणाले, "बाबा, या हळदी गावचे लोक "हिजडे" आहेत "हिजडे"! त्यांच्या हातात

बांगड्या भरायला पाहिजेत, कपाळाला कुंकू, लावायला पाहिजे! एक माणूस सगळ्या गावाला उपद्रव देतोय आणि गाववाले आमच्याकडं तक्रार अर्ज घेऊन येतात! अहो, अशावेळी कायदा हातात घ्यायचा असतो. वकीलसाहेब! खरं का खोटं?''

आडकित्याने सुपारी कातरून ती तोंडात टाकून पानाला चुना लावत फौजदारसाहेब भाऊ पाटलाला म्हणाले, ''मी इथं करवीर तालुक्याला आहे तोवरच त्याचा काटा काढा!''

मी भाऊ पाटलाकडं बघितलं. भाऊ पाटील हात जोडून फौजदारांना म्हणाला, ''पर भ्या वाटतं आमाला!''

''मग भिऊनच मरा भडव्यांनो, तुमच्या आया-बहिणींची छेड काढतच राहू दे त्याला!''

फौजदारसाहेब माझ्याकडं पाहून गालातल्या गालात हसत म्हणाले, ''मग काय वकीलसाहेब कामं-बिमं आहेत नव्हं?''

''नाही हो, फौजदारी कोर्टात आजकाल पक्षकारांपेक्षा ''टाऊटस्'' जास्त आहेत!''

''एक गोष्ट बोलतो राग मानू नको, वकिली हा तुमचा प्रांत नाही, २-३ वर्षे झाली की सरळ पोलीस प्रॉसिक्युटर व्हा! साक्षीदाराला पुढं काय पुढं काय म्हणत दिवस काढायचे!''

फौजदारसाहेबांचा निरोप घेऊन मी व भाऊ पाटील करवीर तालुक्याच्या आवारातून बाहेर आलो. मी भाऊ पाटलाला म्हणलो, ''साहेबांनी काय सांगितलं ते ऐकलंत ना? आता लागा कामाला.''

चौथ्या दिवशी दादू गवळी कोल्हापूरला दुधाचा रतीब घालून गावी परत येत होता. संध्याकाळचे सात-साडेसात वाजले होते. अंधार पडत होता. दादू गवळ्याच्या सायकलला बांधलेल्या मोकळ्या घागरी वाजू लागल्या. तशी रस्त्याच्या बाजूला झुडपात काठ्या कुऱ्हाडी घेऊन बसलेली गावची सात आठ जवान पोरं पुढं झाली. एकाने

सायकलच्या चाकात काठी घालून दादूला खाली पाडला. बाकीच्यांनी काठ्यांनी त्याला झोडपले, एकाने कुऱ्हाडीने त्याचा उजवा पाय गुडघ्यातून तोडला. एवढ्यानेही भागले नसते; पण त्याचवेळी राधानगरीकडून येणाऱ्या ट्रकच्या दिव्याचा झोत रस्त्यावर पडला. दादूला मारणारी पोरं अंधारात पळून गेली. ट्रकचालकाने क्लीनरच्या मदतीने जखमी दादूला उचलून ट्रकमध्ये घेतले आणि सरळ कोल्हापुरात सी.पी.आर.ला उपचारासाठी दाखल केले. मेडिको लिगल केस म्हणून पोलिसांना कळविण्यात आले. आर.एच. पाटील फौजदार दोन हवालदार घेऊन दादूला पाहायला आले आणि डॉक्टरना म्हणाले, ''जगेल का हा भडवा?''

''हो, नक्कीच जगेल. थोडं हेमरेज झालंय, पण तत्काळ उपचार झाल्यामुळं वाचला.''

''ठीक आहे!'' फौजदार खोटी सहानुभूती दाखवत म्हणाले. पुढं त्या गुन्ह्याचा तपास फौजदार आर.एच. पाटील यांनीच केला. मारेकरी कोण होते, याबाबत तपासात ज्या खोचा होत्या, त्या त्यांनी मारून ठेवल्या. ती केस चालली पण संशयावरून पकडलेले सहा आरोपी निर्दोष सुटले.

त्यानंतर बरेच दिवस दादू गावी आलाच नाही पण अचानक एका सकाळी नऊ-दहाच्या सुमारास गावच्या हनुमान मंदिराकडं गेला. ज्या तरुण पोरांनी त्याचा उजवा पाय गुडघ्यातून तोडला होता ती पोरं भीतीने धावत सुटली. त्यांना उद्देशून दादू म्हणाला, ''भडव्यांनो आता कुठं जाल? एकेकाच मुडदाच पाडतो!''

दादू गवळी पैसेवाला होता. गावात त्याची वीस एकर बागायत शेती होती. शेतात मंगलोरी कौलाच दोन गुंठ्यांत भक्कम दगडी घर होतं. त्यानं त्या घटनेनंतर जयपूरला जाऊन ''जयपूर फूट'' हा नकली रबरी पाय बसवून घेतला होता. त्यामुळं तो ताठपणे चालत होता.

त्याला एक धाकटा भाऊ होता. दादू त्याच्याकडे गेला आणि म्हणाला, "परश्या माझा पाय तोडणाऱ्यांना मी संपवणार आहे. तू मला मदत करायला पाहिजेस." परसू खाली बसून शेतात भांगलत होता. तो म्हणाला, "मी तुला काय मदत बिदत करणार न्हाई, तुझ्या कर्मानं तुझा पाय गेला."

हे शब्द ऐकताच दादूने पँटच्या खिशातले रिव्हाल्व्हर काढले आणि परसूच्या पाठीत दोन गोळ्या झाडल्या. गोव्याला जाऊन दादूने बिगर लायसेन्सचे ३२ रिव्हॉल्व्हर आणले होते. परसू तिथल्या तिथं मरून पडला. दादूला पोलिसांनी पकडला. पण दादूविरुद्ध गावात साक्ष द्यायला कोणीही पुढं आला नाही. दादू निर्दोष सुटला. भाऊ पाटील पुन्हा माझ्याकडं येऊन हा सर्व प्रकार सांगून म्हणाला, "वकीलसाहेब, या रांडच्याला मरानच न्हाई! आता काय करायचं सांगा?"

मीही ती सर्व अद्‌भूत पण सत्य हकिकत ऐकून म्हणालो, "अजून आर. एच. पाटील करवीर तालुक्याला आहेत. तोवरच दादूचा कायमचा बंदोबस्त व्हायला पाहिजे."

एक महिना गेला. एक दिवशी सकाळी वृत्रपत्रात पहिल्या पानावर बातमी होती. "हळदी-कांडगावच्या दादू गवळीस राहत्या घरात गावकऱ्यांनी जिवंत जाळले." त्या रात्री सगळा गाव एकत्र जमला. रॉकेलचे दोन डबे आणि चार गाड्या भाताचे पिंजर दादूच्या घराभोवती पसरले गेले. त्यावर रॉकेल ओतून दादूचे घर गावकऱ्यांनी पेटवून दिले. पण दादू वस्ताद. त्याने गादी फाडून त्यावर पाण्याची घागर ओतली आणि ती भिजलेली गादी अंगावर घेऊन मधोमध पडून राहिला. गावकऱ्यांनी छप्पर जळाल्यावर शिडी लावून आत वाकून पाहिलं! "अरे रांडचा अजून जित्ता हाय!" पोरं ओरडली. मग वरून दगडांचा वर्षाव झाला अर्धा कच्चा होरपळलेला दादू हात जोडून जीवदान मागू लागला, पण उभा गाव संतप्त झाला होता. त्याला ओढून बाहेर काढून त्यांनी जिवंत

जाळलं. त्यानंतर त्याची हाडे दगडावर ठेचून बारीक केली. पुन्हा नवीन हाडं बसवून परत येईल म्हणून! हाडांचा भुगा नदीत टाकला. त्या गुन्ह्याचीही चौकशी झाली. भाऊ पाटील आणि इतर सहासष्ट लोक आरोपी केले. पण भाऊ पाटलाने 'अश्वळलळ' चा म्हणजे ''म्या त्या रात्री गावातच नव्हतो,'' असा बचाव घेतला. ''त्या रात्री तू होताच कुठे?'' आर. एच. पाटील फौजदारांनी विचारलं. ''मी बाबा कदम वकिलांच्या घरात मुक्कामाला होतो.'' भाऊ पाटील माझ्या घरी मुक्कामाला नसताना मी तो होता म्हणून पाटील फौजदारांना सांगितले. भाऊ पाटलाला वाचविण्यासाठी मी खोटं बोललो. आर. एच. पाटलांनी मिष्कीलपणे हसत-हसत माझ्याकडं पाहत म्हटलं, ''समाजातल्या बदमाषांना नष्ट करण्यासाठी असे कधी-कधी खोटंही करावं लागतं.''

कोर्टातून ज्यावेळी न्याय मिळणं अशक्य असतं, तेव्हा असलंच धाडस करावं लागतं वकीलसाहेब. आता आर. एच. पाटील हयात नाहीत. पण असा खमक्या फौजदार माझ्या तीस वर्षांच्या पोलीस खात्याच्या नोकरीत मला कोणीही भेटला नाही.

◁◁◁

४१. महंमदची बायको झरिना

मन्या मालवणकर हा मुंबईतला माझा प्रकाशक वेळचेवर माझ्या कांदबऱ्यांचे मानधन देत नसे. उलट मला मुंबईत गिरगावापासून ते मालाडपर्यंत माझ्या खर्चाने टॅक्सीने फिरवायचा.

"बाबासोा, इथं थांबा हं, पाचच मिनिटांत मी पैसे घेऊन येतो" म्हणून कुठल्यातरी बोळात गुल व्हायचा आणि दारू पिऊन यायचा. शेवटी शेवटी त्याला इतकी व्हायची की, त्याला स्वतःचा तोलही सांभाळता येत नसे. मग टॅक्सीत घालून त्याला घरापर्यंत मलाच घेऊन यावं लागे. खरं तर मी माझ्या कादंबऱ्या त्याला प्रकाशनाला द्यायलाच नको होत्या असं वाटत असतानाच मला महंमद बुरानवाला भेटला. आर्थररोड नाक्यावर त्याची छोटी लायब्ररी होती. त्या जागी अगोदर शहा नावाच्या एका गुजराथी गृहस्थाचं तयार कपड्याचं दुकान होतं. शहाला बायको मुलं, जवळचे नातेवाईक असं कोणीच नव्हत. तयार कपडे विकून पोटापुरते पैसे तो मिळवत होता. अशा "सड्याफटिंग" माणसाला दारूचे व्यसन लागणे हे काही असंभव नव्हते. त्यावेळी त्याच्या दुकानासमोर महंमद बुरानवाला, फूटपाथवर सिनेमाच्या गाण्याची पुस्तकं विकायचा. शहाला पिण्याची तल्लफ आली की, तो महंमदला सांगायचा.

"महंमदभाई, जरा दुकानकी तरफ देखो. मै अभी आया।" शहाच्या रेडिमेड कपड्यावर किमती छापलेल्या असत. शहा पिण्यासाठी गेला अन त्याचवेळी त्याच्या दुकानात गिऱ्हाईक आले तर दुकानाकडे लक्ष देणारा महंमद गिऱ्हाईकाने पसंत केलेल्या कपड्यावरची किंमत वाचून कपड्यांची विक्री करायचा. नंतर शहा परत आल्यावर कपड्याची विक्री झालेली रक्कम त्याला द्यायचा. पैशाच्या व्यवहारात तो अत्यंत प्रामाणिक आणि चोख होता. शहाचे महंमदवर मुलासारखं प्रेम होतं. असं होता होता शहा लिव्हर सिरॉसिसनं आजारी पडला. दवाखान्यातच मेला. पण मरण्यापूर्वी त्याने मृत्युपत्र केले. त्या मृत्युपत्रात त्याने

आपला दुकानगाळा महंमदच्या नावे केला. महंमदने शहाच्या आजारपणात त्याची शुश्रूषा केली होती. शिवाय वेळोवेळी अत्यंत प्रामाणिकपणे शहाचं दुकान सांभाळलं होतं. आश्चर्य म्हणजे महंमदने शहा वारल्यानंतर डोक्याचे "क्षौर" करून घेतले. त्याचे क्रियाकर्म योग्य अशा पद्धतीने केले. आजूबाजूच्या लोकांना त्या दोघांतील जिव्हाळा ठाऊक होता.

त्यानंतर महंमदने आपली सिनेमाच्या गाण्याची पुस्तकं फूटपाथवरून उचलून त्या दुकानगाळ्यात आणली.

लालबाग म्हणजे कष्ट करणाऱ्या महाराष्ट्रीय लोकांची जास्त वस्ती असलेला भाग. त्यातले काही सुशिक्षित लोक पूर्वीपासून बाबूराव अर्नाळकराच्या गुप्तहेरकथा वाचायचे. कालांतराने ते बाबा कदमांच्या कादंबऱ्या वाचू लागले. महमंदला ते ठाऊक होते. त्याने माझ्या बऱ्याच कादंबऱ्या खरेदी करून छोटी लायब्ररी सुरू केली. ती अतिशय जोरात चालली.

मन्या मालवणकर एकदा मला महंमदच्या लायब्ररीकडे घेऊन आला आणि म्हणाला, "बाबासाहेब, फक्त पाच मिनिटं थांबा, मी आलोच!"

मी नाईलाजाने महंमदच्या लायब्ररीसमोर स्टुलावर बसलो. संध्याकाळची वेळ कामावरून घरी जाणारी मराठी मंडळी महंमदच्या दुर्गा बुक स्टॉलसमोर उभं राहून प्रलय, इन्साफ, भालू, दगा, पाच नाजूक बोटं अशा माझ्या प्रकाशित कादंबऱ्याची मागणी करू लागले. मी मुंबईत एवढा लोकप्रिय असेन याची मला कल्पनाच नव्हती. मी महंमदला विचारले, "हे लोक दुसऱ्या लेखकांची पुस्तकं का नाही मागत?"

महंमद दिलखुलास हसला आणि म्हणाला, "बाबासाहेब, उगाच तुम्ही या बेवड्याच्या नादी लागलात. मला तुमच्या दोन-तीन कादंबऱ्या प्रकाशित करायला द्या. बघा कशी जाहिरात करतो आणि

दर्जेदार प्रकाशनं करतो ते! मी या पुस्तक प्रकाशनाची खूप माहिती घेतलीय, मॅजेस्टिक, बॉम्बे बुक स्टॉलशी माझा वारंवार संबंध येतो! तुम्ही मला तुमच्या कादंबऱ्या प्रकाशित करायला दिल्यात तर मी मन्या देतो त्यापेक्षा "परपेज" अधिक मानधन देईन!

मी म्हणालो, "मन्या परपेज १५रु. मानधन देतो. म्हणून सांगतो, पण मला त्याच्याकडील एकाही कादंबरीचं ठरलेलं मानधन वेळेवर मिळालेलं नाही!"

"तो तसाच आहे. आजपर्यंत त्यानं बऱ्याच लेखकांना गंडवलेलं आहे!"

इतक्यात बोळातून डुलत डुलत मन्या आला.

"काय बाबासाहेब, बघितलंत मी तुम्हाला किती लोकप्रियता मिळवून दिलीय ते? काय रे महंमद, खरंय की नाही?"

महंमद माझ्याकडे पाहून अर्थपूर्ण हसला. त्यानंतर महंमद बुरानवाला माझा प्रकाशक बनला. अजिंक्य, नजराणा, तुफान अशा माझ्या दोन तीनशे पानांच्या कांदबऱ्या "दुर्गा प्रकाशना"ने प्रकाशित केल्या. उत्तम छपाई, सुबक बायडिंग आणि महाराष्ट्रभर धुमधडाक्याने कादंबऱ्याचे वितरण व्हायचे. महाराष्ट्र टाईमच्या पहिल्या पानावर माझ्या कादंबऱ्याची जाहिरात यायची. महंमद सवलत योजना जाहीर करायचा. कादंबरी बाजारात यायच्या आतच सवलत योजनेत संपायची. मग महंमद पुन्हा जाहिरात द्यायचा. क्षमस्व "नजराणा" सवलत योजनेत संपली. पुन्हा दीड महिन्यानी दुसरी आवृत्ती प्रकाशित होईल!

पाच पाच हजार प्रती महंमद सवलत योजनेत संपवायचा!

तशी मला थोडी लोकप्रियता होती, पण महंमदच्या दुर्गा प्रकाशनने महाराष्ट्रभर त्याचेही नाव झाले. पूर्वी जो महंमद माझ्याकडे हस्तलिखित न्यायला रेल्वेने यायचा, तो विमानाने येऊ लागला. मुंबई-बेळगाव असा विमान प्रवास करून तो सांब्र्याच्या विमानतळावरून टॅक्सीने

कोल्हापूरला येऊ लागला. प्रत्येक कादंबरीगणिक मला मानधन वाढवून देत होता. व्यवहाराला तो अत्यंत चोख होता. मी सहकुटुंब मुंबईला गेलो की माझी राहायची व्यवस्था तो "शांतिदूत" मध्ये परेलला करायचा. संध्याकाळी टिफिन भरून जेवण आणायचा. मटण, मासे, बिर्याणी! माझी अक्षरश: शाही बडदास्त ठेवायचा. पैसे खर्चायला मागेपुढे पाहायचाच नाही. मीच त्याला म्हणे, "महंमदभाई, तुम्ही माझ्यावर फार खर्च करता. मला संकोचल्यासारखे वाटतं!"

"तसलं काही मनात आणू नका बाबासाहेब. तुमच्याच कृपेनं मी या मुंबईत "म्हमद्याचा" महंमदशेठ झालो. तुमचे माझ्यावर असंख्य उपकार आहेत. आता माझी एकच इच्छा आहे!"

"कोणती?"

"तुम्ही आणि माई माझ्या घरी जेवायला यावं अशी माझी आणि झरिनाची इच्छा आहे. पण मला एक मोठी अडचण वाटते. मी गिरणीच्या चाळीतल्या खोलीत राहतो. आजूबाजूला झोपडपट्टी आहे हो! चांगल्या वस्तीत दोन खोल्यांचा फ्लॅट शोधतो आहे, पण पैसे सांगतात तेवढा पैसा नाही माझ्याजवळ!"

"पुढेमागे तोही पैसा मिळेल, जरा हात राखून खर्च करीत चला."

"हो, हो,तुम्ही वारंवार तेच तर सांगत असता! मग माझ्या घरी तुम्ही दोघांनी जेवायला यायचं काय करता?"

"येतो ना! आम्ही गरीब शेतकऱ्यांच्या वस्तीवर राह्यलोय. त्यांच्याबरोबर जाडीभरडी भाकरी आणि वांग्याचं भरीत खाल्लय! गरीब-श्रीमंत असा भेद मी मानत नाही."

महंमदच घर अक्षरश: झोपडपट्टीत होतं. पण झरिनानं ते फार स्वच्छ ठेवलं होतं.

स्टोव्हवर चिकन शिजत होतं. मी, मुंबईतलं मटण खात नाही

हे महंमदला माहीत होतं. त्याची बायको चिकनकरी आणि फ्राय फीश बनवणार होती. मी आणि महंमद पुढच्या बाजूला बसलो. झरिना जेवण बनवत असताना सौ. माई तिच्याशी बोलत होत्या. आम्ही येणार म्हणून महंमदच्या लहान मुलीला नवा फ्रॉक घातला होता. मुलालाही नवीन शर्ट-चड्डी चढवलेली होती. पाच-सहा वर्षांच्या आतली ती दोन्ही मुलं आपल्या घरी कोणीतरी येणार आहेत म्हणून प्रौढासारखी बसून होती.

झरिनानं जेवण बनवलं होतं. आमच्यासमवेत झरिनानंही जेवावं असं माईनी सुचवलं, पण झरिना म्हणाली, ''नही जी, मै बादमें खाऊंगी।'' झरिनाची आदब आणि स्वच्छता, टापटीप वाखाणण्यासारखी होती. रात्री दहाच्या सुमारास आम्ही हॉटेलवर आलो. माई मला म्हणाल्या,

''महंमदची बायको इतकी चांगली असेल याची मला कल्पना नव्हती. आपल्याकडे कोल्हापूरला तिला एकदा बोलवयाचं बरं का?''

डोळ्यावर झापड आल्याने मी लगेच झोपी गेलो. सकाळी साडेसातला फोन वाजू लागला. मी उठून रिसीव्हर कानाला लावला. ''हॅलो, मी महंमद बोलतोय. बाबासाहेब तुम्हाला एक वाईट बातमी सागांयची आहे. माझी बायको झरिना, तुम्ही जेवून गेल्यानंतर दूध तापवताना स्टोव्हचा भडका उडून भाजली. तिला ताबडतोब रात्री पोतदार हॉस्पिटलमध्ये घेऊन आलोय. उपचार चालू आहेत'' आणि इतका वेळ व्यवस्थित बोलणारा महंमद ढसाढसा रडू लागला.

माईंना मी घडलेला प्रकार सांगितला. त्यांचा विश्वासच बसेना. सकाळी आठच्या सुमारास आम्ही दोघे पोतदार हॉस्पिटलवर पोहोचलो. स्पेशल वार्डमध्ये तिला ठेवलं होतं. पाण्यातून बाहेर काढलेल्या माशासारखी झरिना तडफडत होती. महंमद डोकं हातात धरून रडत बसला होता. झरिना ७५ टक्के भाजली होती. डॉक्टरांचे उपचार सुरू होते. तिने बनवलेल्या सुग्रास जेवणाचा हाताला येणारा वाससुद्धा गेला

नव्हता, ती झरिना मृत्युपंथाला अशा तऱ्हेनं जाईल याची कल्पनाच नव्हती.

पुढे तीन दिवसांनी झरिना मेली आणि महंमदच्या दुर्दशेला सुरुवात झाली. त्यानं मुलांची काय व्यवस्था केली, तो मुंबई सोडून कुठे गेला, सध्या काय करतो आहे याची काहीच गंधवार्ता नाही. तो प्रसंग घडल्यापासून भविष्यात अमूक करीन, तमूक करीन अशा कल्पना करणाऱ्यांची मला कीव करावीशी वाटते.

◁◁◁

४२. दीदी

१९७५ साल, मी त्यावेळी कोल्हापूर जिल्ह्यात सिनियर पोलीस प्रॉसेक्यूटर म्हणून काम पाहात होतो, पण नोकरी करता करता माझे छंद सुरूच होते. त्यातला प्रमुख छंद होता लिखाणाचा. दुसरा पेटिंगचा आणि तिसरा "हंटिग"चा! त्यामुळे लोकांना संभ्रम पडे की, हा लिखाण केव्हा करतो, पेंटिग कधी करतो आणि शिकारी केव्हा करतो. बहुधा हा नोकरी "नावालाच" करत असावा. पण तसं नाही हं. मी ३० वर्षे सरकारी वकिलाची नोकरी अत्यंत इमाने-इतबारे केली. माझ्या कामात मी कधीही कसूर केली नाही. त्यामुळेच सगळे वरिष्ठ पोलीस अधिकारी माझ्यावर खूश होते. माझ्या छंदांना त्यांचे वेळोवेळी प्रोत्साहन मिळे.

१९७५च्या सुमारास मला आणखीन एक छंद जडला. लाकडाचा भुसा, प्लॅटर ऑफ पॅरीस आणि फेव्हिकॉल यांचा वापर करून प्राण्याच्या आणि पक्ष्यांच्या छोट्या छोट्या प्रतिकृती करायच्या. हा तो नव्यानं जडलेला छंद! माझे एकमेव चिरंजीव उमेश मी त्या कलाकृती करताना बघत बसायचे. मी त्यांना एकदा म्हणालो, "बाळ, तुम्ही अशा छोट्या-छोट्या शोभेच्या वस्तू बनवा ना?"

ते म्हणाले, "आबा, परीक्षा झाल्यावर येत्या सुटीत मी काहीतरी करून दाखवेन."

मी बरं बरं म्हणालो. मला माहिती होतं हे महाशय काही करणार नाहीत. अधून-मधून एखादं पेंटिंग करायचे, पण तेवढ्यापुरतंच!

त्यांची परीक्षा झाली. सुटी सुरू झाली. एके दिवशी सकाळी माझी स्कूटर घेऊन ते कुंभारगल्लीत गेले. एका कुंभाराकडून गणपती बनवतात तो शाडू एक सिमेंटचं टिक्कं भरून घेतलं आणि आले.

मी व सौ. माई चहा घेऊन पेपर वाचत बसलो होतो. चिरंजीव ते शाडू मातीचे पोतं घेऊन माडीवर निघाले. जाता जाता आम्हा दोघांना म्हणाले, "आबा-माई, तुम्ही दोघे मला काहीतरी करून दाखवा

म्हणत होता ना, आता मी तुम्हाला ते दाखवतो, पण १५ दिवस तुम्हा दोघांपैकी कोणीही माडीवर यायचे नाही, आहे कबूल?''

आम्ही दोघेही एकदम हो म्हणालो.

दुसऱ्या दिवसापासून माडीवर खटखट वाजू लागले. चिखल तुडवल्याचा भास होऊ लागला, पण आम्ही दोघेही आत काय चाललंय ते डोकावून पाहण्याचा मोह टाळला. होता होता १५ दिवस झाले. सोळाव्या दिवशी चिरंजीव सकाळी सकाळीच खाली आले आणि आम्हा दोघांना उद्देशून म्हणाले, ''आबा-माई, आता चला माडीवर. या १५ दिवसात मी काय केलंय ते पाहा.'' मोठ्या उत्सुकतेने आम्ही दोघे त्यांच्या पाठोपाठ माडीवर आलो. दार उघडून पाहतो तो काय?

फिरत्या टेबलावर छत्रपती शिवाजी महाराजांचा डळषश ळिूश ''बस्ट'' अर्धपुतळा करून ठेवलेला. यापूर्वी चिरंजीवांनी मातीचा ''बैल''देखील कधी केलेला नव्हता. त्या हातांनी एकदम छत्रपतींची ती मूर्ती कशी काय साकारली. मी व सौ. माई एकमेकांकडं ''हे असं कसं घडलं,'' या आविर्भावाने पाहातच राहिलो. चिरंजीवांना त्यापूर्वी कोणीही कसलेही शिल्पकलेचे धडे दिलेले नव्हते. आम्ही दोघेही भारावून गेलो.

त्यावेळी रवींद्र मेस्त्री, बाबूराव पेंटरांचे चिरंजीव हयात होते. त्यांना सर्व हकिकत सांगून मी म्हणालो,''बाबूराव तुम्ही एकदा तो पुतळा बघावा, असे मला वाटते,'' हातातली बिडी विझवून बाबूराव म्हणाले, ''आजच येतो!''

दुपारी चारच्या सुमारास ते आले. तो महाराजांचा पुतळा त्यांच्या चर्येवरील भाव बारकाईने न्याहाळत बाबूराव म्हणाले, ''बाबा, खरं सांगू, हा चमत्कार आहे. अहो, पंचवीस पंचवीस वर्षे पुतळे करणाऱ्यांच्या हातून अशी प्रतिमा निर्माण होत नसते. या चिमुरड्या मुलाने ती बनवावी हा खरोखरंच दैवी चमत्कार आहे. आता एक करा, हा

शाडूमातीचा पुतळा आहे. याचा रबर मोल्ड करून घ्या. मातीला नंतर तडे जातात. एकदा पुतळ्याचा मोल्ड बनविला की, त्यातून प्लॅस्टर ऑफ पॅरिसच्या हव्या तितक्या कॉपीज बनविता येतील.

"पण बाबूराव आम्हाला ते जमणार नाही. कोण करून देणार असा रबर मोल्ड?"

"बाळ चव्हाणांना तुम्ही ओळखता ना? ते करून देतील. मीसुद्धा करून दिला असता, पण दोन-तीन पुतळ्यांच्या मोठ्या ऑर्डर्स आहेत."

बबेराव जातिवंत कलावंत होते. अनेक कलावंत मी बघितलेत. थोडी का होईना, पण दुसऱ्या कलावंताविषयी त्यांना असूया वाटते, पण बबेराव जन्मजात कलावंत होते. त्यांनी बनविलेला, मागील दोन पायांवर उभ्या असलेल्या, घोड्यावर स्वार झालेल्या छत्रपती ताराराणीचा पुतळा, संपूर्ण हिंदुस्थानात आढळणार नाही.

बाळ चव्हाण हे असेच हरहुन्नरी कलावंत. यांना मी जयसिंगपूर नगरपालिकेचं छत्रपती शाहू महाराजांच्या पुतळ्याचं काम मिळविण्याच्या कामी थोडी मदत केली होती. चि. उमेशच्या मातीच्या पुतळ्यावर रबराचे (ङ्खीिंळव ठीललशी) थर देऊन पंधरा दिवस राबून त्यांनी (मोल्ड) साचा करून दिला. त्यातून प्लॅस्टर ऑफ पॅरीसच्या पाच-सहा प्रतीही तयार करून दिल्या. त्याचा मोबदला म्हणून एक पैसाहीं घेतला नाही.

ब्रॉंझ कलर दिलेला तो अर्धपुतळा खाली हॉलमध्ये आणून ठेवला. त्याभोवती पातळ पांढऱ्या रंगाचे मलमलीचे कापड लावले. इथपर्यंत सर्व काही ठीक झाले. चिरंजीव म्हणाले, "आबा, या पुतळ्याचे घरातल्या घरात अनावरण करायचे तर हिंदुस्थानातल्या प्रख्यात व्यक्तीच्या हातून."

हिंदुस्थानतली प्रख्यात व्यक्ती? अशी कोण मिळणार आहे?

"लता दीदी! त्या वारंवार कोल्हापुरला येतात ते मला ठाऊक आहे. पन्हाळ्यावर त्यांचा बंगलाही आहे."

हो, हो, ते मलाही ठाऊक आहे, पण तुम्ही गुलबकावलीच्या फुलासारख्या दुर्मीळ व्यक्तीला पुतळ्याच्या उद्‍घाटनाला बोलावता आहात, ते कसं काय शक्य होईल? ती बाई भल्याभल्यांना "हो,हो, येईन, येईन" म्हणून वाटेला लावते. असला काही हट्ट नका धरू. कधीही ते शक्य होणार नाही."

"बघा तर खरं प्रयत्न करून! छत्रपती शिवाजीमहाराजांना त्या महाराष्ट्राचे आराध्यदैवत मानतात."

चिरंजीवांच्या अट्टाहासापायी मी जयप्रभा स्टडिओत त्या आल्याचे समजल्याने गेलो. जाड भिंगाचा चष्मा, पांढरी हाफ पँट, पांढरा शर्ट घातलेले भालजी पेंढारकर यांना मी ओळखत होतो. त्यांच्या पत्नी (स्व) लीलाबाई काही दिवस रविवार पेठेतल्या माझ्या घरात कूळ म्हणून राहत होत्या.

नमस्कार करताच बाबा (भालजी) मला म्हणाले,"काय काम काढलंत?"

"लताबाईचे हस्ते चिरजीवांनी बनविलेल्या पुतळ्यांचे घरगुती स्वरूपात अनावरण करायचे आहे. त्या येतील का?"

"तिलाच विचार, आता बाहेर येईलच ती!" पांढरी शुभ्र साडी, घट्ट केस विंचरलेल्या दीदी बाहेर आल्या.

बाबा म्हणाले, "लता हे बाबा कदम, यांना तू ओळखत नसशील?"

लताबाई माफक हसल्या आणि माझ्याकडे पाहत म्हणाल्या, "आजकाल यांना कोण ओळखत नाही, महाराष्ट्रातल्या घराघरांत ते पोहोचलेत. आमच्या घरी भारती, उषा, यांच्या कादंबऱ्या वाचतात ना!"

त्या लतादीदींच्या अनपेक्षित उद्‍गारांनी मी धन्य झालो. त्यांच्या त्या विधानावर मी म्हणालो, "दीदी, माझ्या मुलाने शिवाजी महाराजांचा एक अर्धपुतळा बनविलेला आहे. घरातल्या घरात त्याचे अनावरण

करायचे आहे. ते तुमच्या हस्ते व्हावे, अशी मुलाची इच्छा आहे.''

मी त्या काय म्हणतात हे आशाळभूत होऊन त्यांच्याकडे पाहात असतानाच त्या म्हणाल्या, ''उद्या चार वाजता बाबांना (भालजींना) सोबत घेऊन येते.''

त्यांच्या त्या उद्गारांनी मला इतका आनंद झाला की, काही सांगता सोय नाही.

घरी आलो, दारातूनच ओरडलो, ''राजन (उमेश), माई, उद्या दीदी चार वाजता येणार!''

माई म्हणाल्या, ''मी खायला काही करू का?''

''बिलकूल नको, त्या बाहेरचं काहीही खात नाहीत, गेल्याचवर्षी त्यांना असंच कोणीतरी फसवून काहीतरी खायला दिलं अणि दोन महिने त्यांना गाता येणं अशक्य झालं. त्या आपल्या घरी काही खातील पितील ही अपेक्षा करू नका! सौ. माई म्हणाल्या, ते काही असो, मी कुठंतरी वाचलंय, त्यांना खिम्याचे कटलेट खूप आवडतात. मी ते उद्या बनविणारच. त्यांना खायचे असले तर खाऊ द्यात, नाहीतर राह्यलं!''

दुसऱ्या दिवशी साडेतीनच्या सुमारास मी जयप्रभा स्टुडिओवर गेलो. बरोबर चार वाजता दीदी आणि भालजी पेढारकर यांना त्यांच्याच गाडीतून घरी ताराबाई पार्कात घेऊन आलो.

घरात आम्ही इनमिन तीनच माणसं, पण त्यादिवशी कोणतातरी महत्त्वाचा सण असल्यासारखे वातावरण होते.

दीदी आल्या. पुतळ्याचं अनौपचारिक असं अनावरण झालं. दीदी आणि भालजी त्या पुतळ्याचं वीस-पंचवीस मिनिटं बारकाईनं निरीक्षण करीत होते. दीदी म्हणाल्या, ''उमेश, महाराजांची मुद्रा अतिशय छान जमलेली आहे. मी अनेक ठिकाणचे महाराजांचे पुतळे पाहिलेत, पण अतिशय ओबडधोबड आणि चेहऱ्यावरचे भाव राकट वाटायचे. इथं तुमच्या पुतळ्यात महाराजांच्या मुद्रेवर किंचित हास्य जाणवते.''

चि. उमेश दीदींच्या पायाला स्पर्श करून म्हणाले, ‘‘आपण आलात बरं वाटलं!’’

सौ. माई मला एकसारखं खुणेनं सुचवत होत्या, ‘‘मी केलेले कटलेट खातात काय विचारा!’’ शेवटी मी धाडस करून म्हणालो,‘‘ दीदी आपण बाहेर काही खात-पीत नाही हे मला ठाऊक आहे, पण काही करू नका म्हणून सांगूनही माईंनी खिम्याचे कटलेटस केलेत..... आपण.....?

‘‘मी खाणार! बाबा, कुठं खावं, प्यावं हे मला चांगलं समजतं!’’

माईंचा जीव भांड्यात पडला. काचेच्या प्लेटीतून गरम गरम कटलेटस् आणि टोमॅटो सॉस आणले. दीदींनी त्यातले दोन कटलेट खाल्ले, वर एक चहाही घेतला. भालजींनी मात्र पाणीसुद्धा घेतले नाही.

त्या गोष्टीला सव्वीस-सत्तावीस वर्षे झाली. पण आम्ही तिघेही ती दीदींची भेट अद्याप विसरलेलो नाही. कसे विसरणार?

१९४२ला मंगेशकर कुटुंबावर कर्जाचा डोंगर झालेला. कुटुंबाचा एकमेव आधार स्वरसम्राट दीनानाथ मंगेशकर मृत्यूशय्येवर पडलेले. आशा, उषा, मीना आणि हृदयनाथ ही छोटी बालकं लतालाच सांभाळावी लागणार होती. बालवयातील लता हा प्रपंचाचा आणि कुटुंबाचा भार सहन करणार होती, तो प्रेमळ पित्याने दिलेल्या आशीर्वादावर. दीनानाथांचे शेवटचे शब्द होते, ‘‘लता, हा माझा तंबोरा, ती चिजांची वही आण. मंगेशाची कृपा तुझ्या स्वाधीन केली आहे. मी चाललो!’’

त्यावेळी लताचं वय होतं अवघं तेरा वर्षांचं! प्रेमळ पित्याचे छत्र हरपले, पण त्यानंतर लताला आधाराचा हात दिला तो मास्टर विनायकांनी! पण दुर्दैवाने तेही अल्पायुषी ठरले. पुन्हा लताच्या आयुष्यात अंध:कार निर्माण झाला.

◁◁◁

४३. भाई

अवघ्या महाराष्ट्राचे व्यक्तिमत्त्व एकच, ते म्हणजे भाई, पु. ल. देशपांडे! इचलकरंजीच्या साहित्य संमेलनाला भाईंची अध्यक्ष म्हणून निवड झालेली. त्यावेळी साहित्य संमेलनात अध्यक्षपदाच्या निवडणुका होत नव्हत्या. एकमताने साहित्य संमेलनाचा अध्यक्ष निवडला जायचा. तरी बरं, त्यावेळी दुसरा कोणी "मलाच साहित्य संमेलनाचा अध्यक्ष करा, असा हट्ट धरून बसला असता अन् यदाकदाचित निवडणुकीचा प्रसंग उद्भवला असताच, तर तो भाईंच्या विरुद्ध उभारणारा साहित्यिक सपशेल पडला असता. नव्हे त्याचे डिपॉझिटही जप्त झाले असते. पण दुसरी एक शक्यता अशी आहे. साहित्य संमेलनाच्या अध्यक्षस्थानी निवडणूक होणार म्हटल्यावर भाईंनी ती लढविली असती का? मुळीच नाही. भाई म्हणाले असते, साहित्य संमेलन म्हणजे ग्रामपंचायत निवडणूक समजता की काय? मला निवडणुकीतून मिळणारे अध्यक्षपद मुळीच नको! सुदैवाने त्यावेळी तसला काही प्रसंग निर्माण झाला नाही. भाई त्या वर्षी म्हणजे १९७४ साली इचलकरंजीच्या अ. भा. म. साहित्य संमेलनाचे सन्माननीय अध्यक्ष म्हणून नियुक्त झाले.

इचलकरंजी म्हणजे महाराष्ट्राचे मँचेस्टर. एका दिवसात कोट्यवधी रुपयांची उलाढाल होणारे शहर! सुताच्या जेवढ्या म्हणून वस्तू बनविल्या जातात, त्या इचरकरंजीत तयार होतात.

मला इचलकरंजीबद्दल आस्था वाटण्याचे कारण म्हणजे त्या शहरात मी आठ वर्षे पोलीस प्रॉसिक्यूटर होतो. माझ्या नोकरीच्या निमित्ताने माझा संबंध यायचा तो चोर, दरोडेखोर, जुगारी, दारुडे, पोलीस, फौजदार यांच्याशी. साहित्यिकांशी फारसा संबंध यायची शक्यताच नव्हती, पण माझ्या स्वभावात एक छुपा साहित्यिक दडलेला होता. माझी पहिली कादंबरी "प्रलय" मी इचलकरंजीत नोकरी करीत असतानाच लिहिली होती. साहित्यजगात त्यावेळी माझ्या नावाचा फारसा गाजावाजा झालेला नव्हता. तो नंतरच्या कालावधीत थोडाफार

झाला.

त्या साहित्य संमेलनाला मी सहकुटुंब सहपरिवार म्हणजे सौ. माई व उमेश यांच्यासह उपस्थित राहिलो होतो. नवोदित अतिउत्साही साहित्यिकांची संमेलनात दखल घेत नाहीत, याची मला त्यावेळी काहीच कल्पना नव्हती. त्या कार्यक्रमात कथाकथन ठेवण्यात आले होते. त्यावेळी स्वयंघोषित नवोदित साहित्यिक म्हणून मलाही एकदा त्या साहित्य संमेलनाच्या कथाकथनात भाग घ्यायचा होता, पण संयोजकांनी माझी दखलच घेतली नाही. भाईंच्या अध्यक्षतेखाली होणाऱ्या कथाकथन कार्यक्रमाला आपली हजेरी लागावी, ही माझी इच्छा अतृप्तच राहिली.

ते साहित्य संमेलन फार गाजले. कारण महाराष्ट्राचे ज्येष्ठ नेते कै. यशवंतराव चव्हाण या कार्यक्रमाला उपस्थित राहणार होते. त्यांच्या उपस्थितीला हरकत घेतली होती. राजकारणी नेत्यांनी साहित्य संमेलनाला उपस्थित राहू नये, अशी हाकाटी करण्यात आली होती. पण यशवंतरावांनी जाहीर केले होते की, मी एक साहित्यप्रेमी म्हणून उपस्थित राहू इच्छितो. सत्तेची वल्कलं परिधान न करता मी येणार आहे. मला व्यासपीठावरची खुर्ची नको, मी श्रोतृवृंदात बसणार आहे. तरीही स्वतःला श्रेष्ठ आणि ज्येष्ठ समजणाऱ्या साहित्यिकांनी त्यांची इच्छा ठोकरून लावली. पण ते यशवंतराव चव्हाण होते. ब्रिटिश राज्यसत्तेला सुरुंग लावणारे निष्ठावंत देशभक्त होते. ते अशा विरोधाला जुमाणणार होते थोडेच!

यशवंतराव आले, श्रोत्यांत बसले. साहित्य संमेलन त्यानंतर सुरळीत पार पडले.

पण मला भाईंचा सहवास घडला नाही, ही खंत दीर्घकाळ टोचत राहिली. तसा भाईंचा कौतुकाचा हात माझ्या पाठीवरून एकदा फिरला होता. पण तो साहित्यिक म्हणून नव्हे. त्याचं असं झालं, १९५० साली मी पेंटिंग शिकण्यासाठी बाबा गजबरांच्या घरी जात

होतो. बाबांचे चिरंजीव बाळ गजबर यांनी पु. ल. देशपांडे यांच्या कथेवर ''नवरा बायको'' हा विनोदी चित्रपट निर्माण करण्याचे ठरविले. त्या चित्रपटात (कै.) भाऊसोा महागावकर, हंसा वाडकर, दत्तोपंत आंग्रे ही प्रमुख कलाकार मंडळी काम करणार होती. त्या चित्रपटात बाळ गजबरांनी मला हिरोईनच्या घरातल्या आगाऊ नोकराचे काम दिले. काहीच कल्पना नसताना, सिनेमात काम करायला मिळणार म्हणून मी हुरळून गेलो. तेव्हा मी कॉलेजच्या दुसऱ्या वर्षाला म्हणजे इंटर आर्टस्‌ला होतो. ते काम मी तन्मयतेने करत होतो. एकदा शूटिंग पाहायला प्रत्यक्ष लेखक पु. ल. देशपांडे आले. शालिनी सिनेटोन स्टुडिओत ''माझ्या कोंबड्याची शान'' या विनोदी गाण्यावर शूटिंग झाले. कॅमेरा माझ्यावर बराच वेळ केंद्रित झाला होता. त्या गाण्यावर मी मान डोलवून जो अभिनय केला, ते पाहून भाईंनी माझी पाठ थोपटली होती ते बऱ्याच वर्षांपूर्वी. आता मी दहा-पंधरा कादंबऱ्या लिहिल्यावर भाईंच्या कौतुकाचा हात माझ्या पाठीवरून फिरावा, असे वाटू लागले. माझी ती इच्छा इचलकरंजीच्या साहित्य संमेलनात अतृप्तच राहिली होती.

त्यानंतर माझ्या हातून झपाटल्यासारखे लेखन झाले. एका वर्षांत तीन-तीन, चार-चार कादंबऱ्या प्रकाशित होऊ लागल्या. त्या सत्य घटनेवर आधारीत असल्यामुळे वाचकांचा आणि प्रकाशकांचा प्रचंड प्रतिसाद मिळू लागला.

हिंदुस्थानातल्या शिकारी आणि आफ्रिकेतली शिकार, या विषयांवर विस्तृत अशी ''राणीमा'' कादंबरी लिहून झाली. प्रकाशक राजीव बर्वे यांनी हस्तलिखित वाचल्यावर मला विचारले, ''कादंबरी कोणाला अर्पण करायची?'' मी सांगून टाकलं,

''भाईंना, पु. ल. देशपांडे आणि सुनीताताईंना!''

प्रकाशक म्हणाले ठीक आहे. त्याप्रमाणे अर्पणपत्रिका छापली.

भाईंची अपॉईंटमेंट सुनीताताईंनी दिली. राजीव बर्वे हे भाईंना कादंबरीची प्रत अगोदरच देऊन आले होते. औपचारिकरीत्या मी त्यांना समक्ष कादंबरी अर्पण करायचे ठरले.

ज्यांच्या कौतुकाचा हात पाठीवरून फिरावा, अशी इच्छा इतकी वर्षे मनात बाळगून होतो तो क्षण आला. भाईंना कादंबरी अर्पण केल्यावर ती वाचून स्वत:च्या हस्ताक्षरात मला पत्र पाठविले. त्यात त्यांनी लिहिलं आहे, "दोन वर्षांपूर्वी मी आफ्रिकेच्या सफारीवर गेलो होतो. तेथे ट्री टॉप हॉटेलवर राहिलो होतो. सॉल्टलिक आणि वॉटर होलवर येणाऱ्या प्राण्यांच्या हालचाली न्याहाळल्या होत्या, तुम्ही आफ्रिकेला न जाताही साक्षात मला पुन्हा प्रत्ययाचा आनंद दिलात, तुमच्या गोष्ट सांगण्याच्या करामतीचा आणखीन एकदा अनुभव आला. लिहित राहा, माझा आणि सुनीताचा तुम्हाला आशीर्वाद.

आ. भाई

इतक्या वर्षांची माझी इच्छा फलद्रुप झाली. कालांतराने भाईचे कोल्हापूरला येणे घडले होते. तेव्हा ते माझ्या घरी आवर्जून जेवायला येत. त्यात सौ. माई कदम या कोल्हापुरी, राजस्थानी, मोगलाई, चायनीज जेवण बनविण्यात निष्णात! भाई धारवाडला मल्लीकार्जुन मन्सूर यांच्याकडे जायचे असेल, तर पुण्याहून मला फोन यायचा, दुपारी साडेबारा वाजता कोल्हापुरात येत आहे. माईच्या हातचा कोल्हापुरी रस्सा खायचा आहे! फोन आला की, आमच्या घरी सणासुदीसारखं वातावरण निर्माण होई. आता मला काही लोक विचारतात इतकी लोकप्रियता तुम्हाला मिळते, तर पैसे किती कमवता लेखनावर?

असले प्रश्न विचारणारी माणसं मूर्ख असतात! बाईचं वय आणि पुरुषाची कमाई कधी विचारू नये! पण मला तो प्रश्न विचारला की, मी सांगतो, "माझ्या लिखाणाने मला किती पैसे मिळाले यापेक्षा मी मराठी साहित्यातले श्रेष्ठ अशा किती साहित्यिकांशी जवळीक

साधली असं विचारा! गदिमा, व्यंकटेश माडगूळकर, द. मा. मिरासदार, गंगाधार गाडगीळ, मंगेश पाडगावकर, विंदा करंदीकर या मराठी साहित्यातल्या प्रख्यात लेखक आणि कवी मंडळींचा मला सहवास लाभलेला आहे. तो केवळ माझ्या लेखनामुळेच मिळालेला आहे. पैसा आणि मानमरातब माझ्या दृष्टीने नगण्य आहे.''

भाईंचा सहवास लाभत होता, पण प्रत्येक वेळी भाई कोल्हापूरला आले की त्यांचे पूर्वीपासूनचे स्नेही स्व. आप्पासाहेब जाधव, कर्नल आनंदराव जाधव, डॉ. वझे, सौ. मीनाताई अशी मंडळी जमल्याशिवाय भाईंच्या मैफिलीला रंगत चढत नसे. एकदा काय झालं, भाई माझ्या घरी आहेत असं शांताबाई शेळके पर्ल हॉटेलवर उतरल्या असताना त्यांना समजले. मला त्यांचा फोन आला. मी आले तर चालेल का? मी म्हणालो, अवश्य या, माझ्या परवानगीची गरजच काय? आमच्या चौकात शांताबाई, भाई आणि सुनीतात‍ाईंच्या सहवासात मध्यरात्र कधी झाली हेच समजले नाही.

या दिग्गज साहित्यिकांच्या तुलनेत मी फारच छोटा लेखक होतो; पण एक प्रसंग असा घडला की, आचार्य अत्र्यांप्रमाणे भाईंनीही माझ्या लिखाणाबद्दल सातासमुद्रापलीकडे कौतुकाचे उद्‌गार काढले. त्याचं असं झालं, भाई आणि सुनीताताई इंग्लंडला गेले होते. तेव्हा काही मराठी रसिक मंडळींनी भाईंची प्रकट मुलाखत आयोजित केली होती. आज कालच्या मराठी साहित्याबद्दल बोलता बोलता एकाने त्यांना प्रश्न विचारला! ''काय हो भाई, मराठी पुस्तकांच्या विक्रीत तुमच्या बरोबरीनं बाबा कदमांच्या कादंबऱ्या खपतात असं ऐकलं, एवढी त्यांची पुस्तकं का खपावित?''

भाई क्षणाचाही विलंब न लावता म्हणाले, ''बाबाला गौण लेखू नका, केव्हाना केव्हा मराठी साहित्याच्या समीक्षकांना बाबा कदमांच्या अफाट लोकप्रियतेचे रहस्य उमजून घ्यावेच लागेल.''

हा प्रसंग घडला तेव्हा मी तेथे नव्हतो. पण पुढे महिन्याभरात माझे चिरंजीव डॉ. उमेश इंग्लंडला गेले असताना त्यांचा जो मित्र त्या मुलाखतीला हजर होता, त्याने चिरंजीवांना हा प्रसंग सांगितला. त्यांनी इंग्लंडवरून परतल्यावर मला त्याने भाईंनी माझ्याबद्दल काढलेले गौरवोद्गार सांगितले. मी धन्य धन्य झालो.

भाईंची प्रकृती हळूहळू ढासळत होती. पर्किंसन्स कंपवाताच्या आजाराने उग्र स्वरूप धारण केले. त्यात गुडघ्याचा ऑर्थ्रायटीस होताच. तरीही भाईंची स्मरणशक्ती आणि जीवनाकडे पाहण्याचा सकारात्मक दृष्टिकोन बदलला नव्हता. नंतर नंतर भाईंना फारसं कोणाला भेटू दिलं जात नव्हतं. श्रीकांत मोघे, मधू गानू अशा मोजक्याच व्यक्तींचं जाणं-येणं होतं. कोल्हापूरचं कोणी भाईंना पाहायला गेलं की न चुकता त्याला विचारत, "बाबा कसा आहे? माई कशी आहे? उमेश सध्या काय करतो?"

आयुष्याच्या उत्तरार्धात आमची आस्थेवाईकपणे चौकशी करणारे भाई आज आपल्यात नाहीत. त्यांचे चिंतनसाहित्य मराठी घराघरांत यापुढेही आवडीनं वाचलं जाईल. भाई एकदा फ्रान्सला गेले असताना त्यांना समजलं की, चार्ली चॅप्लीन तिथल्या प्रख्यात हॉटेलात उतरला आहे. तो हॉटेलच्या गच्चीत येऊन खाली जमलेल्या हजारो चाहत्यांना काही क्षण दर्शन देणार आहे.

भाईही त्या गर्दीत श्यामील झाले. गोरीपान, फेल्ट हॅट घातलेली चार्ली चॅपलीनची बटू मूर्ती गॅलरीत आली. प्रकाशझोत त्यांच्यावर केंद्रित झाले. तेव्हा चाहत्यांनी त्याचा जयजयकार केला, तेव्हा भाईंच्या तोंडून सहज शब्द आले, "गड्या, तुला मरण नाही रे !"

आज भाईंचे ते शब्द मलाही त्यांच्याच बाबतीत उच्चारावे वाटतात, "भाई, देहानं जरी तुम्ही आमच्यातून गेले असलात तरी तुमची स्मृती मराठी माणसाच्या मनात चिरंतन राहील. भाई तुम्हालाही

मरण नाही.''

भाई केवळ लेखक म्हणूनच महाराष्ट्राला परिचित आहेत. त्यांनी समाजसेवेचंही व्रत स्वीकारलेलं होतं. आजपर्यंत भाईंनी जवळजवळ एक कोटी रुपये गरजू संस्थांना मदत दिली आहे. खेडोपाड्यातल्या शाळांना हजारो रुपयांची मदत दिली. मुक्तांगण या विट्याच्या साहित्य संस्थेला त्यांनी लाखभर रुपये दिले होते.

संगीत, नाट्य, चित्रपट, विनादी वक्ते याबाबतीत त्यांची बरोबरी करणारा, आजपर्यंत कोणीही झाला नाही.

भाईंना मी एकदा म्हणालो, ''तुम्ही इतकी मोठी ''चॅरिटी'' (उहरीळीं) कशा कशा काय करता?''

तेव्हा ते म्हणाले, ''जनतेने मला जो पैसा दिला, तोच मी त्यांना परत केला आहे. मी त्यात विशेष असं काय केलं आहे?''

स्वत:च्या उपजीविकेसाठी नाममात्र रक्कम ठेवली. साहित्यातून ''वाऱ्यावरची वरात'', ''बटाट्यांची चाळ'', ''असा मी अश्यामी'' या कार्यक्रमातून भाईंनी लाखो रुपये मिळविले. पण ती सर्व रक्कम पु. ल. देशपांडे ट्रस्टला देऊन टाकली.

अशी व्यक्ती आजपर्यंत कधीही झाली नाही आणि भविष्यकाळात होण्याचीही शक्यता नाही. खरोखरंच, भाई तुम्ही अजरामर झालात.

◁◁◁